പൂവരാഹൻ

Poovarahan
Novel

Shaji Mamman Mathew

CHINTHA PUBLISHERS
Thiruvananthapuram

First Edition
December 2021

Typesetting and Published
Chintha Publishers, Thiruvananthapuram

Printed at
Time offset printers, Thiruvananthapuram

Cover Design
Subin Abraham

ISBN : 978-93-93468-15-4

CO - 3049 / 5718

Email: chinthapublishers@gmail.com
Website: www.chinthapublishers.com

A vertion is available at National Libraries
Kolkata, Mumbai, Chennai and Delhi

Distribution
DESHABHIMANI BOOKHOUSE
H O Thiruvananthapuram 695035

Branch
Head Office Kunnukuzhi • Statue Thiruvananthapuram
KSRTC Bus Station Thiruvananthapuram
KSRTC Bus Station Alappuzha • KSRTC Bus Station Ernakulam
Machingal Lane Thrissur • IG Road Kozhikode
Mavoor Road Kozhikode • NGO Union Building Kannur
Central Bus Terminal Complex Thavakkara Kannur

പൂവരാഹൻ

നോവൽ

ഷാജി മാമ്മൻ മാത്യു

ചിന്ത പബ്ലിഷേഴ്സ്
തിരുവനന്തപുരം-695 035

ഷാജി മാമ്മൻ മാത്യു

ആലപ്പുഴ ജില്ലയിൽ മാന്നാർ കുട്ടമ്പേരൂരിൽ 1968 ആഗസ്ത് 18 ന് ജനിച്ചു. പിതാവ്: എം മാത്യു, മാതാവ്: കുഞ്ഞൂഞ്ഞമ്മ. ബിരുദപഠനാനന്തരം മദ്രാസ്, ബാംഗ്ലൂർ, കുവൈറ്റ് തുടങ്ങിയ സ്ഥലങ്ങളിൽ ജോലി ചെയ്തു. പന്ത്രണ്ടു വർഷത്തിലധികം ഔഷധ വ്യാപാരം ചെയ്തു.

ഭാര്യ : അനു ഷാജി
മക്കൾ : അപർണ, അനൂപ്, റിച്ചൻ
വിലാസം : നെയ്യേശ്ശരിൽ, കുട്ടമ്പേരൂർ,
മാന്നാർ– 689623
ഫോൺ : 9496119237

പ്രസാധകക്കുറിപ്പ്

തിരുവിതാംകൂറിൽ സ്വാതന്ത്ര്യത്തിന്റെ അലയൊലികൾ ഉയർന്നകാലം. ഈ കാലഘട്ടത്തിൽ കുലീന കുടുംബങ്ങൾക്കകത്തു നടന്ന സംഘർഷങ്ങൾ അധികമൊന്നും രേഖപ്പെടുത്തപ്പെട്ടിട്ടില്ല. കേരളത്തിലെ ക്രൈസ്തവ സഭകളുടെ ആവിർഭാവവും നിലനിന്നിരുന്ന സമൂഹവുമായി നടത്തിയ കൊള്ളകൊടുക്കലുകളും രണ്ടു കുടുംബങ്ങളുടെ പാരസ്പര്യത്തിലൂടെ നോവലിസ്റ്റ് വെളിപ്പെടുത്തുന്നു. പുരോഗമനശക്തികൾ നാമ്പിടുന്നതിന്റെ പശ്ചാത്തലം വിശദീകരിക്കുന്നുണ്ട് ഈ കൃതിയിൽ. പൊതുസമൂഹത്തിന് ഏറെ അജ്ഞാതമായ ചരിത്ര പശ്ചാത്തലത്തിൽ ഇതൾ വിരിയുന്ന ഒരു പ്രണയകഥ കൂടിയാണിത്. ഭാഷാപ്രയോഗത്തിലെ സവിശേഷതകൊണ്ടും ആഖ്യാന മികവുകൊണ്ടും ഈ നോവൽ ശ്രദ്ധിക്കപ്പെടും.

ചിന്ത പബ്ലിഷേഴ്സ്

ചന്ദനവും കരിവീട്ടിയും മറ്റുമേൽത്തരം തടികളാലും നിർമ്മിച്ചിരിക്കുന്ന കമനീയ കൊട്ടാരം.

വില്ല്യാർവട്ടം രാജധാനി.

ചേരമാന പെരുമാളിന്റെ സാമന്തത്തിനുശേഷം സ്വതന്ത്രമായ ഫലഭൂയിഷ്ഠമായ ധാരാളം പ്രദേശങ്ങളുടെ ഭരണകേന്ദ്രം.

കുരുമുളകും ഏലവും ചന്ദനവും മയിൽതോറ്റയും തുടങ്ങി വിശിഷ്ടവും വിലപിടിപ്പുള്ളതുമായ വസ്തുക്കൾ ദൂരദേശത്തും കടൽകടത്തും വ്യാപാരം ചെയ്യുന്ന നാട്ടുരാജ്യം.

ആനക്കൊമ്പിൽ തീർത്ത അനവധി അലങ്കാരവസ്തുക്കൾക്ക് രൂപം കൊടുക്കുന്ന നിപുണർ ഏറെ. ശരീര സൗന്ദര്യത്തിനാവശ്യമായ വിവിധതരം ലേപനങ്ങൾ ഇവിടെ സുലഭം. ഇതിനും വിദേശങ്ങളിൽ പ്രിയം.

ഭരണചക്രം തിരിക്കുന്നത് തോമ്മാ മഹാരാജാവ്. പിതാവായ പൈലോയുടെ കാലത്താണ് ചേരമാൻ പെരുമാൾ നാടുവിടുന്നതും രാജ്യം സാമന്തത്തിൽനിന്നും മോചിതമാകുന്നതും. അന്ന് പെരുമാൾക്ക് മാനസികമായ എന്തോ വിഭ്രാന്തിയുണ്ടായത്രേ. ഒരു പ്രഭാതത്തിൽ ഏതോ സ്വപ്നമോ ദർശനമോ കണ്ട അദ്ദേഹത്തിന്റെ പ്രവർത്തിയിലും വാക്കിലും നടപ്പിലും ഇരിപ്പിലുമെല്ലാം അസാധാരണത്വം കൈവന്നതായി കൊട്ടാരനിവാസികൾ മനസ്സിലാക്കുന്നു. ചിത്തഭ്രമമെന്ന് മന്ത്രി വിട്ടലർ പറഞ്ഞു പരത്തി. പരസ്പരബന്ധമില്ലായെന്നു തോന്നുന്ന പലതരം ചിന്തകൾ പെരുമാൾ പുലമ്പുന്നുണ്ടായിരുന്നു. എല്ലാം തത്ത്വചിന്തയെന്ന് അദ്ദേഹം അരുളിയെങ്കിലും പണ്ഡിതർപോലും അതു കാര്യമാക്കിയില്ല. മാണിക്യ വാസുകിയെന്ന സിദ്ധന്റെ വരവോടെയാണ് പെരുമാളിന് ബുദ്ധിഭ്രമമുണ്ടായതെന്ന് മന്ത്രിമുഖ്യന് വ്യക്തമാണ്. ഇപ്പോഴുടലെടുത്ത പ്രതിസന്ധിയുടെ

മൂലകാരണം ആ ഷണ്ഡസിദ്ധൻ തന്നെ. കേട്ടുകേഴ്വിയില്ലാത്ത ഈശ്വര വചസ്സുകളുമായാണയാൾ എത്തിയത്. അജ്ഞാതമായ പഞ്ചാക്ഷരീ മന്ത്ര മുരുവിട്ടു പല മായാവിദ്യകളാലും അയാൾ ജനങ്ങളെ വശത്താക്കി. പല യിടത്തും ക്ഷേത്രങ്ങൾ സ്ഥാപിച്ച് പുതിയ രൂപത്തിലുള്ള വിഗ്രഹങ്ങൾ പ്രതിഷ്ഠിച്ചു. ആ ഈശ്വരനെ ആരാധിക്കുവാൻ നിർദ്ദേശിച്ചു. ശൈശവ – വൈഷ്ണവ മതങ്ങളുമായി ചില പണ്ഡിതർക്ക് അവയോടു സാമ്യം തോന്നിയെങ്കിലും അതുമായി പുലബന്ധം പോലുമില്ലെന്നു പിന്നീട് മന സ്സിലായി. സ്ത്രീ പുരുഷബന്ധം നിഷിദ്ധമെന്നതായിരുന്നു മുഖ്യപ്രമാണം. വിവാഹവും സ്ത്രീ പുരുഷബന്ധ സുഖങ്ങളും ഈശ്വരനെ അന്വേഷി ക്കുന്ന യാത്രയിൽ വിലങ്ങുതടിയായി വർത്തിക്കും. വളരെയധികം വിശ ക്കുമ്പോൾ മാത്രം അല്പ ഭക്ഷണം, അതു സസ്യമോ മാംസമോ ആകാം. കൂടുതലാളുകളെ ഈ മാർഗ്ഗത്തിലേക്ക് ആനയിക്കുക. അങ്ങനെ മോക്ഷ പ്രാപ്തി കൈവരിക്കാം. മാണിക്യവാസുകിയുടെ മതത്തിലേക്ക് അനേകം പേർ ആകർഷിക്കപ്പെട്ടു. അതിനും കാരണമുണ്ട്. അയാൾ കാണപ്പെട്ടയിട ങ്ങളിലെ വീടുകളിൽ ചില അനിഷ്ട സംഭവങ്ങളും രോഗങ്ങളുമുണ്ടാ കുന്നു. കോഴി, താറാവ്, നായ് തുടങ്ങിയവ ചത്തുവീഴുന്നു. പശു, കാള, ആട് എന്നിവ പലതരം വ്യാധികളാൽ വലയുന്നു. കുട്ടികളുടെ ശരീര ത്തിൽ കുരുക്കൾ വന്നു വീർത്തുപൊട്ടുന്നു. സ്ത്രീകൾക്ക് ആഹാരം പാകം ചെയ്യാനാവാത്ത തരത്തിൽ എന്തൊക്കെയോ വിഹ്വലതകൾ. ജന ങ്ങൾ ആകെ പരിഭ്രാന്തരായി സിദ്ധന്റെയടുത്തെത്തുന്നു. അയാൾ ഓതുന്ന മന്ത്രത്തിനൊടുവിൽ അയാൾ നല്കുന്ന ചാമ്പൽ നിറത്തിലുള്ള പ്രസാദം നെറ്റിയിലും ഉടമ്പിലും പൂശിയാൽ ആധിയിൽനിന്നും വ്യാധിയിൽനിന്നും മോചനം ലഭിക്കുന്നു. കഠിന ബാധയുള്ളവർക്ക് പ്രത്യേകം നിവേദിച്ച വിശേഷപ്പെട്ടതെന്ന ഒരു പദാർത്ഥം നല്കുന്നു. അതു കഴിച്ചാൽ ഏതു രോഗവും ബാധയും മാറുമത്രേ.

മാണിക്യ വാസുകിയുടെ ശ്രുതി ചേരമാൻ പെരുമാളുടെയും ശ്രദ്ധ യിൽപ്പെട്ടു. അയാൾ കൊട്ടാരത്തിലേക്ക് ക്ഷണിക്കപ്പെട്ടു. കുറച്ചുനാൾ രാജഗൃഹത്തിൽ താമസിച്ച് രാജാവിനോടയാൾ സംവദിച്ചു. അയാളുടെ വാക്കുകളിലും വിനയത്തിലും ജീവിതചര്യയിലും പെരുമാൾ ആകൃഷ്ട നായി. രാജ്യഭരണത്തിലും പ്രജാക്ഷേമത്തിലും യുദ്ധങ്ങളിലുമുള്ള താല്പര്യം രാജാവിനു നഷ്ടമായി. ഇതിനിടെ മാണിക്യ വാസുകി തന്റെ മതപ്രചാരണത്തിനായി മറ്റൊരു രാജ്യത്തേക്ക് യാത്രയായി; അവിടുള്ള കാര്യനിർവ്വഹണം തന്റെ ശിഷ്യരെ ഭാരമേല്പിച്ച്.

അങ്ങനെയിരിക്കെയാണ് രാജാവിനൊരു നാൾ ദർശനമുണ്ടായത്. അദ്ദേഹം തന്റെ സൈന്യം പിരിച്ചുവിട്ട് കൊട്ടാരം വക കൃഷിഭൂമികൾ അവർക്ക് ഭാഗിച്ചു നല്കി. ഖജനാവിലുണ്ടായിരുന്ന ധനം പരിചാരകർക്കു നല്കി. ഭൂരിഭാഗം ധനവും മന്ത്രിമാരും സൈന്യാധിപരും മറ്റു കൊട്ടാര പ്രമുഖരും കവർന്നിരുന്നു. ഖജനാവിലെ സിംഹഭാഗം ധനവും സ്വർണ്ണം, വെള്ളി, രത്നങ്ങൾ തുടങ്ങിയവ അപഹരിക്കപ്പെട്ടത് രാജാവ് മനസ്സിലാ

ക്കിയെങ്കിലും അദ്ദേഹത്തിന് അതിനോടൊന്നും താല്പര്യമില്ലായിരുന്നതിനാൽ അതിനെക്കുറിച്ച് ആരോടും ആരാഞ്ഞില്ല. മുഖ്യമന്ത്രിയായ വിട്ടലർക്ക് രാജ്യഭരണം കൈമാറിയിട്ട് ഒരു സന്ധ്യക്ക് അദ്ദേഹം എവിടേക്കോ യാത്രയായി. കൈലാസത്തിലോ, കാശിയിലോ അതോ കടൽ കടന്ന് മറ്റെവിടെയെങ്കിലുമോ? ആർക്കുമറിയില്ല.

ചാരന്മാർ മുഖാന്തരം സാമന്തരെല്ലാം താമസംവിനാ വിവരമറിഞ്ഞു. തുടർന്ന് വലിയ ലഹളകളും യുദ്ധങ്ങളുമുണ്ടായി. ബലമേറിയവർ ചെറിയ രാജ്യങ്ങൾ പിടിച്ചെടുത്തു. ഉദയന്നൂർ രാജ്യത്തിന്റെ കൊട്ടാരം സ്ഥിതി ചെയ്തിരുന്നത് വില്ല്യാർവട്ടത്തായിരുന്നു. നസ്രാണിപ്പടയുടെ ഉശിരും പോരാട്ടവീര്യവും അറിവുള്ള അയൽരാജ്യങ്ങൾ അവരോടു പടയെടുക്കുവാൻ ധൈര്യം കാട്ടിയില്ല. കൂടാതെ ഉദയന്നൂർ രാജ്യം അറുനൂറ്റവർ എന്ന പ്രഗത്ഭരായ നായർ പടയാളികളുമായി സഖ്യത്തിലുമായിരുന്നു. ഈ സന്ദർഭത്തിലാണ് ഉദയന്നൂർ സ്വതന്ത്രമായത്. തുടർന്നാണ് രാജ്യത്ത് വിവിധങ്ങളായ ക്ഷേമപ്രവർത്തികൾ നടത്തപ്പെടുന്നത്. കൃഷിഭൂമി വിസ്തൃതമാക്കി. ആരോഗ്യമുള്ള എല്ലാവർക്കും നിശ്ചിതനേരം കൃഷി നിർബ്ബന്ധമാക്കി. ആൺകുട്ടികൾക്ക് വിദ്യ അഭ്യസനം അനുവദിച്ച് പാഠശാലകൾ സ്ഥാപിച്ചു. കരകൗശലവസ്തുക്കളുടെ നിർമ്മാണം പ്രോത്സാഹിപ്പിച്ചു. കടൽകടന്നുള്ള വ്യാപാരത്തിനും ഭക്ഷ്യവസ്തുക്കളുടെ വിതരണത്തിനും പ്രത്യേക സംഘങ്ങളെ സജ്ജമാക്കി. ഇതിനെല്ലാം രാജാവിനു ബുദ്ധിയുപദേശിച്ചവരിൽ പ്രധാനിയായിരുന്നു ചേരമാൻ കെട്ടിൽ നായർ. ഇയാൾ പണ്ട് ചേരമാൻ പെരുമാളുടെ അകമ്പടിക്കാരനായ പടനായരായിരുന്നു. ഇയാൾ ബുദ്ധിശാലിയും നീതിമാനുമായിരുന്നു. കൂടാതെ പല അത്ഭുതസിദ്ധികളുമുണ്ടായിരുന്ന ഇയാളെ അവിടുള്ള ജനങ്ങൾ കരിവാഞ്ചാൽ ദൈവത്താർ എന്നും വിളിച്ചിരുന്നു. അയാളുടെ കഴിവുകൾ മനസ്സിലാക്കി പെരുമാൾ അയാളെ ഒന്നാം കാര്യസ്ഥനായി നിയമിച്ചു. ഉറ്റ സുഹൃത്തായി ഗണിച്ചു.

ഒരിക്കൽ അവരിരുവരും നായാട്ടിനു പുറപ്പെട്ടു. വില്ലും കുന്തങ്ങളും വാളും എടുത്ത പെരുമാൾ ആവനാഴിയിൽ മതിയായ അമ്പുകളില്ലെന്നു മനസ്സിലാക്കി കൊട്ടാരത്തിൽനിന്നും കൂടുതൽ അമ്പുകളെടുത്തുവരാൻ പടനായകരെ അയച്ച് വഴിയരികിൽ വിശ്രമിച്ചു. പടനായകരുടെ വരവു കണ്ടു കാര്യം ഗ്രഹിച്ച പെരുമാളുടെ ഭാര്യ രഹസ്യമായി അയാളെ തന്റെ കിടപ്പറയിൽ വരുത്തി. സുമുഖനും ദൃഢഗാത്രനുമായ ഇയാളെ വളരെ നാളായി രാജ്ഞി മോഹിച്ചിരുന്നു. കാമാതുരയായ യജമാനത്തിയുടെ ഇംഗിതം മനസ്സിലാക്കിയ പടനായർക്ക് അത്തരമൊരു അവിഹിതബന്ധത്തിലേർപ്പെടാൻ അയാളുടെ നീതിബോധം അനുവദിച്ചില്ല. രാജ്ഞിയായ തന്റെ ആജ്ഞ നിറവേറ്റാത്ത, തന്നെ അവഗണിച്ചവഹേളിച്ച നീചപ്രജയെ ചതിയിൽപ്പെടുത്താനവർ തീരുമാനിച്ചു.

നായാട്ടു കഴിഞ്ഞ് മടങ്ങിയെത്തിയ രാജാവു കണ്ടത് പൂമേനിയാസകലം മുറിവുകളാൽ കിടക്കുന്ന ഭാര്യയെയാണ്. കൈച്ചിരവയാൽ സ്വയ

മുണ്ടാക്കിയ മുറിവുകളായിരുന്നു അത്. പടമലനായർ വരുത്തിയ വിനയാണിതെന്ന് അവർ രാജാവിനെ ധരിപ്പിച്ചു. പെൺചൊല്ലുകേട്ട്, ന്യായാന്യായങ്ങൾ വിചിന്തനം നടത്താതെ കാര്യസ്ഥനെ ശിക്ഷിക്കുവാൻ അരചൻ ഉത്തരവിട്ടു. നൂറ്റൊന്നു ചാട്ടവാറടിയും തുടർന്ന് ഗളച്ഛേദവുമായിരുന്നു ശിക്ഷ. ദണ്ഡനങ്ങളിൽനിന്ന് ബുദ്ധിപൂർവ്വം ഒഴിവായി കുടുംബത്തോടൊപ്പം രക്ഷപ്പെട്ടെത്തിയതു ഉദയന്നൂരായിരുന്നു. അയാളുടെ കഴിവുകളെക്കുറിച്ച് മുമ്പു തന്നെ കേട്ടറിവുള്ള രാജാവ് അയാൾക്കഭയം നല്കി. വീടും കൃഷി ഭൂമിയും അരമനയിൽ സ്ഥാനവും നല്കി. അയാളുടെ കഴിവുകൾ രാജ്യത്തിനു പ്രയോജനകരമാക്കുവാൻ തീരുമാനിച്ചു. അറുനൂറ്റവരിൽ പ്രധാന സ്ഥാനം നല്കി. രാജ്യകാര്യങ്ങളിൽ അയാളുടെയും ഉപദേശം സ്വീകരിക്കുകയും ചെയ്തു. പടമലനായരുടെ ഭാര്യ അഞ്ചു പ്രസവിച്ചെങ്കിലും നാലും ചാപിള്ളയായിരുന്നു. അഞ്ചാമനാണ് ഉയിർ ലഭിച്ചത്. അവന്റെ ബാല്യം യാതനയും ദുർഘടകരമായ യാത്രയും നിറഞ്ഞതായിരുന്നു. അതിനുകാരണാഭൂതരായവരോടുള്ള വിദ്വേഷം അവന്റെ കുഞ്ഞു മനസ്സിലുണ്ടായിരുന്നു. ബാല്യത്തിൽത്തന്നെ ആയോധനകലയിലാണവനു താല്പര്യം. ഉദയന്നൂരിലെത്തിയശേഷം അവന്റെ പിതാവവനു ഉദയസേനൻ എന്നു പുനർനാമകരണം ചെയ്തു. അവന്റെ രണ്ടു കാൽപാദങ്ങളിലും ആറുവീതം വിരലുകളുണ്ടായിരുന്നു. ഒരു രാജകുമാരനു ചേർന്ന അംഗസൗഷ്ടവം അവനിൽ പ്രകടമായിരുന്നു.

ഒരു അമാവാസി നാളിലാണ് ദേഹമാസകലം ഭസ്മം പൂശി ജടാവല്ക്കധാരിയായ ഒരു യോഗി ആ രാജ്യത്തെത്തുന്നത്. പുഴയോരത്ത് പുൽപ്പുരകെട്ടി അവിടെ വാസം തുടങ്ങി. സ്ഥലവാസികൾ ദയതോന്നി ഭക്ഷണം നല്കിയെങ്കിലും അയാളതു സ്വീകരിച്ചില്ല. അയാൾ ചില ദിനങ്ങളിൽ പഴങ്ങൾ പെറുക്കിക്കഴിക്കുന്നതു ആളുകൾ കണ്ടു. പക്ഷികൾ ഭക്ഷിച്ചതിന്റെ ബാക്കിവന്നവയും അറപ്പുകൂടാതെ കഴിക്കുന്നതു കണ്ടപ്പോൾ ആളുകൾക്ക് സംശയമായി.

ഇയാൾ ദിവ്യനോ?... ഭ്രാന്തനോ?

പുഴയിൽ കുളിക്കാനിറങ്ങിയാൽ നെഞ്ചോളം വെള്ളത്തിൽ നാഴികകളോളം ധ്യാനിച്ചു നില്ക്കുന്ന ഋഷിയെ ജനങ്ങൾ സാകൂതം നോക്കിക്കണ്ടു.

യോഗി ആ നാട്ടിൽ കാലുകുത്തിയ നിമിഷത്തിൽ തോമ്മാ രാജാവിന്റെ രാജ്ഞി ഏലിശുബായ്ക്ക് പ്രസവവേദനയാരംഭിച്ചു. ഒരു വാരം കഴിഞ്ഞേ പേറുണ്ടാവുവെന്ന വയറ്റാട്ടിയുടെ ഗണിതം പിഴച്ചു.

യോഗിയെ പറ്റിയുള്ള വിവരണങ്ങളിൽനിന്നും ആളാരാണെന്നു പടമലനായർക്ക് ഊഹിച്ചെടുക്കാൻ സാധിച്ചു. അയാളുടൻതന്നെ രാജാവിനറിവു കൊടുത്തു. ആഗതൻ പ്രവചനാതീതനാണ്. നന്മയും തിന്മയും സംഭവ്യം. അകന്നുനില്ക്കുന്നതാണുത്തമം. കഴിയുമെങ്കിൽ സന്ദർശനങ്ങൾക്കുള്ള സന്ദർഭങ്ങൾ ഒഴിവാക്കുക.

അങ്ങനെയൊരാൾ രാജ്യത്തെത്തിയതായേ രാജാവ് അറിഞ്ഞ ഭാവം

നടിച്ചില്ല.

വേദനയാരംഭിച്ച് മൂന്നാം നാളിലാണ് രാജ്ഞി പ്രസവിച്ചത്. അത്രയും നാൾ അവർ നോവനുഭവിക്കയായിരുന്നു. പൗർണ്ണമി തിങ്കളിന്റെ ശോഭയുള്ള ആ പെൺകുഞ്ഞിന്റെ നെഞ്ചിൽ ചന്ദ്രക്കലയുടെ രൂപത്തിൽ ഒരു കറുത്ത മറുകുണ്ടായിരുന്നു. സൂര്യോദയത്തിനുശേഷം നാലുനാഴികയും ഏഴുവിനാഴികയും കഴിഞ്ഞ നേരത്തായിരുന്നു അവളുടെ രംഗപ്രവേശം: അന്നേദിവസം കൊട്ടാരത്തിൽ ലായത്തിലുണ്ടായിരുന്ന ആരോഗ്യവും ചാരുതയുമൊത്ത ഒരു വെള്ളക്കുതിര മറിഞ്ഞുവീണ് ചരമഗതി പ്രാപിച്ചു. ഈ സംഭവമറിഞ്ഞ പടമലനായർക്ക് അതിനെക്കുറിച്ച് അഭിശപ്തമായ എന്തിന്റെയോ ആരംഭമായി തോന്നി. കുഞ്ഞ് ജനിച്ച സമയത്താണ് കുതിര ചത്തത്. അയാളത് രഹസ്യമായി മനസ്സിൽ സംഗ്രഹിച്ചു.

ഈ നേരം യോഗി പുഴയിൽ നെഞ്ചോളം വെള്ളത്തിൽ ഒറ്റക്കാലിൽ ധ്യാനത്തിലായിരുന്നു. ചന്ദ്രക്കലാധാരിയായ പെൺകുഞ്ഞ് ഭൂജാതയായ നൊടിയിൽ യോഗിവര്യന്റെ കാല്പാദത്തിനടിയിലുള്ള മണ്ണിളകി അടിതെറ്റി. പുഴയിൽ താണുപോയ അയാൾ അല്പനേരം കഴിഞ്ഞാണുയർന്നുവന്നത്. മറ്റു പല രാജ്യത്തും ചെയ്തതുപോലെ മായാപ്രകടനങ്ങളോ മാന്ത്രികവിദ്യകളോ ഉദയന്നൂർ രാജ്യത്തയാൾ നടത്തിയില്ല; അതോ സാദ്ധ്യമാകാഞ്ഞതോ?

ദിനങ്ങൾ കൊഴിയവേ യോഗി പലയിടങ്ങളിലും സഞ്ചരിക്കാൻ തുടങ്ങി. എന്നാൽ ആരോടും സംസാരമോ ഉപദേശമോ ഉണ്ടായില്ല.

നവജാതയ്ക്ക് കൊട്ടാരത്തിൽ മതകർമ്മങ്ങൾ പൂർത്തീകരിച്ച് പേരിടൽ നടന്നു.

താമാർ.

വേദഗ്രന്ഥത്തിൽ ഉന്നതകുലജാതർക്കു നല്കപ്പെട്ടിരുന്ന നാമധേയം.

രാജസന്നിധിയിലുള്ള ജൂതനായ റാബാൻ സിമോന് വേദഗ്രന്ഥത്തിൽ മികച്ച അവഗാഹമുണ്ടായിരുന്നു. ക്രിസ്തുവിന്റെ ക്രൂശീകരണത്തിനുശേഷം മൂന്നു ദശകങ്ങൾ കഴിഞ്ഞ് നടന്ന യുദ്ധത്തോടെ യരുശലേം ദേവാലയം നശിപ്പിക്കപ്പെടുകയും ധാരാളം ജൂതർ അടിമകളാക്കപ്പെടുകയും ചെയ്തു. അവരുടെ സ്ത്രീകളും കുട്ടികളും വാളിനും തീക്കുമിരയായി. വളരെയധികമാളുകൾ ലോകത്തിന്റെ നാനാഭാഗത്തേക്കും ചിതറിക്കപ്പെട്ടു. അന്നു പലായനം ചെയ്ത് എത്തപ്പെട്ടവരുടെ പിൻതലമുറയിൽപ്പെട്ടയാളാണ് റാമ്പാൻ സിമോൻ. അയാൾ രാജാവിനോടും സദസ്യരോടും വേദഗ്രന്ഥത്തിലെ താമാറിന്റെ കഥ പറഞ്ഞു.

* * * *

യറുശലേമിലെ രാജാവായിരുന്ന ദാവീദിന് അനവധി ഭാര്യമാരും നിരവധി പുത്രിപുത്രന്മാരുമുണ്ടായിരുന്നു. ഒരു ഭാര്യയായ കെസീനയുടെ മക്കളായിരുന്നു അബ്ശാലേമും താമാറും. മറ്റൊരു ഭാര്യയായ അക്സാനയുടെ പുത്രനായിരുന്നു അമ്നോൻ. താമാർ രാജകുമാരി അതീവ സൗന്ദ

രൃവതിയായിരുന്നു. യൗവനത്തിന്റെ മായികലോകത്തേക്ക് കാലെടുത്തുവെച്ച അമ്നോന് താമാറിനോട് കലശലായ പ്രേമം ഉടലെടുത്തു. പ്രണയഭാരത്താൽ അമ്നോൻ വിഷാദാവസ്ഥയിലായി. അമ്നോന്റെ സുഹൃത്തും ബന്ധുവുമായ യോനാദാബ് പ്രേമസാഫല്യത്തിനായി ഒരുപായം പറഞ്ഞുകൊടുത്തു. കഠിനരോഗം നടിച്ചുകിടന്ന അമ്നോനെ രാജാവ് സന്ദർശിച്ച് വ്യാധി വിവരങ്ങൾ അന്വേഷിച്ചു. എന്റെ സഹോദരിയായ താമാർ എന്റെ വീട്ടിലെത്തി ഞാൻ കാൺകെ ഭക്ഷണം പാകം ചെയ്ത് എന്നെ ഊട്ടിയാൽ എനിക്കാശ്വാസമാകും എന്റെ രോഗം സൗഖ്യമാവുകയും ചെയ്യുമെന്നവൻ പിതാവിനോടു പറഞ്ഞു. രാജാവുടൻതന്നെ താമാറിനെ ആളയച്ചു വരുത്തി അമ്നോനു ഭക്ഷണമുണ്ടാക്കി നല്കാൻ കല്പിച്ചു. അവൾ അവന്റെ വീട്ടിലെത്തി ഭക്ഷണമുണ്ടാക്കി അവന്റെ മുമ്പാകെ വിളമ്പി. എന്നാൽ അമ്നോൻ, തന്റെ കിടക്കമുറിയിൽ ഭക്ഷണം കൊണ്ടുവന്നു വിളമ്പുവാനവളോടാവശ്യപ്പെട്ടു. ഉൾമുറിയിലെത്തിയപ്പോൾ അവൻ അവളെ ആലിംഗനം ചെയ്തു. തന്നോടൊപ്പം ശയിക്കുവാൻ അവൻ ആവശ്യപ്പെട്ടു. പക്ഷേ, അവളതിനു വശംവദയായില്ല. അവൾ കേണപേക്ഷിച്ചിട്ടും വകവെക്കാതെ അവളെ ബലാൽക്കാരം ചെയ്തു. തുടർന്നവളെ വീട്ടിൽനിന്നും പുറത്താക്കി വാതിലടച്ചു. അവൾ താൻ ധരിച്ചിരുന്ന നിലയങ്കി കീറി തലയിൽ വെണ്ണീർ വാരിയിട്ട് നിലവിളിച്ചുകൊണ്ട് സ്വഭവനത്തിൽ തിരികെയെത്തി. അബ്ശാലോം കോപംകൊണ്ട് ജ്വലിച്ചുവെങ്കിലും മനസ്സിൽ അടക്കിവെച്ചു. കുറച്ചുനാൾ കഴിഞ്ഞ് ആടിന്റെ രോമം കത്രിക്കുന്ന അടിയന്തിരത്തിനെത്തിയ അമ്നോനെ അബ്ശാലോമും കൂട്ടുകാരും ചേർന്ന് അടിച്ചുകൊന്നു. താമാർ അപമാനവും ദുഃഖവും പേറി ഏകാകിയായി ജീവിതം നയിച്ചു.

* * * *

കാലം അതിന്റെ ഗതിവിഗതികളിൽ ചരിച്ചുകൊണ്ടിരുന്നു. രാജകുമാരി താമാർ കൗമാരം കടന്ന് യൗവനത്തിന്റെ പടികൾ കയറാനാരംഭിച്ചു. അവൾ ഒരു ചിത്രശലഭമായി കൊട്ടാരമാകെ പാറിനടന്നു. എല്ലാവരുടെയും ശ്രദ്ധാകേന്ദ്രമായി അവൾ. അത്രയ്ക്ക് കോമളരൂപിയായിരുന്നു. സുന്ദരഗാത്രനായ ഉദയസേനനിൽ അവൾ ആകൃഷ്ടയായി. ചിലപ്പോൾ കാണാനും സംസാരിക്കാനും അവസരം ലഭിക്കുമെന്നല്ലാതെ അടുത്തിടപഴകാൻ സാധിക്കാത്തതിൽ അവൾക്കു വിഷമം തോന്നി. ഉദയസേനനും അവളെ ഇഷ്ടമാണെങ്കിലും ആപത്ഘട്ടത്തിൽ തന്റെ കുടുംബത്തിനു ആശ്രയമായ രാജാവിനു ഹിതകരമല്ലാത്തതു പ്രവർത്തിക്കാനും തനിക്ക് അർഹതയില്ലാത്തത് ആഗ്രഹിക്കാനും അവൻ തുനിഞ്ഞില്ല.

ഒരിക്കൽ തോഴികളോടൊപ്പം കോട്ടവളപ്പിലെ കുളത്തിൽ നീന്തൽ പഠിക്കാനിറങ്ങിയ താമാർ കാൽവഴുതി ആഴമേറിയ ഭാഗത്തേക്ക് താണുപോയി. പെൺകുട്ടികളുടെ നിലവിളി കേട്ടോടിയെത്തിയവരിൽ ഉദയസേ

നനുമുണ്ടായിരുന്നു. രാജഭടന്മാർ നോക്കിനില്ക്കെ അവൻ വെള്ളത്തിലേക്ക് കുതിച്ച് രാജകുമാരിയെ രക്ഷിച്ചു. ഈ സംഭവത്തോടെ ഇരുവർക്കും അടുക്കുവാൻ ധാരാളം അവസരങ്ങൾ ലഭിച്ചു.

സംവത്സരങ്ങളുടെ ഇടവേളയ്ക്കുശേഷം മാണിക്യ വാസുകി വീണ്ടും ഉദയനൂരിലെത്തിയതായി ജനങ്ങൾ കണ്ടു. ഇത്രയും കാലത്തിനുശേഷവും അയാളുടെ രൂപത്തിനോ ശരീരത്തിനോ യാതൊരു മാറ്റവും വന്നില്ലായെന്നത് ഒരത്ഭുതമായി അവർക്കുതോന്നി. എന്നാലയാളുടെ കണ്ണുകളിൽ വന്ന മാറ്റം ആരും തിരിച്ചറിഞ്ഞിരുന്നില്ല. ശിഷ്യന്മാരുടെ പ്രയത്നത്താൽ പഴയ പുൽക്കുടിലിന്റെ സ്ഥാനത്ത് ഭേദപ്പെട്ട ഒരാശ്രമം ഉയർന്നിരുന്നു. യോഗിയെത്തിയ ഉടൻ ചെയ്തത് ആശ്രമത്തിനു കിഴക്കുവശത്തായി പുഴയോടു ചേർന്ന് ഒരു ബലിപീഠം നിർമ്മിക്കുകയായിരുന്നു. ബലിപീഠത്തിനു ചുറ്റും പനമ്പുകൊണ്ടു മറയ്ക്കുകയും ചെയ്തു. ബലിപീഠത്തിന്റെ ആവശ്യകതയെക്കുറിച്ച് ശിഷ്യരാരും അയാളോടു ഉരിയാടിയില്ല. അയാളുടെ കണ്ണുകളിലെ ഭയാനകമായ തിളക്കം കാരണം അതിനെക്കുറിച്ചാരായാൻ ശിഷ്യർക്ക് ധൈര്യമുണ്ടായിരുന്നില്ല.

അമാവാസിയുടെ അന്ധകാരത്തിൽ സകല ചരാചരങ്ങളും നിദ്രയെ പുല്കിയിരുന്ന നിശീഥിനിയിൽ യോഗി നിർമ്മിച്ച ബലിപീഠത്തിൽ ഒരു പെൺകൊടി മോഹാലസ്യപ്പെട്ട് കിടന്നിരുന്നു. അതിനടുത്തായി കത്തിനില്ക്കുന്ന ദീപട്ടിയുടെ വെളിച്ചത്തിൽ അവളുടെ സൗന്ദര്യം കനകം പോലെ ശോഭിച്ചുകൊണ്ടിരുന്നു. അരികിലായി നിന്നിരുന്ന യോഗി പൂജയിലാണ്. അവിടെയെങ്ങും മറ്റാരുമില്ല. ശിഷ്യരെ എവിടേക്കോ പറഞ്ഞയച്ചിരുന്നു. വളരെ രഹസ്യമാണയാൾ ഈ പൂജ നടത്തുന്നത്.

ദീപട്ടിയിൽനിന്നുയരുന്ന പ്രകാശം പൂജാസാമഗ്രികൾക്കടുത്തു വെച്ചിരിക്കുന്ന വാളിൽത്തട്ടി അതിന്റെ പ്രതിബിംബം അയാളുടെ വലിയ കണ്ണുകളിൽ തെറിച്ചുവീണു. ഖഡ്ഗത്തിന്റെ വായ്ത്തല പോലെ അയാളുടെ മിഴികൾ തിളങ്ങി. വെയിലേറ്റുവാടിയ പൂവിതൾ പോലെ ബലിപീഠത്തിൽ യുവതി തളർന്നു കിടന്നിരുന്നു.

ഈ സമയം കൊട്ടാരത്തിലും പുറത്തും ഭടന്മാരും മറ്റുള്ളവരും രാജകുമാരിയെ അന്വേഷിക്കുകയായിരുന്നു. സന്ധ്യ മുതൽ താമാറിനെ കാണാനില്ല. രാജകിങ്കരന്മാർ ഓരോ ഇടങ്ങളിലും അവളെ തിരഞ്ഞു നടന്നു. ആശ്രമ പരിസരത്തും അവരെത്തിയെങ്കിലും കവാടത്തിൽ ധ്യാനനിരതനായിരിക്കുന്ന യോഗിയെ ദൂരവെ ദർശിച്ച് അവർ കടന്നുപോയി.

തന്റെ മായാജാല വിദ്യയാൽ വിസ്മയ കാഴ്ചകൾ കാട്ടി അവളെ വശീകരിച്ച് കൊട്ടാരത്തിനു വെളിയിലെത്തിച്ച് ബോധരഹിതയാക്കി ആശ്രമത്തിലെത്തിച്ചത് അയാളൊറ്റയ്ക്കായിരുന്നു. ആരുമറിയാതെ വിദഗ്ദ്ധമായി അയാളതു ഭംഗിയായി നിർവ്വഹിച്ചു. ഒരു സ്ത്രീ വട്ടി തലയിൽ ചുമന്നുകൊണ്ട് നടന്നുപോകുന്നത് ചിലർ കണ്ടിരുന്നു.

പിതാവിൽനിന്നും വിവരമറിഞ്ഞ ഉദയസേനൻ തന്റെ പ്രിയതമയെ കണ്ടെത്താനായി സങ്കടഭാരത്തോടെ ഇറങ്ങിത്തിരിച്ചു. ഏകനായി പല

യിടത്തും സഞ്ചരിച്ച്, അവളെക്കുറിച്ചൊരു വിവരവും ലഭിക്കാത്ത നിരാശയിൽ പാതിരാവോടെ പുഴയോരത്തുകൂടി നടന്നുവരുമ്പോൾ ആശ്രമത്തിനടുത്തുള്ള കൂടാരത്തിൽനിന്നും വെളിച്ചം പുറപ്പെടുന്നത് ശ്രദ്ധയിൽപ്പെട്ടു. അവിടേക്കു ചെന്നപ്പോൾ അകത്തായി തീപ്പന്തത്തിന്റെ കാഴ്ച അവ്യക്തമായി കണ്ട അവന്റെ ഹൃദയമിടിപ്പിനു വേഗതകൂടി. ആരോ കയർകെട്ടി വലിക്കുന്നതുപോലെ അവനതിനടുത്തേക്ക് നടന്നു.

തീജ്വാലയുടെ സുവർണ്ണപ്രഭയിൽ ബലിപീഠവും അതിൽ കിടന്നിരുന്നയാളുടെ കുറച്ചുഭാഗവും വാളുയർത്തിനില്ക്കുന്ന യോഗിയുടെ പിൻഭാഗവും ദൃശ്യമായി. കിടക്കുന്നതാരാണെന്നറിയാൻ സാവധാനം അകത്തു കടന്നുനോക്കി. കിടക്കുന്നയാളുടെ കഴുത്തു മാത്രമേ അനാവൃതമായിരുന്നുള്ളൂ. ഒരു രക്താംബരത്താൽ ശരീരവും മറ്റൊന്നാൽ തലയും മൂടിയിരുന്നു. കഴുത്തിനു താഴെയായി ഗോളാകൃതിയിൽ കാണപ്പെട്ട രണ്ടു ഭാഗങ്ങൾ അതൊരു പെണ്ണാണെന്നു മനസ്സിലാക്കാൻ പര്യാപ്തമായിരുന്നു. ഉദയസേനന്റെ ഹൃത്തിൽ വെള്ളിടി വെട്ടി. എന്തെങ്കിലും പ്രവർത്തിക്കുവാനാകുംമുമ്പേ യോഗിയുടെ കൈയിലിരുന്ന വാൾ അവളുടെ കഴുത്തിൽ ആഞ്ഞുപതിച്ചു. ബോധമറ്റു കിടന്നിരുന്ന അവളിൽനിന്നും ഒരു ശബ്ദവുമുയർന്നില്ല. കബന്ധം ചെറുതായൊന്നു ചലിച്ചു. ഒരു വിറയൽ പോലെ.

അത്യന്തം ഹൃദയഭേദകമായി ഈ കാഴ്ചകണ്ട് ഉദയസേനൻ അലറിക്കരഞ്ഞു. ആർത്തനാദം കേട്ട് ഞെട്ടിത്തിരിഞ്ഞു നോക്കുമ്പോഴാണ് യോഗി അവനെ കാണുന്നത്. പൊടുന്നനെ അയാൾ ഒരു തട്ടത്തിൽനിന്നും ഒരുപിടി വെളുത്ത പൊടി വാരി മന്ത്രം ജപിച്ചുകൊണ്ട് അവന്റെ മുഖത്തേക്കെറിഞ്ഞു. ഞൊടിയിടയിൽ ബോധം മറഞ്ഞവൻ നിലംപതിച്ചു. മൂന്നാം നാളിലാണു സത്യം വെളിപ്പെട്ടത്. യോഗിയുടെ ആശ്രമവും സമീപേയുണ്ടായിരുന്ന കൂടാരവും തീയ്ക്കിരയായിരുന്നു. കൂടാരത്തിനുള്ളിലെ ചാമ്പൽക്കൂനയിൽനിന്നും മനുഷ്യ അസ്ഥികൾ കണ്ടെത്തി. അതിലണിഞ്ഞിരുന്ന ആഭരണങ്ങളിൽനിന്നും അത് താമാർ രാജകുമാരിയാണെന്ന നിഗമനത്തിലെത്തിച്ചേർന്നു. ലഭിച്ച അസ്ഥികളും കുറച്ച് ചാമ്പലുമേ സംസ്കരിക്കാനായുള്ളൂ.

പുഴയിൽ മത്സ്യം പിടിക്കുന്നവരുടെ വലയിൽ കുടുങ്ങിയ ജഡം ഒരു പാറയുമായി ബന്ധിച്ച നിലയിലായിരുന്നു. അതിന്റെ മുഖം വികൃതമായിരുന്നതിനാൽ ആളെ തിരിച്ചറിയാനായില്ല. എന്നാൽ ജഡത്തിന്റെ ഇരുകാലുകളിലും ആറുവിരലുകൾ വീതമുണ്ടെന്ന് കണ്ടെത്തി.

യോഗിയെ അവിടെയെങ്ങും കാണാനുണ്ടായിരുന്നില്ല. ശിഷ്യരെല്ലാം ഭയന്നു പലായനം ചെയ്തിരുന്നു. അമാവാസി ദിനത്തിലെ കന്യാബലിയാൽ യോഗി ഉടലോടെ സ്വർഗ്ഗപ്രവേശനം നേടിയെന്ന് ജനസംസാരം.

വില്ല്യാർവട്ടം കൊട്ടാരവും പരിസരവും ശോകമൂകമായി. കുറച്ചുനാൾ മുമ്പുവരെ ഇവിടെ പ്രകാശം പരത്തി പറന്നുനടന്നവൾ ഇന്നില്ല. അവൾക്ക് ദുർമരണം സംഭവിച്ചിരിക്കുന്നു. അവളുടെ വിയോഗത്തോടെ കൊട്ടാരം

ശൂന്യമായി. അവകാശിയില്ലാതെ അന്യം നിന്നുപോകുന്ന അവസ്ഥ. റാബാൻ സിമോന്റെ കഥയിലെ താമാറിനെക്കാളും ദുരന്തമേറ്റു വാങ്ങേണ്ടിവന്നു ഈ താമാറിന്.

അന്ന് സന്ധ്യക്ക് കൊട്ടാരത്തിനു മുകളിലായി അമ്പിളിയുദിച്ചു. ആ ചന്ദ്രക്കലയ്ക്ക് അപൂർവ്വ ശോഭയുള്ളതായി കണ്ടു. അതു താമാറിന്റെ മാറിലെ മറുകിനോടു സാമ്യമുള്ളതായിരുന്നു.

ഒന്ന്

പ്രഭാതത്തിൽ പൊഴിഞ്ഞ ചാറ്റൽമഴ പുൽനാമ്പുകളിലും ഇലത്തുമ്പുകളിലും പറ്റിക്കിടന്നത് ആദിത്യന്റെ രശ്മികളാൽ പുളകിതരായി രത്നശോഭയോടെ പ്രകാശിച്ചു. മാർകഴിയുടെ ആലസ്യം അന്തരീക്ഷത്തിൽ തങ്ങിനിന്നിരുന്നു. സൂര്യൻ കുറച്ചുകൂടി വളർന്നപ്പോഴും ആലസ്യത്തിനു കുറവനുഭവപ്പെട്ടില്ല.

അനന്തപുരി ഏതോ ഉത്സവത്തിനുള്ള പുറപ്പാടിലായിരുന്നു. അതിനുള്ള മുന്നൊരുക്കങ്ങൾ അവളിൽ പ്രകടമായിരുന്നു. വ്രീളാഭരിതയായി മുഖം കുനിച്ച് നാണം കുണുങ്ങി നിന്നിരുന്നവൾ സർവ്വാഡംബര വിഭൂഷിതയായി പ്രൗഢഗംഭീരമായി കാണപ്പെട്ടു.

എവിടേയും അലങ്കാരങ്ങൾ. മുത്തുക്കുടകളും കൊടിതോരണങ്ങളും കുരുത്തോലകളും ഭംഗിയായി വിന്യസിച്ചിരിക്കുന്നു. കുറച്ചകലെയുള്ള മൈതാനത്തിലാണ് ഇതെല്ലാം ചെന്നവസാനിക്കുന്നത്. അവിടെ വിരിച്ചൊരുക്കിയിരിക്കുന്ന വലിയ പന്തൽ. പലതരം പൂക്കളാൽ അലങ്കരിച്ചിരിക്കുന്ന അവിടെ നില്ക്കുന്ന ഏതൊരാൾക്കും ഒരു മനോഹരോദ്യാനത്തിന്റെ സുഗന്ധവും നിർവൃതിയും അനുഭവവേദ്യമാകും. പന്തലിന്റെ പടിഞ്ഞാറ് അറ്റത്തായി ഉയർന്ന ഒരു വേദി. രാജകൊട്ടാരങ്ങളുടെ ദർബാറുകളെ അനുസ്മരിപ്പിക്കുന്ന വിധത്തിൽ രൂപകല്പന ചെയ്തിരിക്കുന്നു. കുറെ ഇരിപ്പിടങ്ങൾ അവിടെ ക്രമീകരിച്ചിരിക്കുന്നു. മദ്ധ്യേയുള്ള രണ്ടെണ്ണം സാധാരണ ഇരിപ്പിടങ്ങളല്ല. അവ രാജ സിംഹാസനങ്ങളോടു കിടപിടിക്കത്തക്കതാണ്. പന്തലിന്റെ നടുവിലായി തറയിൽ വിരിച്ചിരിക്കുന്ന ചുവന്ന പരവതാനി വേദിയുടെ മുന്നിലുള്ള പടിയിൽ അവസാനിക്കുന്നു.

ഏതാനും നാഴികകൾ പിന്നിടുമ്പോൾ മഹത്തായ ഒരു സ്വീകരണയോഗം നടക്കുവാനുള്ള ഒരുക്കങ്ങളാണ് അവിടെ ചെയ്തിരിക്കുന്നത്.

തിരുവിതാംകൂർ സർക്കാരിന്റെ അതിഥിയായാണ് അദ്ദേഹമെത്തുന്നത്. അദ്ദേഹം മറ്റാരുമല്ല, കേരള ഭൂവിലെ സുറിയാനി ക്രിസ്ത്യാനികളുടെ ആത്മീയാചാര്യൻ തുർക്കിയിലെ പാത്രിയർക്കീസ് അബ്ദുള്ള രണ്ടാമൻ. ഇദ്ദേഹം ബോംബെ തുറമുഖത്താണ് കപ്പലിറങ്ങിയത്. കേരള ദേശത്തെ മെത്രാൻ ദിവന്നാസിയോസും അനുചരസംഘവും അവിടെയെത്തി അദ്ദേഹത്തെ സ്വീകരിച്ച് മലയാളനാട്ടിലേക്ക് ആനയിക്കുകയായിരുന്നു. അവിടെയവർക്കു താമസിക്കുവാനായി ബോംബെ ഗവൺമെന്റ് സർക്കാർ മന്ദിരവും മറ്റു സൗകര്യങ്ങളും നല്കിയിരുന്നു. രണ്ടുനാൾ അവിടെത്താമസിച്ച് കപ്പൽയാത്രയുടെ അസ്വാസ്ഥ്യങ്ങൾ മാറ്റി ഗവർണറേയും സന്ദർശിച്ച് മദ്രാസ് ഗവർണറെ കാണുവാൻ അദ്ദേഹം അന്നു താമസിച്ചിരുന്ന ഊട്ടിയിലെത്തി. ഊട്ടിയിൽ അവർ താമസിച്ചത് മൈസൂർ മഹാരാജാവിന്റെ കൊട്ടാരത്തിലായിരുന്നു. അതിനുശേഷമാണ് അവർ അനന്തപുരിയിലെത്തുന്നത്. പാത്രിയർക്കീസിനെ സംസ്ഥാനാതിഥിയായി സ്വീകരിച്ച് സർക്കാർ വക നക്ഷത്രബംഗ്ലാവിലാണ് താമസ സൗകര്യമൊരുക്കിയത്. മഹാരാജാവായ ശ്രീമൂലം തിരുനാളിന്റെ ഇരട്ട കുതിരവണ്ടിയിലാണ് അദ്ദേഹം അനന്തപുരിയിൽ സഞ്ചരിച്ചത്. സ്വീകരണയോഗത്തിനായി ബംഗ്ലാവിൽനിന്ന് പുറപ്പെട്ട സംഘത്തെ, ബ്രിട്ടീഷ് റസിഡന്റ് അയച്ചുകൊടുത്ത മറ്റൊരു കുതിരവണ്ടിയിൽ തിരുവിതാംകൂർ ചീഫ് സെക്രട്ടറി അനുഗമിച്ചു. പാത്രിയർക്കീസിന്റെ സന്ദർശനത്തിന് ഉജ്ജ്വല സ്വീകരണം നല്കണമെന്നുള്ളത് സുറിയാനി ക്രൈസ്തവരുടെ അധിപനായ വട്ടശ്ശേരിൽ ദിവന്നാസിയോസ് മെത്രാച്ചന്റെ ആഗ്രഹമായിരുന്നു.

സഭയുടെ ആത്മീയാചാര്യന് ഉചിതമായ സ്വാഗതമാശംസിക്കുകയെന്നത് സഭാമക്കളുടെ കടമയാണ്. അനന്തപുരിയിലുള്ള സഭാംഗങ്ങളെക്കൊണ്ട് ഒരു വലിയ സ്വീകരണം സംഘടിപ്പിക്കുന്നത് സാദ്ധ്യമല്ലെന്നു മനസ്സിലാക്കിയ വട്ടശ്ശേരിൽ തിരുമേനിയും സഭാനേതൃത്വവും, കുന്നംകുളം മുതൽ തെക്കോട്ടുള്ള എല്ലാ പള്ളിക്കാരും കുരിശ്, മുത്തുക്കുട തുടങ്ങിയ പള്ളി സാധനങ്ങളോടുകൂടി അനന്തപുരിയിലെത്തി സ്വീകരണയോഗത്തിൽ പങ്കെടുക്കണമെന്ന് കല്പന നല്കിയിരുന്നു. വലിയ പള്ളികളായ നിരണം, പുതുപ്പള്ളി എന്നിവിടങ്ങളിൽനിന്നും പൊൻകുരിശുകളും അനേകം ദേവാലയങ്ങളിൽനിന്നും വെള്ളിക്കുരിശുകളും സ്വീകരണത്തിനു പ്രഭയേകുന്ന തരത്തിൽ, അതിഗംഭീരമായി നടത്തുന്ന ഈ സ്വീകരണയോഗം ആരംഭിക്കുന്നതിനു വളരെ മുമ്പുതന്നെ മലങ്കരയിലെ നസ്രാണികളെക്കൊണ്ട് അനന്തപുരി നിറഞ്ഞിരുന്നു.

തിരുവിതാംകൂർ കോളേജിൽ പഠിച്ചുകൊണ്ടിരിക്കുന്ന, മഠത്തിലേത്ത് തറവാട്ടിലെ കാരണവരും നാട്ടിലെ പ്രമാണിയും ചെന്നിത്തല പഴയ പള്ളിയുടെ കൈക്കാരനുമായ ഗീവർഗ്ഗീസിന്റെ മൂന്നാമത്തെ പുത്രൻ ജോസഫും സതീർത്ഥ്യനായ കായംകുളം കൊട്ടാരത്തിലെ മാധവചന്ദ്രവർമ്മയും യോഗത്തിൽ പങ്കുകൊണ്ടിരുന്നു. നസ്രാണി കുടുംബമായ മഠത്തിലേത്ത് തറവാട്ടിലെ സന്ദർശകൻ കൂടിയായിരുന്നു മാധവൻ. ജോസഫിന്റെ സുഹൃത്ത് എന്നതിലുപരിയായി മാധവൻ ആ തറവാട്ടിലെ ഒരംഗത്തെ

പോലെയാണ്. ജോസഫിന്റെ ജ്യേഷ്ഠന്മാരായ തൊമ്മൻ എന്ന തോമസിനും മാത്തൻ എന്ന മാത്യുവിനും മാധവൻ സഹോദരതുല്യനാണ്. ഉന്നതകുലജാതനും സുഭഗനുമായ അവന്റെ ഭാവത്തിൽ ആഢ്യത്വം സ്ഫുരിച്ചിരുന്നെങ്കിലും വിദ്യാദിവൃദ്ധിയാൽ വാക്കിലും പ്രവൃത്തിയിലും വിനയം കാത്തുസൂക്ഷിച്ചിരുന്നു. ഒറ്റനോട്ടത്തിൽ തിരിച്ചറിയാനാകില്ലെങ്കിലും മാധവന്റെ ഇരുകാലുകളിലും ആറുവിരലുകൾ വീതമുണ്ടായിരുന്നു.

ജോസഫിന്റെ ഇളയ സഹോദരിയായ ആനി എന്ന കുഞ്ഞന്നയെ മാധവന് വളരെയിഷ്ടമായിരുന്നു. ആരുമറിയാതെ അവൻ കുഞ്ഞന്നയെ പ്രണയിച്ചു. സതീർത്ഥ്യ സമാഗമത്തിന് സമയം കണ്ടെത്തുന്ന മാധവന്റെ പ്രധാന ഉദ്ദേശ്യം കുഞ്ഞന്നയെ ഒരു നോക്കു കാണുകയെന്നതുതന്നെ. വിവേകമതിയും ബുദ്ധിമാനുമായിരുന്ന മാധവന് നസ്രാണി പാരമ്പര്യവും ആരാധനയും മറ്റും ഏറക്കുറെ ഹൃദിസ്ഥമായിരുന്നു. രാജകുടുംബാംഗമെന്ന നിലയിൽ തിരുവിതാംകൂറിനുവെളിയിലുള്ള നാടുകൾ സന്ദർശിക്കാനും ലോകപരിചയം ആർജ്ജിക്കുവാനും സാധിച്ചിരുന്നു. തനിക്കു ലഭ്യമായ അറിവുകൾ അയാൾ കൂട്ടുകാരനും പങ്കുവെച്ചിരുന്നു. രാജകുടുംബത്തിൽ അംഗമായതിനാൽ കൊട്ടാരത്തിൽ ലഭ്യമായിരുന്ന വർത്തമാനപത്രങ്ങൾ അയാൾ വായിക്കുമായിരുന്നു. അതിലൂടെയാണ് തിരുവിതാംകൂറിനു വെളിയിൽ മദിരാശിയിലും ഡൽഹിയിലും കൽക്കത്തയിലും ലാഹോറിലും പഞ്ചാബിലും മറ്റും നടക്കുന്ന സംഭവങ്ങൾ അറിഞ്ഞിരുന്നത്. ഭാരതത്തിലങ്ങോളമിങ്ങോളം സ്വാതന്ത്ര്യസമരം കൊടുമ്പിരികൊണ്ടിരിക്കുകയാണ്. എന്നാൽ ബ്രിട്ടീഷ് സർക്കാരിന്റെ നിയന്ത്രണത്തിൽ, തിരുവിതാംകൂർ രാജവംശത്താൽ ഭരിക്കപ്പെടുന്ന നാട്ടുരാജ്യമായ വേണാട്ടിൽ സ്വാതന്ത്ര്യ സമരത്തിന്റെ അലയൊലികൾ തീരെ എത്തിനോക്കിയിരുന്നില്ല. അവിടവിടെ ചില നീർകുമിളകൾ രൂപപ്പെടുകയും പൊടുന്നനെതന്നെ അപ്രത്യക്ഷമാവുകയും ചെയ്തുവന്നിരുന്നു.

ജോസഫും മാധവനും ശ്രമപ്പെട്ടാണ് സ്വീകരണവേദിയുടെ സമീപേയെത്തിയത്. വളരെ ഉത്സവങ്ങളും പെരുന്നാളുകളും ഒരുമിച്ചു നടക്കുന്ന പ്രതീതി. പൂഴി വാരിയിട്ടാൽ താഴെയെത്താത്ത അവസ്ഥ. വേദിയിൽ മേശമേൽ നിരനിരയായി വെച്ചിരിക്കുന്ന കുരിശുകൾ. രണ്ടു പൊൻകുരിശുകളും അനേകം വെള്ളിക്കുരിശുകളും. പൊൻകുരിശുകളെപറ്റി അല്പം വർണ്ണിക്കാതെ തരമില്ല. കാഴ്ചയിൽ അഞ്ചു റാത്തലെങ്കിലും തൂക്കമുണ്ടാകണം. തുടച്ചുവെടിപ്പാക്കിയതിനാൽ ഉദയസൂര്യൻ കണക്കെ പ്രഭ ചൊരിയുന്നു. പേർഷ്യൻ കുരിശിന്റെ മാതൃകയിൽ പണിതെടുത്ത ഇവയുടെ നെടുകെയും കുറുകെയുമുള്ള കാലുകളിൽ മുന്തിരിക്കുലയുടെയും മുന്തിരിവള്ളികളുടെയും അവ്യക്ത ചിത്രങ്ങൾ ആലേഖനം ചെയ്തിരിക്കുന്നു. ഒരു വിദഗ്ദ്ധനായ ശില്പിയുടെ പൂർണ്ണമായ കരവിരുത് ഇതിൽ ദൃശ്യമാണ്. ആദ്യം കാണുന്ന വേളയിൽത്തന്നെ അതിലൊന്നു സ്പർശിക്കുവാനുള്ള ആഗ്രഹം ആരിലും ഉടലെടുക്കും. ജോസഫിനും അത്തരമൊരു ആശ അങ്കുരിച്ചു. എന്നാലതു ക്ഷിപ്രസാദ്ധ്യമ

ല്ലെന്നു അയാൾക്കു ബോദ്ധ്യമുണ്ട്. കാരണം അവിടെ കാവൽ നില്ക്കുന്നത് തിരുവിതാംകൂർ പൊലീസ് സേനയാണ്. ആരേയും അതിനടുത്തേക്കുപോലും കടത്തിവിടില്ല. ജോസഫിന്റെ ആഗ്രഹമറിഞ്ഞ മാധവൻ ചിരിക്കുകമാത്രം ചെയ്തു.

അപ്പോൾ സ്വീകരണ വേദിയുടെ കമാനത്തിൽ ബാന്റുവാദ്യം മുഴങ്ങി. തിളങ്ങുന്ന വസ്ത്രങ്ങളണിഞ്ഞ് തലയിൽ പരുത്തിയിൽ നെയ്തെടുത്ത തൊപ്പികളുംവെച്ച് അണിയണിയായി നീങ്ങുന്ന മേളക്കാർ. അവർക്ക് പുറകിലായി തവിട്ടുനിറമുള്ള രണ്ടു കുതിരകൾ വഹിക്കുന്ന തേര് കടന്നുവന്നു. അതിനുപിന്നിൽ ഒരുപറ്റം ആളുകൾ വേഗത്തിൽ നടന്നുവന്നു. തുടർന്ന് വെള്ളക്കുതിരകളെ ഘടിപ്പിച്ച തങ്കനിറ രഥം ആഗതമായി. അത് പന്തലിന്റെ നടുവിലൂടെ കടന്ന് വേദിയുടെ മുമ്പിലുള്ള പടികളുടെ സമീപേ വന്നുനിന്നു. അപ്പോൾ പ്രമുഖരായ കുറെയാളുകൾ അവിടേക്ക് ഓടിയടുത്തു. നാലഞ്ചു പൊലീസുദ്യോഗസ്ഥരും ധൃതിയിൽ വന്നു. അവരുടെ വേഷവിധാനത്തിൽനിന്നും അവർ ഉയർന്ന തസ്തികയിലുള്ളതെന്നു മനസ്സിലാക്കാം.

രഥത്തിൽനിന്നും ആദ്യമിറങ്ങിയത് മലങ്കര മെത്രാപ്പോലീത്തയാണ്. ജോസഫ് അദ്ദേഹത്തെ ഇദംപ്രഥമമായാണ് ദർശിക്കുന്നത്. എങ്കിലും അതാരാണെന്ന് ഊഹിച്ചെടുക്കുവാൻ അയാൾക്ക് അധികം പ്രയാസപ്പെടേണ്ടി വന്നില്ല.

മലങ്കര മെത്രാൻ വട്ടശ്ശേരിൽ ദിവന്നാസിയോസ്.

ജോസഫ് തന്റെ സുഹൃത്തിന് അതാരാണെന്ന് വിശദീകരിച്ചു. എന്നാൽ മാധവൻ മെത്രാച്ചനെ കാണുകയും കൈമുത്തുകയും ചെയ്തിട്ടുണ്ടായിരുന്നു. കുറച്ചുനാളുകൾക്ക് മുമ്പ് മാധവൻ തന്റെ അമ്മാവനുമൊത്ത്, അദ്ദേഹത്തിന്റെ സുഹൃത്തും കവിയുമായ വള്ളത്തോൾ നാരായണ മേനോനെ സന്ദർശിക്കുവാൻ പോയനേരം കവി തന്റെ ഭവനത്തിലില്ലായിരുന്നു. അദ്ദേഹം തന്റെ സചിവനായ വട്ടശ്ശേരിൽ മെത്രാച്ചനുമൊത്ത് സെമിനാരിയിലായിരുന്നു. അവിടെ ഏതോ രചനയിലായിരുന്നു. അങ്ങനെ അദ്ദേഹത്തെ കാണുവാൻ സെമിനാരിയിലെത്തിയ മാധവനും മാതുലനും കവിയെയും മെത്രാച്ചനെയും സ്വകാര്യമായി കണ്ടു സംസാരിക്കുവാൻ സാധിച്ചു. മീനച്ചിലാറിന്റെ തീരത്ത് സ്ഥിതിചെയ്യുന്ന ഒരു ദശാബ്ദം പഴക്കമുള്ള ചരിത്രമുറങ്ങുന്ന വിസ്മയസൗധം കാണുവാനും മാധവന് അവസരമുണ്ടായി.

വട്ടശ്ശേരിൽ മെത്രാച്ചന്റെ പിന്നാലെ പ്രധാന അതിഥി രഥത്തിനു വെളിയിലേക്ക് കാൽവെച്ചു.

നിലച്ചിരുന്ന ബാന്റ് വാദ്യം വീണ്ടും മുഴങ്ങി.

ശീമയിൽനിന്നുമെത്തിയ പാത്രിയർക്കീസ് മെത്രാച്ചനെ എല്ലാവരും അത്ഭുതത്തോടെ നോക്കി. ചുവപ്പു കുപ്പായത്തിനുള്ളിലെ വെളുത്ത ഗാത്രം. ശിരസ്സിൽ കൂടാരംപോലുള്ള കറുത്തതൊപ്പി. ഒരു കൈയിൽ പാമ്പുവടി, ഒന്നിൽ തങ്കനിറമുള്ള കുരിശ്. വൈദിക വിദ്യാർത്ഥികൾ സുറി

യാനിയിൽ സ്വാഗതഗാനം ആലപിച്ചു. പന്തലിനുള്ളിൽ ഇരുന്നിരുന്നവരും എഴുന്നേറ്റ് കൈകൂപ്പി നിന്നു. സിംഹാസന തുല്യമായ പ്രധാന ഇരിപ്പിടങ്ങളിൽ പാത്രിയർക്കീസും മെത്രാച്ചനും ആസനസ്ഥരായി.

തിരുവിതാംകൂർ സ്റ്റേറ്റ് ചീഫ് സെക്രട്ടറി, കോനാട്ട് മാത്തൻ മല്പാൻ, എബ്രഹാം കത്തനാർ, ഗീവർഗ്ഗീസ് പണിക്കർ കത്തനാർ, കെ സി മാമ്മൻ മാപ്പിള, ഇ എം ഫിലിപ്പ് എന്നിവർ വേദിയിലെ മറ്റ് ഇരിപ്പിടങ്ങളിൽ ഉപവിഷ്ടരായി. മലങ്കര മെത്രാപ്പോലീത്ത യോഗത്തിൽ പ്രാരംഭ പ്രസംഗം നടത്തിയത് കേൾവിക്കാർക്ക് പുളകമണിയുവാൻ പര്യാപ്തമായിരുന്നു. സുറിയാനി സഭയിൽ ഈ കാലഘട്ടത്തിലെ ഏറ്റവും കുശാഗ്ര ബുദ്ധികളുടെ മുൻനിരയിൽ സർവ്വഥാ പ്രഥമഗണനീയനായ മഹാപുരുഷനാണ് ഇദ്ദേഹം. ഹർഷാരവങ്ങളോടെയാണ് അദ്ദേഹം പ്രസംഗമവസാനിപ്പിച്ചത്.

ആരവമടങ്ങിയപ്പോൾ *മലയാള മനോരമ*യുടെ പത്രാധിപരും സഭാനേതാവുമായ കെ സി മാമ്മൻ മാപ്പിള അതീവഹൃദ്യമായ പ്രസംഗം നടത്തി. പാത്രിയർക്കീസ് ബാവായുടെ സ്വീകരണയോഗമായിരുന്നെങ്കിലും അദ്ദേഹം കൂടുതൽ സംസാരിച്ചത് വട്ടശ്ശേരിൽ മെത്രാച്ചനെക്കുറിച്ചായിരുന്നു. ഒന്നും മനസ്സിലായില്ലെങ്കിലും പാത്രയർക്കീസ് സുസ്മേരവദനനായി നിലകൊണ്ടു.

തുടർന്നാണ് പാത്രിയർക്കീസ് ബാവ അഭിസംബോധന ചെയ്യുവാനായി എഴുന്നേറ്റത്. അപ്പോൾ വൈദികരുടെ ഒരു ഗായകസംഘം അദ്ദേഹത്തെ സ്വാഗതം ആശംസിച്ച് സുറിയാനിഗീതം ആലപിച്ചു. പാത്രിയർക്കീസ് എഴുന്നേറ്റപ്പോൾ ചീഫ് സെക്രട്ടറിയും സ്വസ്ഥാനത്തുനിന്ന് എഴുന്നേറ്റു നിന്നു. ഗീവർഗ്ഗീസ് കത്തനാർ അദ്ദേഹത്തിന്റെ കാതിൽ എന്തോ മന്ത്രിച്ച ശേഷമാണ് ചീഫ് സെക്രട്ടറി ഇരുന്നത്. പന്തലിൽ അങ്ങോളമിങ്ങോളം നിശ്ശബ്ദമായി. ആളുകളുടെ ശ്വാസോച്ഛ്വാസ ശബ്ദം മാത്രം. പാത്രിയർക്കീസ് വരണ്ട ശബ്ദത്തിൽ സുറിയാനിയിലാണ് സംസാരിച്ചത്. മാത്തൻ മല്പാൻ അത് മലയാളത്തിലേക്ക് പരിഭാഷപ്പെടുത്തി. ചില സമയത്ത് മാത്തൻ മല്പാൻ പറയുന്നത് വളരെ ശ്രദ്ധയോടെ പാത്രിയർക്കീസ് ശ്രവിക്കുന്നത് കാണാമായിരുന്നു.

ജോസഫും മാധവനും നിലയുറപ്പിച്ചതിന് വളരെയകലെയല്ലാതെ ഒരാൾ നില്ക്കുന്നുണ്ടായിരുന്നു. എല്ലാവരുടേയും ശ്രദ്ധ പ്രസംഗത്തിലും വേദിയിലിരിക്കുന്ന മെത്രാച്ചന്മാരിലുമാണ്. എന്നാലിയാളുടെ നോട്ടം മുഴുവൻ വേദിയിൽ വെച്ചിരുന്ന പൊൻ കുരിശുകളിലായിരുന്നു. പൊൻകുരിശുകളെക്കുറിച്ചും അത് ഏതു പള്ളികളിലേതാണെന്നും വേണ്ട അറിവ് സാദ്ധ്യമാക്കിയ ഇയാൾ മനസ്സിൽ പല കൂട്ടലും കിഴിക്കലും നടത്തിക്കൊണ്ടിരുന്നു. മോഷണക്കുറ്റത്തിനുള്ള ശിക്ഷയും കഴിഞ്ഞ് തിരുവിതാംകൂർ ജയിലിൽനിന്നും മോചിതനായി സ്വദേശമായ കായംകുളത്തേക്ക് പോകുന്ന വഴിയിൽ ആൾക്കൂട്ടം കണ്ട് എന്തെങ്കിലും തടയുമെന്ന ധാരണയിൽ സ്വീകരണ സ്ഥലത്ത് എത്തപ്പെട്ട തസ്കര പ്രധാനിയായ കോലപ്പനായിരുന്നു അത്.

രണ്ട്

മംത്തിലേത്ത് തറവാടിന്റെ പൂമുഖം.

ആഢ്യത്വം മുറ്റിനില്ക്കുന്ന, നാലുകെട്ടിനേക്കാൾ ശില്പചാതുര്യത്തോടെ ആ സൗധം തലയുയർത്തി നില്ക്കുന്നു.

നൂറ്റാണ്ടുകൾക്കുമുമ്പ് നിലനിന്നിരുന്ന വില്ല്യാർവട്ടം രാജകുടുംബത്തിന്റെ പിൻതലമുറ വല്ല്യോടത്ത് എന്ന ലോപിച്ച വീട്ടുപേരിൽ അറിയപ്പെടാൻ തുടങ്ങി. ടിപ്പുവിന്റെ പടയോട്ടകാലത്ത് അതിൽപ്പെട്ട ധാരാളം കുടുംബങ്ങൾ തിരുവിതാംകൂറിൽ പല ഭാഗത്തായി വന്നുപാർത്തു. അതിലൊരു ഭവനമാണ് ഗീവർഗ്ഗീസിന്റേത്.

വരാന്തയിൽ ചാരുകസേരയിൽ ഗീവർഗ്ഗീസ് നീണ്ടു നിവർന്നുകിടക്കുന്നു. അടുത്തുള്ള തടി കസേരകളിൽ കോയിക്കപ്പള്ളിയിലെ ശങ്കരൻ നായരും ആലുംമൂട്ടിൽ ചന്ദ്രൻപിള്ളയും. പല സായാഹ്നങ്ങളിലും ഇതുപോലെ സുഹൃദ്സംഗമം ഉണ്ടാകും. ചില ദിവസങ്ങളിൽ ആളുകൾ കൂടുതലുണ്ടാകും. അവരങ്ങനെ നാട്ടുവർത്തമാനങ്ങളിൽ മുഴുകി രസിക്കും. കുറച്ചകലെ മാറി ഗീവർഗ്ഗീസിന്റെ ഭാര്യ മറിയ, തൊമ്മന്റെ മക്കളായ ബേബിയെയും ആലീസിനെയും മടിയിലിരുത്തി കഥകൾ പറഞ്ഞുകൊടുക്കുന്നു. കുട്ടികൾക്ക് ആറും എട്ടും വയസ്സ് പ്രായം.

തൊമ്മന് പലചരക്കിന്റെ മൊത്തവ്യാപാരം. ആലപ്പുഴയിലും മറ്റും വള്ളത്തിൽ പോയി സാധനങ്ങൾ ചാക്കുകണക്കിനെടുത്ത് മാന്നാർ ചന്തയിലെ കടകളിലും കായംകുളം ചന്തയിലെ കടകളിലും എത്തിക്കുന്നു. സാധനമെത്തേണ്ട താമസം കച്ചവടക്കാർ പറയുന്ന വിലയ്ക്ക് വാങ്ങിക്കൊണ്ടുപോകും. അയാൾ ന്യായവിലയ്ക്ക് കച്ചവടം നടത്തുന്നയാളാണ്. ആലപ്പുഴയിൽനിന്നും സാധനങ്ങൾ നിറച്ച് വള്ളങ്ങൾ തിരികെ വരിയായി വരുന്നത് മനോഹരമായ കാഴ്ചയാണ്. പമ്പയാറ്റിലൂടെ ഇവ തുഴഞ്ഞെ

ത്തുമ്പോൾ ഇതു കാണാൻ പലയിടത്തും ആളുകൾ കൂട്ടംകൂടും. ആൾക്കൂട്ടത്തെ കാണുമ്പോൾ തോണിക്കാർക്കും ആവേശം കൂടും. അവർ പല തരം ശബ്ദഘോഷങ്ങൾ പുറപ്പെടുവിക്കും. അതുകേൾക്കുമ്പോൾ തീരത്തുള്ളവരും അവരെ പ്രോത്സാഹിപ്പിച്ച് ആർത്തട്ടഹസിക്കും.

ഗീവർഗ്ഗീസിന്റെ രണ്ടാമത്തെ സന്താനം മാത്തന് തടിക്കച്ചവടമാണ് തൊഴിൽ. സർക്കാരിന്റെയും സ്വകാര്യ വ്യക്തികളുടെയും തടികൾ ലേലത്തിനും മറ്റുംപിടിച്ച് തിരുവിതാംകൂറിലെയും കൊച്ചിയിലെയും മരക്കടകളിൽ എത്തിച്ചുകൊടുക്കും. മാത്തൻ മിക്കദിവസങ്ങളിലും യാത്രയിലായിരിക്കും. ആഴ്ചയിൽ രണ്ടോ മൂന്നോ നാളുകളിലേ രാത്രി ഭവനത്തിലെത്താറുള്ളൂ. ദേശത്തുവർത്തമാനം അപ്പന്റെ കാതുകളിൽ എത്തിക്കുന്നത് മാത്തനാണ്. അങ്ങനെയുള്ള യാത്രയ്ക്കിടയിൽ പല സ്ഥലങ്ങളും സന്ദർശിക്കുവാനുള്ള അവസരം സിദ്ധിക്കാറുണ്ട്. പ്രസിദ്ധമായ ദേവാലയങ്ങളും സഭയുടെ കേന്ദ്രങ്ങളും ഇയാൾക്ക് പരിചിതമാണ്. വിവാഹിതനായി കൊല്ലമഞ്ചാറായെങ്കിലും സന്താന സൗഭാഗ്യമുണ്ടായില്ല. ഇതിനായി പരുമലയിലും പുതുപ്പള്ളിയിലും മണർക്കാടുമെല്ലാം നേർച്ചകാഴ്ചകളർപ്പിച്ച് പ്രാർത്ഥിച്ചുവരികയാണ്. സഹോദരന്റെ കുട്ടികളെ സ്വന്തം മക്കളായിക്കണ്ട് സ്നേഹിക്കുന്നതിനാൽ സന്താനമില്ലാത്ത ദുഃഖം വലിയതായി അനുഭവപ്പെടാറില്ല. അയാൾക്ക് ചേർന്ന ഭാര്യയാണ് ത്രേസ്യ. അവളും ആ കുട്ടികളെയും കുടുംബത്തെയും സ്വന്തമായി കണ്ട് സന്തോഷത്തോടെ കഴിയുന്നു. എങ്കിലും ത്രേസ്യയുടെ അന്തരംഗം ഒരു കുരുന്നിനായി കേഴുന്നത് ദൈവം മാത്രമേ അറിയുന്നുള്ളൂ.

തൊമ്മനുശേഷം മൂന്നുകുട്ടികൾ ശൈശവദശയെ അതിജീവിക്കുന്നതിനുമുമ്പ് അകാലചരമം പ്രാപിച്ചിരുന്നു. അതിനുശേഷമാണ് ജോസഫിന്റെ ജനനം. ഏറ്റവും ബുദ്ധിശാലിയാണവൻ. അവന്റെ ഇളയതാണ് എല്ലാവരുടെയും വാത്സല്യഭാജനമായ കുഞ്ഞന്ന. ജോസഫ് ബിരുദപഠനാർത്ഥം അനന്തപുരത്താണ്. കുഞ്ഞന്ന ഫിഫ്ത്ത് ഫോമിൽ പഠിക്കുന്നു. പഠനത്തിൽ അവളും പിന്നിലല്ല. എങ്കിലും ജോസഫിനോളം വരില്ല. ഒരു കൊച്ചുമാലാഖയെപ്പോലുള്ള അവളെയൊന്നു താലോലിക്കുവാനുള്ള ആഗ്രഹം അവളെക്കാണുന്ന ആരിലുമുണ്ടാകും. അവളുടെ വക്ഷസ്സിലുള്ള ചന്ദ്രക്കലയുടെ രൂപത്തിലുള്ള മറുകു കണ്ട്, ഇവളേതെങ്കിലും ദേവതയുടെ പുനർജ്ജന്മമാണെന്ന് ഉണ്ണൂലി മുത്തശ്ശി പണ്ട് പറഞ്ഞിരുന്നു.

"ഇത്തവണ നെല്ല് എങ്ങനൊണ്ടാരുന്നു" ഗീവർഗ്ഗീസിന്റെ ചോദ്യം ശങ്കരൻനായരോട്. അയാൾ മുണ്ടകപ്പാടം കൃഷിയിറക്കിയിരുന്നു. കഴിഞ്ഞ വാരത്തിൽ കൊയ്ത്തായിരുന്നു.

"ഇത്തവണ എന്തായാലും മഴ ചതിച്ചില്ല. കൊയ്ത് മെതിച്ച് കളത്തീന്ന് കയറുന്നവരെ മഴ പെയ്തില്ല. കാറ്റും കോളും കാണിച്ച് പേടിപ്പിച്ചതേയുള്ളൂ."

"ശങ്കരാ, മഴയോ പ്രകൃതിയോ ഒരിക്കലും ചതിക്കില്ല. പിന്നെ ഓരോന്നും ഓരോ കാലത്ത് സംഭവിക്കുന്നുവെന്നു മാത്രം." ചന്ദ്രൻപിള്ള

യുടെ വക തിരുത്ത്.

"അതു ശരിയാ ചന്ദ്രൻപിള്ള പറഞ്ഞത്. പലതും സംഭവിക്കുന്നു. ഓരോന്നും അതതിന്റെ കാലത്ത്. ചിലർക്ക് ഗുണമായും മറ്റു ചിലർക്ക് ദോഷമായും ചിലപ്പോൾ ഭവിക്കുന്നു എന്നേയുള്ളൂ." ഗീവർഗ്ഗീസിന്റെ വിശദീകരണം.

"ഇയാടെ കൃഷിയെല്ലാം എങ്ങനൊണ്ട് മരച്ചീനി പറിക്കാറായോ?"

ശങ്കരൻ നായർ ചന്ദ്രൻപിള്ളയോടു ചോദിച്ചു.

"മരച്ചീനിക്കും പച്ചക്കറിക്കും കുറച്ചുവെള്ളം കിട്ടാത്ത കുറവേയുള്ളൂ. എത്രാന്നു വെച്ചാ കോരിയൊഴിക്കുന്നത്."

"അപ്പോൾ മഴപെയ്തിരുന്നെങ്കിൽ നന്നായിരുന്നെന്നു തോന്നുന്നുണ്ടോ?"

"മഴ പെയ്തിരുന്നെങ്കിൽ എന്റെ കൃഷിക്കുത്തമമായിരുന്നു. എന്നാൽ ആ മഴ നെല്ലിനു ദോഷം ചെയ്യും."

"നമുക്ക് പ്രധാനം നെല്ലുതന്നെയാ."

"എന്നാലും ചോറിനെക്കാൾ സാദാണ് മരച്ചീനിക്ക്. ഇപ്പോൾ പല തരത്തിലുള്ള കൂട്ടുകൾ ഉണ്ടാക്കാമെന്നാണ് അറിയുന്നത്."

"മരച്ചീനി നമ്മുടെ നാട്ടിലെത്തിയിട്ട് അധികം നാളായില്ല. എത്ര പെട്ടെന്നാണ് ഇത് എല്ലാരും ഉപയോഗിക്കാൻ തുടങ്ങിയത്."

"അതിന് മുമ്പുണ്ടായിരുന്ന നമ്മുടെ തമ്പുരാനോടു നന്ദി പറയണം."

"അദ്ദേഹമാണോ ഇതു കൃഷിചെയ്യാൻ തുടങ്ങിയത്."

"അദ്ദേഹമാണിത് ഇവിടെയെത്തിച്ചതും കൃഷി തുടങ്ങിയതും. നമ്മുടെ മണ്ണിനുചേർന്നതാണെന്ന് കണ്ടെത്തി പ്രചാരം നല്കിയതും. ഒരു കൃഷി വിദഗ്ദൻ കൂടിയായിരുന്ന തമ്പുരാൻ അദ്ദേഹത്തിന്റെ കൂർമ്മബുദ്ധി പ്രയോഗിച്ചാണതു ചെയ്തത്. അതൊരു കഥയാണ്." ഗീവർഗ്ഗീസ് കസേരയിൽ നിവർന്നിരുന്നു. കഥയെന്നു കേട്ടപ്പോൾ കുറച്ചകലെ മാറി പിതാമഹിയുടെ മടിയിൽ കളിച്ചുകൊണ്ടിരുന്ന കുട്ടികളും അവിടേക്ക് ശ്രദ്ധിച്ചു.

"ഇതിനുമുമ്പു ഭരിച്ചിരുന്നത് വിശാഖം തിരുനാൾ രാമവർമ്മ മഹാരാജാവായിരുന്നു. അഞ്ചുകൊല്ലമേ അദ്ദേഹം നാടുഭരിച്ചുള്ളൂവെങ്കിലും വളരെ കാര്യങ്ങൾ അദ്ദേഹം ചെയ്തിരുന്നു. കർഷകരോട് അദ്ദേഹത്തിന് വലിയ മതിപ്പായിരുന്നു. കർഷകരില്ലെങ്കിൽ നാടു പട്ടിണിയാകുമെന്നദ്ദേഹത്തിനു നല്ല ബോദ്ധ്യമുണ്ടായിരുന്നു. കടക്കെണിയിലായ കർഷകർക്ക് കരമിളവുകൾ നല്കിയിരുന്നു. തിയോസഫിക്കൽ സൊസൈറ്റിയാണ് തെക്കേ അമേരിക്കയിൽനിന്നും മരച്ചീനി ഇവിടെയെത്തിക്കുന്നത്. ഇത് ആദ്യം കൃഷി ചെയ്തത് കൊട്ടാരത്തിലെ സ്ഥലത്താണ്. ഈ മരച്ചീനി തോട്ടത്തിൽ മരച്ചീനിയെക്കുറിച്ച് കുറെ അറിയിപ്പുകൾ വലിയ അക്ഷരത്തിൽ എഴുതി സ്ഥാപിച്ചു, വലിയ പലകയിൽ എല്ലാവരും കാണുന്ന രീതിയിൽ അതു നാട്ടി."

"എന്താണവിടെ എഴുതിയിരുന്നത്?"

"ഒന്ന്. ഈ ചെടിയുടെ കിഴങ്ങ് അതിവിശിഷ്ടവും രുചികരവും

ആരോഗ്യത്തിനുത്തമവുമാണ്. നമ്മുടെ ചേമ്പും കാച്ചിലും പുഴുങ്ങുന്നതു പോലെ ഇതിന്റെ തൊലിമാറ്റി പുഴുങ്ങി കഴിക്കാവുന്നതാണ്. രണ്ടാമത്തേത് ഒരു ചാൺ നീളത്തിൽ കമ്പുമുറിച്ചാണിതു നടുന്നത്. മൂന്നാമത്തെ അറിയിപ്പാണ് ഏറെ രസകരം.... മറ്റുള്ള അറിയിപ്പിൽനിന്നും അല്പം ചെറിയ പലകയിലാണിതെഴുതിയിരിക്കുന്നത്."

"അതെന്താണ്... എല്ലാവരും ഇതു കൃഷി ചെയ്യണമെന്നാണോ?"

"അല്ല... ആരും ഇതു മോഷ്ടിച്ചുകൊണ്ട് പോകരുതെന്ന്."

"ഹ ഹ ഹ അതു കൊള്ളാം. അങ്ങനെയെഴുതിയാൽ പിന്നെ ആളുകളെന്തു ചെയ്യും."

"രാജാവുദ്ദേശിച്ചതുപോലെ കാര്യങ്ങൾ നടന്നു. ഇതു വായിച്ചവരും അറിഞ്ഞവരും രാത്രികാലങ്ങളിൽ മരച്ചീനിത്തണ്ടുകൾ മോഷ്ടിച്ചുകൊണ്ടുപോയി കൃഷിചെയ്തു. അങ്ങനെ നാടാകെ മരിച്ചീനികൃഷി വ്യാപിച്ചു."

"ഓ... ഇങ്ങനെയാണോ ചീനി നാട്ടിലെത്തിയത്. എന്നാലിടയ്ക്ക് ഇതിൽ വിഷമുണ്ടെന്നു പരക്കെയൊരു സംസാരമുണ്ടായിരുന്നു." ശങ്കരൻ നായർ തന്റെ സംശയം പങ്കുവെച്ചു.

"ഒരുതരം കട്ടാണത്. നമ്മൾ മരച്ചീനി വേവിച്ചിട്ട് ആ വെള്ളം ഊറ്റിക്കളയില്ലേ. അപ്പോൾ ആ കട്ടും പോകും. ഈ അപവാദം അന്നും ആരൊക്കെയോ പറഞ്ഞിരുന്നു. അതിനെതിരെ ഒരുനാൾ തമ്പുരാൻ ആളുകളെ ഒരിടത്തു കൂട്ടിവരുത്തി പരസ്യമായി മരച്ചീനി പുഴുങ്ങിക്കഴിച്ചു. കൂടെയുണ്ടായിരുന്ന മകനും നല്കി. അതും നല്ലൊരു മാതൃകയായിരുന്നു."

"ഇത്രയും സംഭവങ്ങൾ ഇതിന്റെ പിന്നിലുണ്ടായിരുന്നോ?"

"നാമറിയാത്ത പലതും സംഭവിക്കും. ചിലതൊക്കെ എല്ലാരും അറിയും പലതും കാലത്തിന്റെ ചിറകിനടിയിൽ അദൃശ്യമായി കിടക്കും."

"ആ തമ്പുരാനല്ലേ നമ്മുടെ മഹാദേവരമ്പലം പുതുക്കിപ്പണിതത്?"

"അതെ. അദ്ദേഹം ജീർണ്ണിച്ചു കിടന്നിരുന്ന മഹാക്ഷേത്രങ്ങൾ പുനരുദ്ധാരണം ചെയ്ത് ഭംഗിയാക്കി. അദ്ദേഹം കുറെ ഗ്രന്ഥങ്ങളും രചിച്ചിട്ടുണ്ട്. ഒന്നു രണ്ടെണ്ണം ഇവിടുണ്ട്. അതുപോലെ പ്രാകൃതമായ പല ശിക്ഷാവിധികളും നിർത്തലാക്കി."

"അതെന്തൊക്കെയാണ്?" സംശയം ചന്ദ്രൻപിള്ളയ്ക്ക്.

അയാളുടെ വീക്ഷണത്തിൽ പ്രാകൃതമായ ശിക്ഷാരീതികൾ ഒന്നും തന്നെയില്ല.

"അതോ. ധാരാളമുണ്ട്. പുളി കലക്കിയ വെള്ളം കുടിപ്പിക്കൽ, മുക്കാലിയിൽ കെട്ടിയടിക്കൽ, തല മൊട്ടയടിച്ച് പുള്ളികുത്തി നാടുനീളെ നടത്തൽ, തിളച്ച എണ്ണയിൽ കൈമുക്കിക്കൽ തുടങ്ങിയവ. തീരെ ചെറിയ കുറ്റങ്ങൾക്ക് പോലും ഇത്തരം ശിക്ഷകൾ സാധുക്കൾക്കുപോലും ഏല്ക്കേണ്ടിവന്നിട്ടുണ്ട്."

രാമനും രാഘവനും പണികഴിഞ്ഞു വന്നിരിക്കുന്നുവെന്ന് മറിയ പറഞ്ഞത് ഗീവർഗ്ഗീസ് കേട്ടില്ല. അതു മനസ്സിലാക്കിയ ആലീസ് മുത്തശ്ശി

യുടെ മടിയിൽ നിന്നെഴുന്നേറ്റ് ഓടിവന്ന് പിതാമഹനോട് കാര്യം അറിയിച്ചു. കൊച്ചുമക്കൾ മാത്രമാണ് ഇത്രയും സ്വാതന്ത്ര്യത്തോടെ ഗീവർഗ്ഗീസിനോടു സംസാരിക്കാറുള്ളത്. ബാക്കിയെല്ലാവരും ബഹുമാനത്തോടെ ഒതുങ്ങിനിന്നു മാത്രമേ സംസാരിക്കാറുള്ളൂ.

"അപ്പച്ചാ. ജോലിക്കാരു പണികഴിഞ്ഞുവന്നു നിക്കണ്. അവർക്കു കൂലികൊടുക്കാനമ്മച്ചി പറഞ്ഞു."

അപ്പോൾ ഗീവർഗ്ഗീസ് പണിക്കാർക്ക് കൊടുക്കാനുള്ള ചക്രം എടുക്കാനായി അകത്തെ മുറിയിലേക്ക് കയറി.

"ഞങ്ങള് ഇറങ്ങുവാ. ഞങ്ങടെ സംഘത്തിന്റെ യോഗമുണ്ട്." ശങ്കരൻ നായരും ചന്ദ്രൻപിള്ളയും പടിയിറങ്ങിപ്പോയി. അകത്തെ മുറിയിൽ താക്കോൽക്കൂട്ടം കിലുങ്ങുന്നതിന്റെയും മേശ തുറക്കുന്നതിന്റെയും ചെമ്പുനാണയങ്ങൾ ഉരസുന്നതിന്റെയും ശബ്ദം കേട്ട് കുട്ടികൾ അകത്തേക്ക് നോക്കിയിരുന്നു.

മൂന്ന്

പഞ്ചാര മണൽ വിരിച്ച നാട്ടുവഴി. രണ്ടുവശങ്ങളിലും കൈതയും വിവിധങ്ങളായ ചെടികളും ഇടതൂർന്നു നില്ക്കുന്നു. പലതരം പക്ഷികളുടെ ചിലമ്പൽ ഉയരുന്നു. കടൽത്തീര സമാനമായ വഴിയിലൂടെ ഉണ്ണൂലി മുത്തശ്ശി നടന്നുവരുന്നു. നവതിയും കടന്നിരിക്കുന്നു മുത്തശ്ശിയുടെ പ്രായം. വരണ്ട് ചുളിവുകളാൽ വരയിട്ടതാണെങ്കിലും ചർമ്മത്തിലെ തിളക്കത്തിന് അല്പംപോലും കുറവില്ല. വെളുത്ത ഒറ്റമുണ്ട് അരയിൽ ചുറ്റിയിട്ടുണ്ട്. മറ്റൊരു മുണ്ട് മടക്കി മാറിൽ കഴുത്തിലൂടെ പുറകിലേക്കിട്ടിരിക്കുന്നു. ആ തുണിയുടെ അടിയിലൂടെ ശുഷ്കിച്ച മുലകൾ നടത്തത്തിന്റെ ചലനവേളകളിൽ ദൈന്യതയോടെ എത്തിനോക്കുന്നു. പല ദശാബ്ദങ്ങളുടെ ചരിത്രം ആവാഹിച്ച കാഞ്ഞിരത്തിന്റെ വടിയുമൂന്നിയാണവർ നടന്നുനീങ്ങുന്നത്. താൻ പല ജന്മങ്ങൾ പക്ഷിയായും മൃഗമായും ജനിച്ചു മരിച്ച ശേഷമാണീ ജന്മം മനുഷ്യസ്ത്രീയായതെന്നും കഴിഞ്ഞ ജന്മത്തിൽ ഒരു കൊട്ടാരത്തിലെ കുതിരയായിരുന്നു താനെന്നും അവർ പറയുമായിരുന്നു.

ഒരു ശതാബ്ദത്തിന്റെ അനുഭവങ്ങളും അതിന്റെ സ്മരണകളും പേറിയാണവർ നടക്കുന്നത്. അതിന്റെ ഭാരം കാരണം അല്പം കുനിഞ്ഞ് പ്രയാസപ്പെട്ടാണവർ നടക്കുന്നത്.

ധനാഢ്യനായ ഒരു നമ്പൂതിരിയായിരുന്നു അച്ഛൻ. അമ്മ ക്ഷത്രിയസ്ത്രീയും. കവിതയോടും സംഗീതത്തോടും വല്ലാതെ കമ്പമുണ്ടായിരുന്നു അച്ഛന്. മലയാളത്തിലെ ലഭ്യമായ പ്രഥമ സന്ദേശകാവ്യമായ *ഉണ്ണുനീലി സന്ദേശ*മെന്ന കാവ്യം വളരെ പ്രിയങ്കരമായിരുന്ന അദ്ദേഹം തന്റെ ഏകമകൾക്ക് അതിലെ നായികയുടെ പേരു ചാർത്തിക്കൊടുത്തു.

ബാല്യവും കൗമാരവും കൊഴിഞ്ഞു വീഴവേ അച്ഛനെയും അമ്മയെയും അച്ഛന്റെ പിടിപ്പുകേടിനാൽ സ്വഗൃഹവും നഷ്ടമായ ഉണ്ണൂലി അനാഥയായി ക്ഷേത്രത്തിൽ അഭയംതേടി. ക്ഷേത്രത്തിലെ ശുചീകര

ണവും ചില ബ്രാഹ്മണഗൃഹങ്ങളിലെ പാചകവൃത്തിയും നിർവ്വഹിച്ച് കാലം നീക്കിയ ഉണ്ണൂലിയെ അന്വേഷിച്ച് വിവാഹം എത്തിയില്ല.. എന്നാൽ ചില ഔദാര്യങ്ങൾ ഒളിഞ്ഞും തെളിഞ്ഞും എത്തിയിരുന്നു. അവയെ നേരിടാൻ തന്റെ പക്കലുള്ള ക്ഷാത്രധൈര്യം സഹായിച്ചു.

നാട്ടിലുള്ള ഏവർക്കും എന്തെങ്കിലുമൊക്കെ ഉപകാരങ്ങൾ അവർ ചെയ്തിട്ടുണ്ട്. എല്ലാവർക്കും അവരോട് കരുതലും സ്നേഹവും എപ്പോഴുമുണ്ടായിരുന്നു. കുട്ടികൾ മുതൽ വൃദ്ധന്മാർവരെ അവരെ ഒരു കുടുംബാംഗത്തെ പോലെയാണ് കണ്ടിരുന്നത്.

ഉണ്ണൂലി മുത്തശ്ശി നടന്നെത്തിയത് നെയ്യിശ്ശേരി വീട്ടിലേക്കാണ്. പള്ളിക്കൂട വാദ്ധ്യാരായ മത്തായിയുടെ വീടാണത്. അദ്ദേഹത്തിന്റെ സഹധർമ്മിണി എലിസബത്ത്. ചട്ടയും ഞൊറിഞ്ഞുടുത്ത മുണ്ടും വേഷം. നസ്രാണി പെമ്പിള. അന്നമ്മച്ചിയെന്നു വിളിക്കുന്ന മുത്തശ്ശി. മത്തായി സാറിന്റെ അമ്മ. അവർ ഉണ്ണൂലി മുത്തശ്ശിയുടെ ഏറ്റവും അടുപ്പമുള്ളവരിൽ ഒരാൾ.

അവിടെ ആ ഭവനത്തിലുള്ളവരെ കൂടാതെ രണ്ടു മൂന്നുപേർകൂടിയുണ്ട്. ദമ്പതികളെന്നു തോന്നിക്കുന്ന കൗമാരക്കാരായ രണ്ടുപേരും. ഇന്ന് കൊഴുക്കട്ടപ്പെരുന്നാളാണ്. ഓശാന ഞായറിന്റെ തലേന്നാൾ. ബഥാന്യയിലെ ലാസറിന്റെ ഓർമ്മ കഴിക്കുന്ന ശനി. ഇന്നേദിവസം കൊഴുക്കട്ടയുണ്ടാക്കി ഭക്ഷിക്കുന്ന പാരമ്പര്യം നസ്രാണികളിൽ പല സ്ഥലത്തുമുണ്ട്. വിവാഹത്തിനുശേഷം ആദ്യം വരുന്ന പെരുന്നാളിൽ നവദമ്പതികളെ മണവാട്ടിയുടെ ഭവനത്തിൽ ക്ഷണിച്ചുവരുത്തി കൊഴുക്കട്ട നല്കുന്ന രീതി. ഉരുളപ്പലഹാരം അവിടെയുണ്ടാക്കിയിരുന്നു.

വേദപുസ്തകത്തിൽ, മരിച്ച ലാസറിനെ ഉയിർപ്പിച്ചശേഷം ലാസറിന്റെ ഭവനത്തിൽ യേശുവിനുവേണ്ടി ഒരുക്കിയ വിരുന്നിന്റെ അനുസ്മരണം.

ഉണ്ണൂലി മുത്തശ്ശിയെ ആളയച്ചു വരുത്തിയതാണ്. അവരെ കണ്ടയുടൻ എലിസബത്ത് അകത്ത് തടിക്കസേരയിൽ കൊണ്ടിരുത്തി. അതിനടുത്ത് നീളൻ പീഠത്തിലിരിക്കുന്ന പുതിയ ദമ്പതികൾക്ക് കൊഴുക്കട്ടയെടുത്ത് വായിൽ വെച്ചുകൊടുത്തത് അന്നമ്മച്ചിയാണ്. തുടർന്ന് ഒരു കൊഴുക്കട്ട ഉണ്ണൂലി മുത്തശ്ശിക്കും നല്കി. അവരതു സന്തോഷത്തോടെ വാങ്ങി. ദൃഢതയുള്ള മോണകൊണ്ട് അവരതു ഭക്ഷിച്ചു. ദമ്പതികൾ മുത്തശ്ശിമാരുടെ കാൽതൊട്ടുവന്ദിച്ചു. അവർ അവരുടെ മൂർദ്ധാവിൽ കൈവെച്ചനുഗ്രഹിച്ചു. പെൺകുട്ടിക്ക് നെറ്റിയിൽ ചുടുചുംബനം ലഭിക്കുകയും ചെയ്തു. ദമ്പതികളും മറ്റും വെളിയിലേക്കിറങ്ങി. എലിസബത്ത് അടുക്കളയിലേക്കും. ഓരോരുത്തർ അവരവരുടെ കാര്യങ്ങളിലേക്ക് തിരിഞ്ഞു. വൃദ്ധസുഹൃത്തുക്കൾ മാത്രം ഉമ്മറത്ത് ശേഷിച്ചു. അവർ മുഖത്തോടു മുഖം നോക്കി. അന്യോന്യം കണ്ട് അവർ മനസ്സുനിറച്ചു.

അവർ തമ്മിലുള്ള ആത്മബന്ധത്തിന് തലമുറകളുടെ പഴക്കമുള്ളതുപോലെ. മറ്റു ഭവനങ്ങൾ പോലെയല്ല ഉണ്ണൂലി മുത്തശ്ശിക്ക് ഇത്. ഇവിടം സ്വന്തം വീടാണ്.

ആ ബന്ധത്തിന് ഐതീഹ്യത്തിന്റെയോ ചരിത്രത്തിന്റെയോ അടിത്തറയുണ്ട്. ഉണ്ണൂലി മുത്തശ്ശിയുടെ അച്ഛൻ ചെറുപ്പത്തിൽ പറഞ്ഞ കഥയാണ്.

ഉണ്ണൂലി മുത്തശ്ശിയുടെ അച്ഛൻ പത്മനാഭസ്വാമിക്ഷേത്രത്തിലെ ഭരണകർത്താക്കളായിരുന്ന എട്ടരയോഗത്തിൽപ്പെട്ട കുടുംബത്തിലെ അംഗമായിരുന്നു. എട്ട് ആര്യ ബ്രാഹ്മണരുടെ യോഗമായ ഇത് പണ്ട് തിരുവനന്തപുരം സഭയെന്നറിയപ്പെട്ടിരുന്നു. വഞ്ചിയൂർ അത്തിയറ, കൂപക്കര, കരുവ, മുട്ടവിള, നെയ്തശേരി, കൊല്ലൂർ അത്തിയറ എന്നീ ആറുമഠങ്ങളിലെ നമ്പൂതിരി ശ്രേഷ്ഠരും ശ്രീകാര്യം പോറ്റിയും പുഷ്പാഞ്ജലി സ്വാമിയാരും ചേർന്നതാണവർ. ഈ യോഗത്തിൽ രാജാവിന് നാമമാത്ര അധികാരം മാത്രമേ ഉണ്ടായിരുന്നുള്ളൂ. ഇതിൽ നെയ്തശേരി മഠത്തിലെ ഒരു ശാഖയിൽപ്പെട്ടയാളായിരുന്നു ഉണ്ണൂലിയുടെ പിതാവ്. ഈ കുടുംബത്തിൽപ്പെട്ട ഒരാൾ നൂറ്റാണ്ടുകൾക്കുമുമ്പ് ക്രിസ്തുമാർഗ്ഗം അവലംബിക്കുകയും അദ്ദേഹവും കുടുംബവും ഈ നാട്ടിലെത്തി വസ്തുവകകൾ വാങ്ങി താമസമാക്കുകയും ചെയ്തു. എട്ടരയോഗത്തിൽപ്പെട്ട കുടുംബാംഗമായതിനാൽ അദ്ദേഹം ക്രിസ്ത്യാനിയായിട്ടും എല്ലാവരും അദ്ദേഹത്തെ ഭയഭക്തി ആദരവോടെയാണു നോക്കികണ്ടിരുന്നത്. അദ്ദേഹത്തിന്റെ പിൻതലമുറയാണ് നെയ്തശേരിക്കാർ. നെയ്തശേരിയെന്നത് കാലക്രമേണ മനുഷ്യമനസ്സിലൂടെയും ഉച്ചാരണശുദ്ധിയില്ലാത്ത അധരങ്ങളിലൂടെയും കടന്ന് രൂപവ്യത്യാസം പ്രാപിച്ച് നെയ്ശ്ശേരിയാണെന്നാണ് ഉണ്ണൂലിയുടെ മതം. ഈ കഥകളിൽ വാസ്തവമുണ്ടെങ്കിൽ ഒരേ കുടുംബത്തിൽപ്പെട്ടവരാണ് ഉണ്ണൂലി മുത്തശ്ശിയും മത്തായി സാറിന്റെ കുടുംബവും.

ഈ പഴയകഥയ്ക്ക് ഉപോൽബലകമായ പുതിയതും ഇപ്പോൾ കേൾക്കുന്നു. അത് ഒരു നിധിയുമായി ബന്ധപ്പെട്ടതാണ്.

സ്വർണ്ണച്ചേന.

പഴയകാലത്ത് ധനാഢ്യരായ നമ്പൂതിരിമാരും മറ്റും തങ്ങളുടെ ധനസമ്പത്ത്, സ്വർണ്ണം, വെള്ളി തുടങ്ങിവയവ, ആഭരണങ്ങളും പാത്രങ്ങളും നാണയങ്ങളും മറ്റുരൂപത്തിലുള്ളവയും സുരക്ഷിതമായിരിക്കുവാൻ തടിപ്പെട്ടികളിലും മൺകുടങ്ങളിലും ഒക്കെ വീടിന്റെ പരിസരവും വീടിനുള്ളിലും കുഴിച്ചിടുക പതിവായിരുന്നു. സ്ഥലം ഏതെന്നുള്ളത് ഗൃഹനാഥൻ മനസ്സിൽ സൂക്ഷിക്കുകയാണ് ചെയ്തിരുന്നത്. തങ്ങളുടെ കളത്രങ്ങളോടുപോലും ഇതേക്കുറിച്ച് ഉരിയാടാറില്ല. ഇങ്ങനെ സുരക്ഷിതമാക്കപ്പെടുന്നത് തസ്കരഭീതിയാൽ മാത്രമല്ല എന്തെങ്കിലും അത്യാവശ്യത്തിന് ഉപയോഗിക്കുവാൻ കൂടിയാണ്. ഇങ്ങനെ ഭൂമിയിൽ നിക്ഷേപിക്കപ്പെട്ടവ ആവശ്യം വന്നുകൂടാത്തതിനാലും മറച്ചുവെച്ചയിടം മറന്നുപോയതു കാരണവും അവ ഭൂമിയിൽത്തന്നെ മറഞ്ഞുകിടക്കും. കാലാന്തരത്തിൽ കൃഷി ആവശ്യത്തിനായും വീടുവയ്ക്കുവാനും കിണർ നിർമ്മിക്കുവാനുമായി മണ്ണുനീക്കം ചെയ്യുമ്പോൾ ചിലതു വെളിപ്പെട്ടുവരും.

ഇതിനെ നിധിയെന്നു വിളിച്ചുവരുന്നു. നിധിയെ ചുറ്റിപറ്റി അനേകം കഥകൾ നാട്ടിൽ പ്രചാരത്തിലുണ്ട്. അധികവും വെറും കെട്ടുകഥകൾ മാത്രം. എല്ലാ പുരയിടത്തിലും ഒരു നിധി ഒളിഞ്ഞുകിടക്കുന്നുവെന്ന് പഴമക്കാർ പറഞ്ഞിരുന്നു. കൃഷിവിളവുകൾ എന്ന നിധിയെക്കുറിച്ചാണെന്നറിയാതെ പലരും പറമ്പുകൾ കിളച്ചുനോക്കുന്നു. അങ്ങനെ പൂർവ്വികർ മറച്ചുവെച്ചിരുന്ന നിധികളിൽ ഒന്ന് മത്തായി സാറിനു ലഭിച്ചുവെന്നാണ് ജനസംസാരം. അതും സ്വർണ്ണച്ചേനയാണത്രേ. അതിന്റെ ഒരു വിത്ത് അടർത്തിയെടുത്ത് വിറ്റാണ് കഴിഞ്ഞ കൊല്ലം അദ്ദേഹം ചെന്നിത്തല പുഞ്ചയിലെ അമ്പതു പറ നിലം വാങ്ങിയത്.

"ഊണുകഴിഞ്ഞുപോയാപ്പോരേ." ഉണ്ണൂലി മുത്തശ്ശി പോകാൻ ധൃതി കൂട്ടിയപ്പോൾ അന്നമ്മച്ചി സ്നേഹപൂർവ്വം ചോദിച്ചു.

"കുഞ്ഞുങ്ങളുണ്ടല്ലോ ഒന്നു കാണാമെന്നാശിച്ചു വന്നതാ. ഇല്ലേങ്കി ഇപ്പോ വരില്ലാരുന്നു. ഈടെയായി കാലിനു വല്ലാത്ത വേദനയും കഴപ്പും."

"കുഴമ്പു തേച്ചില്ലേ. ഇവിടിരുപ്പുണ്ട് എടുത്തുതരാം."

"വേണ്ട വേണ്ടാ. പൊരേലൊണ്ട്. ഇന്നലേം തേച്ച് ചൂടുവെള്ളമൊഴിച്ചതാ."

"കൊറച്ചു നേരമിരിക്ക്. അപ്പോഴേക്കും ഊണു കാലാവും. ഒരുപിടി കഴിച്ചേച്ചു പോയാമതി. കിടക്കണമെങ്കിൽ കിടന്നോ."

ഇങ്ങനെ പറഞ്ഞ് അവർ തറയിൽ ഒരു തഴപ്പായ് വിരിച്ചുകൊടുത്തു. മുത്തശ്ശി അവരുടെ മുഖത്ത് നോക്കി ഒന്നു മന്ദഹസിച്ചു. എന്നിട്ട് ആ പായയിൽ ചടഞ്ഞുകൂടി.

മുറ്റത്തും കയ്യാലയ്ക്കലും നിന്ന് പണിയെടുക്കുന്ന പെണ്ണുങ്ങളുടെ കലപില ശബ്ദം ഉണ്ണൂലി മുത്തശ്ശിയുടെ സുഖമയക്കത്തിൽ അസ്വസ്ഥതയുളവാക്കി. തഴയറുക്കാൻവന്ന സ്ത്രീകളാണ്. വേലിയിലും അതിനടുത്തും കൈതയുടെ ഓല അറുത്തെടുത്ത് അടുക്കളയിൽ ചേരിൻമേൽ പുക ലഭിക്കത്തക്കതുപോലെ വെക്കും. ഇങ്ങനെ കുറെനാൾ പുകയേറ്റു പതംവന്ന തഴ ചീകി വൃത്തിയാക്കിയാണ് പായ്കൾ നിർമ്മിക്കുന്നത്. കിടക്കുവാനും നെല്ലു ചിക്കുവാനുള്ള വലിയ പായും.

രണ്ടു പെണ്ണുങ്ങൾ ഒത്തുകൂടിയാലേ സംസാരത്തിന് കുറവില്ല. ഇവിടെ നാലഞ്ചുപേരുണ്ട്. പോരേ പൂരം. കൈകൾ അവയുടെ ജോലി ചെയ്യും. അതിനേക്കാൾ നന്നായി അവരുടെ നാവും. അരിവാൾകൊണ്ട് കൈതോലയറുക്കും. നാവുകൊണ്ട് വാക്കുകളെയും.

ഇപ്പോൾ കലപിലയും ഒച്ചയും കേൾക്കുന്നില്ല. എന്തുപറ്റി. മുത്തശ്ശി തലപൊക്കി നോക്കി. മത്തായി സാർ വീട്ടിലേക്ക് നടന്നുവരുന്നു.

"ഇനി അല്പനേരം സമാധാനമായി കിടക്കാം."

മത്തായി സാറിന്റെ സാന്നിദ്ധ്യത്തിൽ ആരും ബഹളം വെക്കുകയോ ഉറക്കെ സംസാരിക്കുകയോ ചെയ്യാറില്ല. എല്ലാവർക്കും അദ്ദേഹത്തെ ബഹുമാനമാണ്. അദ്ദേഹം പലരുടെയും ഗുരുനാഥനാണ്.

കുറച്ചുനേരം കഴിഞ്ഞപ്പോൾ പെണ്ണുങ്ങളുടെ അടക്കം പറച്ചിലും ചിരിയുമൊക്കെ പതിഞ്ഞ ശബ്ദത്തിൽ മുത്തശ്ശി കേട്ടു.

നാല്

പാലൊളി ചന്ദ്രികയിൽ ലയിച്ച് പ്രകൃതി.

അന്തരീക്ഷത്തിൽ ഉയർന്നുനില്ക്കുന്ന തെങ്ങിൻ തലപ്പുകൾ പൗർണ്ണമിയെ തങ്ങളിലേക്കടുപ്പിക്കാൻ വെമ്പൽ കൊള്ളുന്നതുപോലെ മന്ദമായി ഇളകുന്നു.

ദേശമാകെ സുഖ സുഷുപ്തിയിൽ.

അമ്പിളിയുടെ പ്രഭയിൽ ഉയർന്നു തിളങ്ങിനില്ക്കുന്ന പള്ളിയുടെ മുകളിലെ കുരിശ്.

പള്ളിയുടെ പടിഞ്ഞാറ് ഏകദേശം അമ്പതുവാര ദൂരത്തുള്ള പമ്പയുടെ കൈവഴി ശബ്ദമുണ്ടാക്കാതെ ഒഴുകുന്നു. അതിന്റെ കടവത്ത് ഒരു കൊതുമ്പുവള്ളം വന്നണഞ്ഞു. വള്ളത്തിൽനിന്നും ഒത്ത നീളമുള്ള അരോഗദൃഢഗാത്രനായ ഒരാൾ ഇറങ്ങി പരിസരം ശ്രദ്ധയോടെ വീക്ഷിച്ചു. തുടർന്നയാൾ വള്ളം ഒരു മരത്തിൽ ബന്ധിച്ചു. വീണ്ടും ചുറ്റുപാടുകൾ ശ്രദ്ധിച്ചശേഷം അയാൾ വള്ളത്തിൽ എന്തൊക്കെയോ എടുത്ത് താഴെ വെച്ചു. ഉടുത്തിരുന്ന മുണ്ട് താറുപാച്ചി ശരീരത്തോടു ചേർത്തു. ഇപ്പോൾ ഒറ്റനോട്ടത്തിൽ നഗ്നനായേ തോന്നൂ. ചുരുട്ടിയ കയർ വലത്തു കരത്തിലൂടെ തോളിലിട്ടു. ഒരു പിച്ചാംകത്തി ഏണിൽ തിരുകി. അയാളുടെ ശരീരമാസകലം കരിയും എണ്ണയും കലർത്തി പൂശിയിരുന്നു. രണ്ടാം മുണ്ടുപോലൊരു തുണി തലയിൽ കെട്ടിയിരുന്നു. നിലാവെളിച്ചത്തിലും അയാളുടെ മുഖത്ത് ക്രൗര്യവും ധൈര്യവും എന്തിനും പോന്ന ഭാവവും ദൃശ്യമായിരുന്നു. കൊമ്പൻ മീശകൂടി ചേരുമ്പോൾ അയാളുടെ രൂപം ആ നേരത്ത് കാണുന്ന ആരിലും മോഹാലസ്യം ഉളവാക്കാൻ പോന്നതായിരുന്നു. അവസാനമായി അയാൾ വള്ളത്തിൽനിന്നും ഒരു ജീവിയെക്കൂടി കൈയിലെടുത്തു. ഒരു പൂച്ചയുടെ വലുപ്പമുള്ള വലിയ അരണയെപ്പോലെ

കാണപ്പെട്ട ഒരു ജന്തു. ഒരു സാധു ജീവിയെപ്പോലെ അതയാളുടെ കൈയിൽ അനങ്ങാതിരുന്നു.

അയാൾ നടന്ന് പള്ളിയുടെ തെക്കുഭാഗത്ത് പുരയിടത്തിൽ വന്നു നിന്നു. അവിടെനിന്നും മാർജ്ജാരപാദത്തോടെ പള്ളിയുടെ കിഴക്കു തെക്കു ഭാഗത്ത് ഒരു തെങ്ങിന്റെ നിഴലിൽനിന്ന് പരിസരം ശ്രദ്ധിച്ചു. പള്ളിയുടെ കിഴക്കേമുറ്റത്ത് വന്നുനിന്ന് മനസ്സിൽ ചില കണക്കുകൂട്ടലുകൾ നടത്തി.

നിലാവിൽ മുങ്ങിക്കുളിച്ച് ഒരു ദേവസൗധം കണക്കെ പ്രശോഭിച്ചു നില്ക്കുന്ന ആ ദേവാലയം ഈ സമയേ ദർശിച്ചാൽ ആരും ഹർഷ പുളകിതരായി നിർന്നിമേഷം നോക്കിനിന്നുപോകും. എന്നാൽ ആഗതന്റെ കാഴ്ചയിൽ ഇതുപോലുള്ള മോഹനദൃശ്യങ്ങൾക്കൊണ്ടും സ്ഥാനമില്ല. അയാൾ തന്റെ ദൗത്യത്തിനായുള്ള തയ്യാറെടുപ്പിലായിരുന്നു.

ഒരു പുള്ള് ചിലച്ചുകൊണ്ട് മുകളിലൂടെ പറന്നുപോയി. കൂമന്റെ മൂളൽ വിട്ട് വിട്ട് കേൾക്കാം. ചീവീടുകൾ കൂട്ടത്തോടെ ശബ്ദമുണ്ടാക്കി. ദേവാലയത്തിന്റെ പുറത്ത് കഴുക്കോലുകളിൽ ചേക്കേറിയിരിക്കുന്ന പ്രാവുകളുടെ കുറുകൽ ശബ്ദം. ഇതുപോലുള്ള ശബ്ദങ്ങളൊഴിച്ചാൽ അന്തരീക്ഷം പൊതുവെ ശാന്തമാണ്.

അയാൾ തന്റെ കൈയിലിരുന്ന ജീവിയെ താഴെവെച്ചു. തോളിൽനിന്ന് കയറെടുത്ത് അഴിച്ചു. അതിന്റെ ഒരറ്റം ജീവിയുടെ മുതുകിൽ ബന്ധിച്ചു. കയർ കുരുങ്ങാതെ മുറ്റത്ത് അഴിച്ചിട്ടു. തുടർന്ന് ആ ജീവിയെയെടുത്ത് കുറച്ചുദൂരം മാറിനിന്ന് കൈവീശി കറക്കി മുകളിലേക്കെറിഞ്ഞു. ഏറ് ലക്ഷ്യത്തിലെത്തിയില്ല. ഒരു ഓടുൾപ്പെടെ ആ ജീവി താഴെ വീണു. വീണ്ടും അയാളതിനെ കറക്കി മുകളിലേക്കെറിഞ്ഞു. ഇത്തവണ അതിന് മുകളിലെവിടെയോ പിടുത്തം കിട്ടി. അയാൾ കയറിന്റെ ബലം പരീക്ഷിച്ചിട്ട് കയറിൽ പിടിച്ച് ഭിത്തിയിൽ ചവുട്ടി ഒരു സർക്കസ് അഭ്യാസിയെപ്പോലെ മുകളിലേക്ക് അനായാസം കയറി.

ആദ്യമെറിഞ്ഞപ്പോൾ നിലംപതിച്ച ഓടിന്റെ വിടവിലുള്ള പട്ടികയിലാണ് അത് അള്ളിപിടിച്ചിരുന്നത്. അയാൾ ആ ജീവിയുടെ മുതുകിൽ നിന്നും കെട്ടഴിച്ചു. അവിടെയിരുന്നുകൊണ്ട് മൂന്നുനാല് മേച്ചിൽ ഓടുകൾ കൂടി ശ്രദ്ധിച്ച് ഇളക്കി മാറ്റിവെച്ചു. കഴുക്കോലിന്റെ രണ്ടുവശത്തുമായി കയർ താഴേക്കിട്ടു. അയാളുടെ കൈതട്ടി ഒരുഓട് പള്ളിക്കുള്ളിലേക്ക് നിപതിച്ചു. തറയിൽ വീണ ഓട് പല കഷണങ്ങളായി നുറുങ്ങിത്തെറിച്ചു. ശാന്തമായ അന്തരീക്ഷത്തിൽ ആ ശബ്ദം ഇരട്ടിയായി പ്രതിദ്ധ്വനിച്ചു. സുഷുപ്തിയിലായിരുന്ന ഒരുകൂട്ടം പ്രാവുകൾ ചിറകടിച്ച് പറന്നകന്നു.

അയാൾ ചെവി വട്ടംപിടിച്ച് അല്പസമയം നിരീക്ഷിച്ചു. എന്നിട്ട് കഴുക്കോലിലിട്ട കയറിലൂടെ ഉള്ളിലേക്ക് ഊർന്നിറങ്ങി. അയാളുടെ അരക്കെട്ടിലെ മുണ്ടിൽ അള്ളിപ്പിടിച്ച് ഒരു ശിശുവിനെപ്പോലെ ആ ജീവിയുമുണ്ടായിരുന്നു. താഴെയെത്തിയ അയാൾക്ക് പള്ളിക്കുള്ളിലെ അരണ്ട

വെളിച്ചം തുണയായി. പള്ളിയുടെ മദ്ധ്യേ എരിയുന്ന തൂക്കുവിളക്കിലെ തിരിവെട്ടവും ഇളക്കിമാറ്റിയ ഓടിന്റെ വിടവിലൂടെയുള്ള നിലാവെളിച്ചവും ഹേതുവായി അയാൾക്ക് അകത്ത് നിഷ്പ്രയാസം ചലിക്കാൻ കഴിഞ്ഞു. സ്വതവേ അന്ധകാരത്തിൽ മാർജ്ജാരതുല്യം സഞ്ചരിക്കുവാൻ അയാൾക്ക് കഴിയുമായിരുന്നു. പള്ളിയുടെ തെക്കുകിഴക്കായുള്ള വാതിൽ വളരെ ശ്രമപ്പെട്ട് തുറന്നിട്ടു. ആ ജീവിയെ തന്നിൽനിന്നും വിടുവിച്ച് വാതിലിൽ കട്ടിളപ്പടിയിൽ വെച്ചു. അവിടമെല്ലാം അയാൾ സൂക്ഷ്മതയോടെ തെരച്ചിൽ നടത്തി. ഭണ്ഡാരപ്പെട്ടി കണ്ട് അതെടുത്തുയർത്തിയശേഷം യഥാസ്ഥാനത്തുതന്നെ വെച്ചു.

മദ്ബഹായുടെ തിരശ്ശീല കൈകൊണ്ട് വകഞ്ഞുമാറ്റി അതിനുള്ളിലേക്ക് പ്രവേശിച്ചു. പൂജാഗിരികൾ വയ്ക്കുന്ന ത്രോണോസിന്മേൽ ഉണ്ടായിരുന്ന വസ്തുക്കൾ കൈയിലെടുത്തു പരിശോധിച്ചശേഷം തിരികെ വെച്ചു. തെക്കുവശത്ത് ചുവരിനോടുചേർത്ത് പണിതിരിക്കുന്ന തടി അലമാര അയാൾ കണ്ടു. അതിന്റെ പിടിയിൽ പിടിച്ചുവലിച്ചു നോക്കി. അതു തുറക്കുവാനയാൾക്ക് കഴിഞ്ഞില്ല. കൈയിൽ കരുതിയിരുന്ന കത്തിയും കമ്പി കഷണങ്ങളും പുറത്തെടുത്ത് കുറച്ചുനേരത്തെ ശ്രമകരമായ അദ്ധ്വാനത്തിനൊടുവിൽ അയാൾ അലമാര തുറന്നു. വിയർത്തുകുളിച്ച അയാൾ തന്റെ തലേക്കെട്ടഴിച്ച് മുഖം തുടച്ചു. തുടർന്ന് അലമാരയുടെ അകം പരിശോധിച്ചു. തുറന്നപ്പോൾതന്നെ പൊൻകുരിശ് അയാൾക്ക് ദൃശ്യമായി. അലമാരയിൽ ഉണ്ടായിരുന്ന മറ്റ് അറകൾ അയാൾ പരതി നോക്കി. ഒന്നു രണ്ട് ചെറിയ അറകൾ അയാൾക്ക് തുറക്കാനായില്ല. പൊൻകുരിശ് മെല്ലെയെടുത്ത് തറയിൽവെച്ചു.

ദേവാലയത്തിലെ പ്രധാന പെരുന്നാളായ കന്യാമറിയമ്മിന്റെ വാങ്ങിപ്പുദിന പ്രദക്ഷിണത്തിലും സഭയുടെ പ്രത്യേകമായ ഘോഷയാത്രയ്ക്കും മാത്രമേ ഈ കുരിശ് പുറത്തെടുക്കുമായിരുന്നുള്ളൂ. ബാക്കിയുള്ള സമയത്ത് പൊൻകുരിശ് ഈ അലമാരയിൽ ഭദ്രമായിരിക്കും. അതിന് രണ്ടു പൂട്ടാണുള്ളത്. ഒരു പൂട്ടിന്റെ താക്കോൽ അച്ചന്റെ കൈയിലും മറ്റൊന്ന് കൈക്കാരന്റെ അധീനതയിലുമാണ്.

കുരിശുമെടുത്ത് അയാൾ നടുത്തളത്തിൽ വന്നു. തലയിൽ കെട്ടിയിരുന്ന തുണി പിരിച്ച് കുരിശിന്റെ കുറുകെയുള്ള കാലിന്റെ ചുവട്ടിൽ ചുറ്റിക്കെട്ടിയശേഷം പുറത്തുവെച്ച് ആ തുണിയുടെ രണ്ടറ്റവും തന്റെ ശരീരത്തോടു ചേർത്തു ബന്ധിച്ചു. ഒരിക്കൽക്കൂടി അതിന്റെ ബന്ധനം ഉറപ്പുവരുത്തി തുറന്നവാതിൽ വഴിയായി വെളിയിലെത്തി. വാതില്ക്കൽ അനുസരണയോടെ കിടന്നിരുന്ന ജീവിയെയുമെടുത്ത് പുറത്തേക്ക് നടന്നു. ഒരുനിമിഷം എന്തോ ഓർമ്മിച്ചിട്ടെന്നവണ്ണം അയാൾ തിരികെ പള്ളിയിലേക്കു കയറി. കഴുക്കോലിൽ ഇട്ടിരുന്ന കയർ വലിച്ചെടുത്ത് ചുരുട്ടി തോളിലിട്ട് നടന്ന് കടവിലെത്തി.

വള്ളത്തിന്റെ കെട്ടഴിച്ച് വന്ന ദിശയിലേക്ക് അയാൾ തുഴഞ്ഞുപോയി. അപ്പോൾ പൗർണ്ണമി ചന്ദ്രൻ പടിഞ്ഞാറേ ചക്രവാളത്തിന് സമീപേ താഴെ നടന്നതെല്ലാം നോക്കി പകച്ചുനില്ക്കുകയായിരുന്നു.

അഞ്ച്

പൊൻമണികൾ വിളഞ്ഞ് വണങ്ങിനില്ക്കുന്ന നെൽച്ചെടികൾ. ഒരു ജനതയുടെ വിയർപ്പിന്റെയും കണ്ണീരിന്റെയും സാക്ഷാൽക്കാരമായി ഫല ഭൂയിഷ്ഠമായ നെൽപ്പാടം.

ഒരുവശത്ത് കൊയ്ത്ത് ആരംഭിച്ചുകഴിഞ്ഞു. കൊയ്ത്തുപാട്ടിന്റെ ഈരടികൾ പുഞ്ചക്കാറ്റിൽ അലയടിച്ചുകൊണ്ടിരുന്നു. കിഴക്കു ദേശത്തു നിന്നും കൊയ്ത്തിനായി സ്ത്രീകൾ അരിവാളുമേന്തി എത്തിക്കൊണ്ടിരുന്നു. പലരും വാഴയിലയിലോ വട്ടയിലയിലോ പൊതിഞ്ഞ പഴഞ്ചോറും കരുതിയിരുന്നു. കൊയ്ത്താരംഭിച്ചാൽ ജലപാനത്തിനുപോലും സമയം ലഭിക്കില്ല; യജമാനന്മാർ സമ്മതിക്കില്ല. മദ്ധ്യാഹ്നത്തിൽ മാത്രം ആഹരിക്കാനായി കുറച്ചുസമയം അനുവദിക്കും. വീണ്ടും വിശ്രമമില്ലാതെ പണി തന്നെ. പെണ്ണുങ്ങൾ കൊയ്ത് കറ്റയാക്കി വെച്ചവ ആണുങ്ങൾ തലയിലേറ്റി മെതിക്കാനായി കൂട്ടുന്നു. വലിയ ചിക്കുപായിൽ ഇട്ടാണ് മെതിക്കുന്നത്. പിടിച്ചുകൊണ്ട് മെതിക്കുവാൻ മുളകൾ കൊണ്ട് പടങ്ങു കെട്ടിയിരിക്കും. അല്പം മാറി യജമാനൻ താംബൂല ചർവ്വണം നടത്തി വേലകൾ വീക്ഷിക്കും. അയാൾക്ക് വെയിലു കൊള്ളാതിരിക്കാൻ ഒരുവൻ ഓലക്കുട പിടിച്ചിരിക്കും. ചിലപ്പോഴൊക്കെ അയാൾ പാടവരമ്പിലൂടെ നടന്ന് പെണ്ണുങ്ങളുടെ കൊയ്ത്ത് പരിശോധിക്കുകയാണെന്നു തോന്നുമെങ്കിലും കൊയ്യുമ്പോഴുള്ള പെണ്ണുങ്ങളുടെ അവയവ ചലനങ്ങളും മറ്റും രസിക്കാനുള്ള അവസരമാണിത്.

മാർഗ്ഗം കൂടിയ ചില അവർണ്ണ സ്ത്രീകൾ മാത്രമേ മാറിൽ റൗക്ക ധരിക്കാറുള്ളു. മറ്റുള്ളവർ മാറുമറയ്ക്ക പതിവില്ല. അഥവാ മേൽമുണ്ടു ധരിച്ചാൽതന്നെ 'അഹങ്കാരി'യെന്ന വിളി കേൾക്കാതിരിക്കാൻ മാന്യന്മാരുടെ മുന്നിൽ ആ മേൽമുണ്ടു മാറ്റിക്കളകയാണു രീതി. കഴിഞ്ഞ ദശക

ത്തിന്റെ ആരംഭത്തിൽത്തന്നെ തെക്കൻ തിരുവിതാംകൂറിൽ നാടാർ സ്ത്രീകൾ മാറുമറച്ചു നടക്കാൻ തുടങ്ങി. വിദേശത്തുനിന്നുവന്ന പാതിരിമാരുടെ പ്രവർത്തനഫലമായി സംജാതമായ സ്ഥിതിവിശേഷമായിരുന്നു അത്. ഇതിനെതിരെ സവർണ്ണ മേധാവിത്തം ലഹളകൾ അഴിച്ചുവിട്ടു. സ്ത്രീകളുടെ മേൽവസ്ത്രം ഉരിഞ്ഞുകളയുകയും അവരെ മർദ്ദിക്കുകയുമുണ്ടായി. അവരുടെ പുരുഷന്മാർക്കും നല്ലതുപോലെ കിട്ടി. ഇതിനെത്തുടർന്ന് കൊല്ലത്തുനിന്നും പട്ടാളമിറങ്ങിയാണ് ലഹള അമർച്ച ചെയ്തത്. ദിവാന്റെ ഉത്തരവിൻ പ്രകാരം ക്രിസ്ത്യൻ ചാന്നാർ സ്ത്രീകൾക്ക് കുപ്പായം ധരിക്കാമെന്നും മേൽമുണ്ട് ധരിച്ചുകൂടായെന്നു തീരുമാനം ചെയ്യപ്പെട്ടു. കുറെനാൾ കഴിഞ്ഞപ്പോൾ രണ്ടു മതത്തിലുംപെട്ട ചാന്നാർ സ്ത്രീകൾ മേൽമുണ്ട് ധരിക്കണമെന്ന് വാദിക്കാൻ തുടങ്ങി. വീണ്ടും അതികലശലായ ലഹളയുണ്ടായി. ഒടുവിൽ മദിരാശി ഗവർണറുടെ ഉത്തരവിൻ പ്രകാരം എല്ലാ ജാതിയിലുമുള്ള സ്ത്രീകൾക്കും മേൽമുണ്ട് ധരിക്കാനുള്ള അവകാശം അനുവദിച്ചു. എന്നാൽ സവർണ്ണ സ്ത്രീകൾക്ക് അതുൾക്കൊള്ളാനായില്ല.

റവുക്ക ധരിക്കണമെന്നും മുലകൾ മറയ്ക്കണമെന്നുമുള്ള ചിന്ത അന്നു പുത്തനാശയമായിരുന്നു. മുലകൾ മറയ്ക്കാതെ നടക്കുന്നതിൽ എന്തെങ്കിലും പന്തികേടുള്ളതായി അവർക്കോ പുരുഷന്മാർക്കോ തോന്നിയില്ല.

ഇപ്പോൾ മാറ്റങ്ങൾ ധൃതഗതിയിലാണ് വന്നുകൊണ്ടിരിക്കുന്നത്. യജമാനൻമാരായ ജന്മികൾക്കോ സവർണ്ണ മേധാവിത്തത്തിനോ ഇതൊട്ടും പിടിക്കുന്നില്ല.

“ശ്രീമൂലം തമ്പുരാൻ ബ്രിട്ടീഷുകാരുടെ ദാസനായി പോയി. പണ്ടവരൊക്കെ പത്മനാഭ ദാസരായിരുന്നു. കലികാലം എന്നല്ലാതെ എന്തു പറയാൻ” എന്ന് അവർ ഒളിഞ്ഞും തെളിഞ്ഞും പറഞ്ഞു.

“താത്ത് കൊയ്യ് പെണ്ണേ” യജമാനന്റെ ശബ്ദംകേട്ട് നിവരാതെ തന്നെ പെണ്ണുങ്ങൾ തലയാട്ടി. കുറെനേരം കുനിഞ്ഞുനിന്ന് കൊയ്തിരുന്ന ഒരുത്തി നടുനൂർക്കാൻവേണ്ടി നേരേ നിന്നതായിരുന്നു. യജമാനന്റെ സ്വരം കേട്ടതേ അവൾ പെട്ടെന്ന് കുനിഞ്ഞതാണ്. പക്ഷേ, താഴെ വീണുപോയി. നെല്ലിന്റെ പുറത്തേക്ക് വീണ അവളെ അയാൾ അസഭ്യം ചേർത്ത് ശകാരിച്ചു.

“...... നേരേ നിന്നു കൊയ്യെടി. പാടത്തുനിന്നാണോ തുള്ളി കളിക്കുന്നേ” അവൾ ചാടിയെഴുന്നേറ്റു. ദേഹത്തും തലയിലും പുരണ്ട ചെളിപോലും തുടച്ചു കളയാൻ ശ്രമിക്കാതെ കൊയ്ത്തു തുടർന്നു. യജമാനൻ കുറച്ചു ദൂരത്തു മാറിയപ്പോഴാണ് അവളുടെ ഉള്ളിലെ ചൂളൽ മാറിയത്.

“യശമാ. കൊയ്യണതല്ല നോക്കിയേ... നീ കണ്ടാ.” ചെറുമ അടുത്തു നിന്നു കൊയ്യുന്ന കാളിയോട് താഴ്ന്ന ശബ്ദത്തിൽ പറഞ്ഞു.

“ഓ... തമ്പ്രാന് എന്താണേലും ആകാലോ. പോണമത്രം ഈടെ

വേല ചെയ്തിട്ട് പോമ്പം എന്നെ പിടിച്ചതാ. ഞായെന്തോ ചെയ്യാനാ. തുറുന്റടുത്തു ചെല്ലാമ്പറഞ്ഞു. പോവ്വാതെ പറ്റോ ഞാമ്പോയി. അമ്പ്രാന്റെ കാര്യം കഴിഞ്ഞാ എന്നെ വിട്ടേ."

"ഇന്നൊളൊരു ദെവസം ലച്ച്മീടെ കുടീല് ഉച്ചതിരിഞ്ഞപ്പോ ചെന്നെന്ന് അവളു പറഞ്ഞിരുന്നു. തമ്പ്രാനകത്തൊള്ളപ്പം അവടെ ആമ്പ റന്നോൻ വന്നു. പച്ചേല് തമ്പ്രാനകത്തൊള്ളതറിഞ്ഞ് അങ്ങേര് മാറിക്ക ളഞ്ഞു."

"എനിക്കതെല്ല മനോവെഷമം. ന്റെ മൂത്തോൾ കാത്തൂന് വയത് പന്തി രണ്ടാകാറായി. ഇന്നാളൊരൂസം അവളെ തമ്പ്രാൻ സരിക്ക് നോക്കുന്ന ഞാൻ കണ്ടാർന്നു."

"എന്നാ ചെയ്യും. തമ്പ്രാക്കൾക്ക് എന്തോണേലും ആവാല്ലോ."

"എല്ലാം തമ്പ്രാന്. നമ്മള് വേല ചെയ്ത് കൂട്ടുന്നതും നമ്മടെ ഒടമ്പും."

"നമ്മടെ ദേഹത്തു തൊടുമ്പോ അയ്ത്തോമില്ല ശുത്തവൃത്തിയില്ല" ഒരു കണ്ടത്തിലെ കൊയ്ത്ത് കഴിഞ്ഞ് എല്ലാവരും ഉച്ചയ്ക്ക് ഭക്ഷണം കഴിക്കാനായി പാടത്തുനിന്നും കയറി. ചിലരെല്ലാം വെയിലു കൊള്ളാ തിരിക്കാൻ തലയിൽ കെട്ടിയിരുന്ന തുണി അലക്ഷ്യമായി മാറിൽ ഇട്ടി രുന്നു. ഇവിടുത്തെ കൊയ്ത്തും മെതിയും കഴിഞ്ഞുവേണം പാട്ടത്തിനെ ടുത്ത വയലിലെ നെല്ല് കൊയ്യുവാൻ. കൃഷി ചെയ്യുന്നവർ വിളഞ്ഞുകിട ക്കുന്ന നെല്ല് കൊയ്യണമെങ്കിൽ ജന്മിക്ക് കാഴ്ച നല്കി അനുവാദം വാങ്ങണം. കാൽകുറ്റി നെല്ല്, ഒരുകെട്ട് വെറ്റില, പത്ത് അടയ്ക്കാ, രണ്ടു മൂന്നു പണം എന്നിവ കാണിക്കയായി നല്കണം. എങ്കിലേ തമ്പ്രാൻ അനു വാദം നല്കൂ.

മെതി കഴിഞ്ഞ് പറയ്ക്കളന്ന് ചണച്ചാക്കിൽ നിറച്ച് കാളവണ്ടിയി ലാക്കി നെല്ല്, ഉടമയുടെ ചിറ്റാരിയിലേക്ക് കൊണ്ടുപോയശേഷമാണ് കള മൊഴിഞ്ഞത്. എല്ലാവരും തളർന്നിരുന്നു. എന്നിട്ടും മനസ്സിലെ ആധി വിട്ടു മാറുന്നില്ല. നാമമാത്രക്കൂലിയാണ് എല്ലാവർക്കും ലഭിച്ചത്. പൊരിവെയി ലുകൊണ്ട് വിയർപ്പൊഴുക്കി അദ്ധ്വാനിച്ചത് മിച്ചം. കൂലിയുമായി കുടിലി ലെത്തുമ്പോൾ വരി പിരിക്കാനാളെത്തും.

തലയറ കൊടുക്കണം. പണ്ട് മാർത്താണ്ഡവർമ്മ മഹാരാജാവ് തുട ങ്ങിവെച്ച കരമാണ്. ആയിരത്തോളം തൃപ്പടിദാനവും വളരെ യുദ്ധങ്ങളും നടത്തി ഭണ്ഡാരം നിശ്ശേഷം കാലിയായതു നികത്താൻ കണ്ടുപിടിച്ച എളുപ്പമാർഗ്ഗം. പതിനാറു മുതൽ അറുപതുവരെ പ്രായമുള്ള എല്ലാവരും ഇതു നല്കണം. നായന്മാരേയും മാപ്പിളമാരേയും കൊങ്കിണികളേയും ഇതിൽ നിന്നൊഴിവാക്കിയിരുന്നു.

തങ്ങളു കൃഷിചെയ്ത നെല്ലു വിളവെടുത്താൽ പാട്ടവും കൊടു ക്കണം വാരിയും നുരിയും.

തമ്പ്രാക്കന്മാർക്ക് പാട്ടം അളക്കുമ്പോൾ പത്തുപറ നെല്ലിന് ഉണ ക്കുവാനായി മൂന്നുപറ നെല്ലുകൂടി അളന്നു നല്കണം. ഒരു പറയളക്കു മ്പോൾ ഒരു പിടിനെല്ലും പത്തുപറ അളക്കുമ്പോൾ രണ്ടു കുമ്പിൾ നെല്ലും

നുരിവെക്കും. കണക്കുതെറ്റാതിരിക്കാനാണെന്നാണു വെയ്പ്പ്. ഈ നെല്ലും തമ്പ്രാനെടുക്കും. പാട്ടം അളവിനുശേഷം അളവുകാരനും നെല്ലു കൊടുക്കണം. ഇതിന് മുക്കാൽ എന്നു പറയും. ഇതെല്ലാം കഴിയുമ്പോൾ വട്ടിയിലിടാൻപോലും പൊലിയുണ്ടാവില്ല. തൊണ്ണൂറ് ദിവസം പൊരിവെയിലുകൊണ്ട് ചോരനീരാക്കി വിളയിച്ചതിൽ ഭീമമായ പങ്കും ബലികൊടുക്കേണ്ടിവരുന്നു.

ഓണം പിറന്നാലും ഉണ്ണി പിറന്നാലും കോരന് കുമ്പിളിൽത്തന്നെ കഞ്ഞി. ആ കഞ്ഞിയിൽ വറ്റുണ്ടോ എന്ന് അരിച്ചുനോക്കണം.

ലച്ചുമിയുടെ കണ്ണുകൾ നിറഞ്ഞു.

ഒരു ദീർഘനിശ്വാസത്തിൽ ആശ്വാസം കണ്ടെത്താനവൾ ശ്രമിച്ചു.

ആറ്

കോയിക്കപ്പള്ളിയിൽ വീടിന്റെ അകത്തളം മൗനമായും ശോക ഛായ കലർന്നും കാണപ്പെട്ടു. ശങ്കരൻ നായർ കസേരയിൽ ചാഞ്ഞിരിക്കുന്നു. രാധമ്മ അയാളുടെ അടുത്ത് തറയിലിരിക്കുന്നു. ഗോപാലൻ തിണ്ണയിൽ തല കുമ്പിട്ടിരിക്കുന്നു. കൃഷ്ണൻ ചായ്പ്പിൽ കയറ്റു കട്ടിലിൽ കിടക്കുകയാണ്. കൃഷ്ണന്റെ ഭാര്യ കരഞ്ഞു കലങ്ങിയ കണ്ണുകളുമായി അടുക്കളയിൽ അലസമായി പാചകത്തിലേർപ്പെട്ടിരിക്കുന്നു.

"ഈ ചെക്കന് എന്താ പറ്റിയേ. തങ്കം പോലൊരു പെണ്ണൊണ്ട്. അല്ലെങ്കിൽത്തന്നെ എന്തെങ്കിലും തോന്നിയാൽ ആളും തരോം കണ്ട് പ്രവർത്തിക്കണ്ടേ."

"ദേ, ദേ, അവനെ ന്യായീകരിക്കല്ലേ. അവൻ കാണിച്ചതന്യായാ."

"എടീ. ഇതൊന്നും ഇക്കാലത്തന്യായമൊന്നുമല്ല. ആണുങ്ങളായാൽ ഇതൊക്കെ പതിവാ."

"ദാ, ഗോപാലനപ്രത്തിരിക്കുന്നു. അവൻ കേക്കണ്ടാ."

"ങ്ങാ, അവനെങ്ങനെയാ ഇല്ലത്തെ നമ്പൂരിശ്ശിയുമായി ബന്ധം ഉണ്ടാക്കിയെന്നാ എന്റെ സംശയം."

"ഇനി എന്തൊക്കെ പുകിലാണോ ഉണ്ടാകാൻ പോകുന്നത്?"

"ഒന്നുമുണ്ടാകില്ലെടി. മഠത്തിലേത്ത് ഗീവർച്ചനൊള്ളപ്പോ നമ്മളെന്തിനാണ് ഭയപ്പെടുന്നത്. എല്ലാം അങ്ങേരു നോക്കിക്കൊള്ളും. അങ്ങേർക്ക് എല്ലായിടത്തും നല്ല പിടിപാടാ. പോരാത്തതിന് കൊട്ടാരത്തിലെ കൊച്ചു തമ്പുരാനും അവിടുത്തെ ആളാ."

ഗോപാലനതു കേട്ടപ്പോൾ അല്പം ആശ്വാസമുണ്ടായി. മാധവന്റെ കാര്യമാണച്ഛൻ പറഞ്ഞത്. അയാളെ തനിക്കും പരിചയമുണ്ട്. ജോസഫിന്റെ കൂട്ടുകാരനുമാണ്. എന്തെങ്കിലും കുഴപ്പമുണ്ടായാൽ കൊട്ടാരം വഴി കാര്യങ്ങൾ ചെയ്യാൻ മാധവനെ കൊണ്ടു സാധിക്കും.

കൃഷ്ണന് കുറച്ചകലെയായി സ്ഥിതിചെയ്തിരുന്ന ഒരു നമ്പൂതിരി ഇല്ലത്തെ സ്ത്രീയുമായി അടുപ്പമുണ്ടായി. അവളുടെ ഭർത്താവ് താലി കെട്ടിയതല്ലാതെ ഭർതൃധർമ്മം നിറവേറ്റിയിരുന്നില്ല. കണ്ടുമുട്ടുന്നതുതന്നെ വിരളം. ഭാര്യത്വത്തിന്റെയും മാതൃത്വത്തിന്റെയും അനുഭൂതികൾ ഉൾക്കൊള്ളാനാവാതെ ഒരു വിധവയെപ്പോലെ ജീവിതം നയിക്കേണ്ട നിർഭാഗ്യമാണ് സ്ത്രീക്കുണ്ടായിരുന്നത്. ഭർത്താവിന് വേറെ വേളിയും പല ബന്ധങ്ങളും ഉണ്ടായിരുന്നു. ഈ സാഹചര്യത്തിലാണ് അവളുടെ മുമ്പിൽ കൃഷ്ണൻ വന്നുപെട്ടത്. ആ ബന്ധം അചിരേണ വളർന്നു. സന്ധ്യയുടെ മങ്ങിയ ഇടനാഴികളിലും ഇരുട്ടിന്റെ യവനികയ്ക്ക് പിന്നിലും അവരൊന്നായി. സംശുദ്ധമായ സ്ത്രീ സംസർഗ്ഗവും പ്രേമവും വൈകാരിക പ്രതിബദ്ധതയും എന്തെന്നറിവില്ലാത്ത ഭർത്താവിനേക്കാൾ അവൾ കൃഷ്ണനെ ഇഷ്ടപ്പെട്ട് സ്വീകരിച്ചു. സാമാന്യ മനുഷ്യാവസ്ഥയുടെ ആവശ്യഭാഗമായ വേഴ്ചകളും വൈകാരികബന്ധങ്ങളും നിരോധിക്കപ്പെട്ട അവസ്ഥയിലായിരുന്ന അവളിൽ കൃഷ്ണൻ തേൻമഴയായി പെയ്തിറങ്ങി. ആരുമറിയാതെ തുടർന്നിരുന്ന വേഴ്ച ഇപ്പോൾ പിടിക്കപ്പെട്ടിരിക്കുന്നു. സ്മാർത്തവിചാരമെന്ന നടപടിക്കൊരുങ്ങുകയാണെന്നു ജനസംസാരം. അന്തർജ്ജനങ്ങളിൽ ചാരിത്ര്യദോഷമാരോപിച്ചാൽ അതിനെക്കുറിച്ച് വിചാരണ ചെയ്ത് തീരുമാനമെടുക്കുന്ന നടപടിയാണത്. ഇത് നിർത്തലാക്കിയിട്ട് അഞ്ചാറു കൊല്ലമായിയെന്നും പറഞ്ഞുകേൾക്കുന്നു.

ഋതുമതിയായ ഒരു അന്തർജ്ജനം അച്ഛനെയും ഭർത്താവിനെയുമൊഴികെ ഒരു പുരുഷനേയും കാണുകപോലുമരുതെന്നാണ് ബ്രാഹ്മണ്യ നിയമം. വിത്തുകാളകളെപ്പോലെ പലയിടത്തും നടക്കുന്ന ഇവർ തങ്ങളുടെ സ്ത്രീകളുടെ പാതിവ്രത്യം കാക്കാൻ പല നിയമങ്ങളുമുണ്ടാക്കി.

അന്തർജ്ജനങ്ങളുമായി ശയിക്കുന്ന മാടമ്പികളെ ദേഹണ്ഡം ചെയ്യാൻ പാടില്ലയെന്നാണ് നിയമം. ആ സ്ത്രീയെ പ്രാപിക്കുന്ന ശൂദ്രനെ നപുംസകമാക്കണം. വൈശ്യനെങ്കിൽ ഒരുകൊല്ലം കാരാഗ്രഹവാസം. തുടർന്ന് അവന്റെ സർവ്വസ്വത്തും കണ്ടുകെട്ടണം. ക്ഷത്രിയനെങ്കിൽ ആയിരം പണം പിഴ. ഒപ്പം കഴുത മൂത്രം തലയിൽ പുരട്ടി മുണ്ഡനം ചെയ്യണം.

നിയമങ്ങൾ കർശനമായിരുന്നു. ഒരു വിട്ടുവീഴ്ചയുമില്ല. ശങ്കര സ്മൃതിയാണിതിനാധാരം. ഇതിൽ അനുരസിക്കും പ്രകാരം കുറ്റാരോപിതയെ സാധനം എന്നാണ് പിന്നീട് വിളിക്കുക. വാദ്ധ്യാനോടും സ്വജനങ്ങളോടും വിവരം ധരിപ്പിച്ചശേഷം സ്ത്രീയെക്കുറിച്ച് വേലക്കാരോട് അന്വേഷിക്കുന്നു. വേലക്കാരുടെ വാക്കുകൾകൊണ്ട് ഗൃഹസ്ഥന്റെ സംശയത്തിന് ആക്കം കൂടുകയാണെങ്കിൽ അവരെ മറ്റുള്ളവരിൽനിന്നും മാറ്റിത്താമസിപ്പിക്കുന്നു. ആ മുറിക്ക് അഞ്ചാംപുരയെന്നു പേർ. തുടർന്ന് രാജാവിനെ അറിയിക്കും. രാജാവ് നാല് മീമാംസകരേയും സ്മാർത്തനേയും വരുത്തി തന്റെ പ്രതിനിധിയായ ഒരു ബ്രാഹ്മണനോടൊന്നിച്ച് അവരെ അഞ്ചാം പുരയിലയയ്ക്കും. കുറ്റം തെളിയിക്കാൻ പല ദണ്ഡമുറകളും പ്രയോ

ഗിക്കും.

മാളികമുറിയിൽനിന്ന് പായയിൽ പൊതിഞ്ഞ് ഉരുട്ടിയെറിയുക, കിടക്ക മുറിയിലേക്ക് വിഷസർപ്പങ്ങളെ കടത്തിവിടുക തുടങ്ങിയവ ഇതിൽപ്പെടും. കുറ്റസമ്മതത്തിനുള്ള തുടർച്ചയായ നിർബ്ബന്ധത്തിനും പീഡനങ്ങൾക്കുമൊടുവിൽ ആരും കുറ്റം സമ്മതിച്ചുപോകും. അവസാനം ദോഷം സംഭവിച്ച സാധനത്തിനെ രാജാവിന്റെ അനുമതിയോടെ കൈകെട്ടി പുറന്തള്ളുന്നു. അവർ ദോഷക്കാരായി പറഞ്ഞ പുരുഷനെ ഭ്രഷ്ട് കല്പിച്ച് ബഹിഷ്കരിക്കുന്നു.

നാലഞ്ചുകൊല്ലം മുമ്പുനടന്ന മുറിയേടത്ത് താത്രികുട്ടിയുടെ സ്മാർത്ത വിചാരമാണ് അറിയപ്പെട്ട അവസാനത്തേത് എന്നും അതിനുശേഷം കൊച്ചി രാജാവ് ഇതു നിർത്തലാക്കിയെന്നും ശ്രീമൂലം തിരുനാളും ഇതേ ചിന്താഗതിക്കാരനായതിനാൽ ഇപ്പോൾ ഇത്തരം നടപടികളില്ലെന്നും കേൾക്കുന്നു.

എന്നാൽ നിയമംമൂലം തിരുവിതാംകൂറിൽ ഇതു നിരോധിച്ചിട്ടില്ലെന്നും ആ സ്ത്രീക്കെതിരെ ഭർത്താവ് സ്മാർത്ത വിചാരത്തിനൊരുങ്ങുന്നുവെന്നും ശങ്കരൻ നായരോട് ഒരു പരിചയക്കാരൻ പറഞ്ഞിരുന്നു. അങ്ങനെയാണെങ്കിൽ ഇതു തെളിയിക്കപ്പെട്ടാൽ കൃഷ്ണനും ശിക്ഷ ഏറ്റുവാങ്ങേണ്ടി വരുമെന്നാണ് രാധമ്മയുടെ മാന്യവിലാപം. ആ സ്ത്രീയുമായി വേഴ്ച നടത്തിയതിൽ ശങ്കരൻ നായർക്കോ രാധമ്മയ്ക്കോ സങ്കോചമോ വൈക്ലബ്യമോ ഉണ്ടെന്നു പറയവയ്യ. എന്നാൽ നമ്പൂതിരിമാരുടെ ശിക്ഷയേല്ക്കുകയെന്നാൽ അതിൽപ്പരം മാനനഷ്ടം വേറൊന്നുമില്ല. അങ്ങനെ വല്ലതുമുണ്ടായാൽ അതിനെ തടയിടുന്നതിനുവേണ്ടിയുള്ള കാര്യങ്ങൾ നടത്തുന്നതിന് പ്രാപ്തരായ ആളുകളെ കാണുകയാണു വേണ്ടതെന്നാണ് ഗോപാലന്റെ അഭിപ്രായം. മനസ്സിൽ തീരുമാനമെടുത്ത ശങ്കരൻനായർ വേഗനെയെഴുന്നേറ്റ് മുഖം കഴുകി മുണ്ടുടുത്ത് രണ്ടാം മുണ്ടും തോളിലിട്ട് വീടിനു പുറത്തേക്കിറങ്ങി.

ഏഴ്

രണ്ടു സുപ്രധാന വാർത്തകളുമായാണ് ദിനപത്രമായ *മലയാള മനോരമ* ഉഷസ്സുണർത്തിയത്. രണ്ടും നസ്രാണി ക്രൈസ്തവരിൽ നടുക്കവും വേദനയും അമർഷവും നുരഞ്ഞുപൊന്താൻ പര്യാപ്തമായവയായിരുന്നു.

ഒന്നാമത്തെ വാർത്ത, നിരണം പള്ളിയിലെ പൊൻകുരിശ് മോഷണം പോയിരിക്കുന്നു.

പുരാതന ദേവാലയമായ നിരണം പള്ളിയിലെ ചരിത്ര പ്രസിദ്ധമായ പൊൻകുരിശ് കഴിഞ്ഞ രാത്രിയിൽ മോഷ്ടിച്ചുകൊണ്ടുപോയി. എട്ടുറാത്തലിലധികം തൂക്കത്തിൽ, തനിത്തങ്കത്തിൽ തീർത്ത കുരിശാണ് തസ്കര സംഘം കവർന്നിരിക്കുന്നത്. പള്ളിയുടെ മുകളിലെ ഓടു പൊളിച്ചാണ് അകത്തുകടന്നത്. മോഷണത്തിന് ഉടുമ്പിനെയും ഉപയോഗപ്പെടുത്തിയതായി സംശയിക്കുന്നു. തുറന്നുകിടന്നിരുന്ന വാതില്ക്കൽ കണ്ടെത്തിയ കാഷ്ടം ഉടുമ്പിന്റേതെന്ന് കരുതുന്നു. തിരുവിതാംകൂർ പൊലീസിലെ ഉന്നതരായ ആഫീസർമാർ കേസന്വേഷണം ആരംഭിച്ചു. കുപ്രസിദ്ധരായ ചില മോഷ്ടാക്കളെ ചുറ്റിപ്പറ്റി അന്വേഷണം പുരോഗമിക്കുന്നു. ഉടനെതന്നെ മോഷ്ടാക്കളെ കുടുക്കുമെന്ന് ആഫീസർമാർ അറിയിച്ചു. രണ്ടാമത്തെ വാർത്ത.

വട്ടശ്ശേരിൽ മെത്രാച്ചനെതിരെ മുടക്കുനീക്കം.

സുറിയാനി സഭയുടെ മെത്രാപ്പോലീത്തന്മാർ ദീവന്നാസിയോസിനെ, ചില കുബുദ്ധികളുടെ പ്രേരണയാൽ പാത്രിയർക്കീസ് – ബാവാ മുടക്കുവാനാലോചിക്കുന്നു. സഭയുടെ പള്ളികളും സ്വത്തുകളും ബാവായുടെ പേരിൽ എഴുതി നല്കാത്തതിൽ നീരസം പൂണ്ടാണീ നടപടിയെന്ന് വ്യക്തമാകുന്നു. വിശുദ്ധമായ പ്രാർത്ഥനാ ജീവിതവും പരമ്പരാഗതമായ ആർജ്ജ

വവും ഉദാത്തമായ ധൈര്യവും ജീവിതലാളിത്യവും കൈമുതലായുള്ള മെത്രാൻ, ബാവായുടെ ഇംഗിതത്തിനു വഴങ്ങാതെ സഭാമക്കളുടെ ആലോചനപ്രകാരം ഭരണം നടത്തുവാനാണ് ശ്രമിക്കുന്നത്. മലങ്കര മെത്രാപോലീത്ത തന്റെ വരുതിക്ക് വരുന്നില്ലെന്നു മനസ്സിലാക്കിയ ബാവാ മെത്രാന്റെ ഒന്നു രണ്ട് എതിരാളികളെ കൂട്ടുപിടിച്ച് അസത്യാരോപണങ്ങൾ ചമച്ചാണ് മുടക്കുമെന്ന് ഭീഷണിയുയർത്തുന്നത്. മലങ്കരയിലെ ജനങ്ങൾ ഒന്നടങ്കം മെത്രാന്റെ പിന്നിൽ അണിനിരന്നിരിക്കയാണ്. സദാ ഭരണസമിതിയിലെ ഒന്നു രണ്ടുപേരൊഴികെ എല്ലാവരും തങ്ങളുടെ മെത്രാച്ചനുവേണ്ടി അരയും തലയും മുറുക്കി അങ്കത്തിനെന്നവണ്ണം തയ്യാറായിരിക്കയാണ്. ഉദയംപേരൂർ സുന്നഹദോസു കാലത്തെ അവസ്ഥാവിശേഷമാണ് സംജാതമായിരിക്കുന്നതെന്നും വീണ്ടുമൊരു കൂനൻ കുരിശു സത്യം ആസന്നമായിരിക്കുകയാണെന്നും സഭാനേതാക്കൾ അറിയിച്ചു.

ചെന്നിത്തല പഴയ പള്ളിയിലെ ഭീമാകാരമായ മണിയുടെ നാവ് തുടരെത്തുടരെ ചലിച്ചു. കൂട്ടമണി നാദം ഏതോ ആപല്ക്കരമായ സംഗതി വിളിച്ചോതുന്നുണ്ടായിരുന്നു. നാട്ടിലുള്ള നസ്രാണികൾ പള്ളിയിൽ ഒന്നിച്ചുകൂടി. വളരെ കുറഞ്ഞ സമയത്തിനകം പള്ളിയുടെ അങ്കണം ആളുകളെക്കൊണ്ട് നിറഞ്ഞു. പത്രവാർത്തയറിഞ്ഞവർ ചുരുക്കമായിരുന്നു.

നമ്മുടെ സഭയ്ക്കും മെത്രാച്ചനും ആപല്ക്കരമായ സ്ഥിതി സംജാതമാവാനിടയുണ്ടെന്നും ഇതിനെ നേരിടുന്നതിനെക്കുറിച്ചാലോചിക്കുവാനാണ് എല്ലാവരേയും വരുത്തിയതെന്നും ഉമ്മൻ വർഗ്ഗീസ് കത്തനാർ അവരെ അറിയിച്ചു.

വൈദേശികാധിപത്യത്തിനെതിരെ എന്നും പോരാടിയ ചരിത്രമാണ് തങ്ങൾക്കുള്ളതെന്നും തങ്ങൾ ഒറ്റക്കെട്ടായി മാർത്തോമ്മാ മാർഗ്ഗം തെളിച്ച പന്ഥാവിലൂടെ അഭംഗുരം യാത്ര തുടരുമെന്നും മെത്രാച്ചനുവേണ്ടി എന്തു ത്യാഗത്തിനും തയ്യാറാണെന്നും ഒരേ സ്വരത്തിൽ അട്ടഹസിച്ചു. ചുടുരക്തം തിളച്ച യുവകേസരികൾ മലങ്കര സഭയ്ക്കും വട്ടശ്ശേരിൽ മെത്രാച്ചനും ജയ് വിളിച്ചു. വൃദ്ധകണ്ഠങ്ങളിൽനിന്നും തീപ്പൊരി ചിതറി.

ആകാശമദ്ധ്യേ ആദിത്യൻ തന്റെ കോപതാപങ്ങൾക്ക് കാഠിന്യം വർദ്ധിപ്പിച്ചിരുന്നു. വന്നെത്തിയ പലരും ആഹാരം കഴിക്കാതെ ഓടിയെത്തിയതായിരുന്നു. കൂടുതൽ വിവരങ്ങൾ അറിയുന്നതിനനുസരിച്ച് ബാക്കി തീരുമാനമെടുക്കാമെന്ന അറിയിപ്പോടെ കമ്മിറ്റിക്കാരൊഴികെയുള്ളവർ പിരിഞ്ഞുപോയി. വികാരിയച്ചനും മഠത്തിലേത്ത് ഗീവർഗ്ഗീസും നെയ്ശ്ശേരിൽ മത്തായിസാറും മറ്റു കമ്മിറ്റിക്കാരും പള്ളിമേടയിലേക്ക് കയറി.

ഇപ്പോൾ ഉളവായ സംഭവ വികാസങ്ങളെക്കുറിച്ച് സാധാരണ ജനങ്ങൾക്ക് യാതൊരു ജ്ഞാനവുമില്ല. അവർ പള്ളിയിൽ പോകുന്നു. ആരാധിക്കുന്നു. വൈദികരേയും മറ്റും ബഹുമാനിക്കുന്നു. ഇവർക്ക് ഒരു പ്രയാസം നേരിട്ടാൽ അതിനായി അവർ എന്തു ത്യാഗത്തിനും തയ്യാറാണ്. അതുപോലെ, ഈ ദേശത്ത് ക്രിസ്തുമാർഗ്ഗം അറിയിച്ചത് മാർത്തോമ്മയാണെന്നും തങ്ങൾ മാർത്തോമ്മാ ക്രിസ്ത്യാനികളാണെന്നുമുള്ള

വിശ്വാസം അവരുടെ അന്തരംഗത്തിൽ രൂഢമൂലമാണ്.

യരുശലേമിലും റോമിലും ക്രിസ്ത്യാനികളുണ്ടായ അതേകാലത്തു തന്നെ ചിലപ്പോൾ വിവക്ഷിക്കുന്ന റോമിനെക്കാൾ മുമ്പുതന്നെ, ക്രിസ്തു ശിഷ്യനായ മാർത്തോമ്മയാൽ മലയാളദേശത്തു ക്രിസ്തീയ സമൂഹം രൂപംകൊണ്ടിരുന്നു. ശലോമോന്റെ കാലത്തിനുമുമ്പുതന്നെ ഭാരതവും സിറിയയുമായി കച്ചവടബന്ധമുണ്ടായിരുന്നു. ഇവിടെയെത്തിയ യഹൂദരിൽ ഒരുവിഭാഗം തദ്ദേശവാസികളുമായി കൂടിക്കലർന്ന് ഒരു പ്രത്യേക സമൂഹമായി മാറിയിരുന്നു. മാർത്തോമ ഇവരോടും സുവിശേഷം അറിയിച്ചു. യഹൂദർക്കാണ് മിശിഹായെയും ക്രിസ്തുവിനെയും വേഗം മനസ്സിലാക്കുവാൻ സാധിക്കുക. ആ യഹൂദ സമൂഹത്തിൽനിന്നാണ് മലയാളത്തിൽ ആദ്യം ക്രിസ്ത്യാനികളുദയം ചെയ്തത്. തുടർന്ന് പലയിടത്തും പല കുടുംബങ്ങൾ ഈ മാർഗ്ഗത്തിലേക്ക് കടന്നുവന്നു. നൂറ്റാണ്ടുകൾക്കുശേഷം പ്രബലമായ പല ബ്രാഹ്മണ സമൂഹങ്ങളിൽനിന്നും ആളുകൾ ആ മാർഗ്ഗം സ്വീകരിച്ചു. പകലോൻമഠം, ശ്രീശങ്കരപുരം, മഹാകാളിമഠം, കള്ളിയാങ്കൻ എന്നിവ അതിൽ ചിലതു മാത്രം. കാലക്രമേണ പ്രബലമായ ചില കുടുംബങ്ങളുടെ പേരുകൾ നസ്രാണി പാരമ്പര്യത്തിന്റെ മുന്നണിയിൽ അറിയപ്പെടാൻ തുടങ്ങി.

ഈ മാർഗ്ഗം അവലംബിച്ചവരിൽ ചിലരെ മാർത്തോമ്മ തലയിൽ കൈവെച്ച് ശുശ്രൂഷകരും പട്ടക്കാരുമായി നിയോഗിച്ചു. വിശ്വാസ സ്ഥിരതയ്ക്കായി കല്ലിലും തടിയിലും കുരിശു രൂപം നിർമ്മിച്ച് സ്ഥാപിച്ചു. ഭാരതത്തിൽ ഒട്ടുമിക്കയിടങ്ങളിലും അദ്ദേഹം സഞ്ചരിച്ച് തന്റെ ഗുരുവിന്റെ ആശയങ്ങൾ പ്രചരിപ്പിക്കുകയും ക്രൈസ്തവ സമൂഹങ്ങൾ ഉടലെടുക്കാൻ പ്രചോദനം നല്കുകയും ചെയ്തു. ഭാരതമെന്ന് ഇന്ന് വിവക്ഷിക്കുന്ന പല മേഖലകളിലും അദ്ദേഹം സദ് വാർത്തയറിയിച്ചു. കാശ്മീരിലെ സമൂഹത്തിന്റെ വളർച്ചയ്ക്കും ഉന്നമനത്തിനുമായി പേർഷ്യകാരനായ ബർയേശുവിനെ അവിടെ കല്പിച്ചാക്കി. തികഞ്ഞ ഭക്തനും വിശുദ്ധ ജീവിതം കൊണ്ട് അനേകരെ ആകർഷിക്കുകയും ചെയ്ത ഇദ്ദേഹത്തിന്റെ പ്രവർത്തനഫലമായി അനേകർ ക്രിസ്ത്യാനികളായി. അദ്ദേഹം മരിച്ച് കബറടക്കപ്പെട്ടു. പുണ്യജീവിതം നയിച്ച അദ്ദേഹത്തിന്റെ കബർ ഇന്നും സംരക്ഷിക്കപ്പെടുന്നു. അതുമാത്രമല്ല സാക്ഷാൽ യേശുക്രിസ്തുവിന്റെ കബറാണിതെന്ന് വിശ്വസിക്കുന്നവരും അവിടെയുണ്ട്. ഈ വിശ്വാസത്തിന്റെ പിന്നിൽ പ്രചരിച്ച ഒരു കഥ വാമൊഴിയായി അവരുടെയിടയിലുണ്ട്. ക്രൂശീകരണ സമയത്ത് യേശു രക്ഷപ്പെട്ടോടി കാശ്മീരിലെത്തിയെന്നും ശിഷ്ടകാലം അവിടെ കഴിച്ചെന്നും വയസ്സുചെന്ന് മരിച്ച് കബറടങ്ങിയെന്നുമാണത്. ഇസ്ലാം മതത്തിന്റെ ആവിർഭാവത്തിനുശേഷമാണീ കഥയുടെ ജനനവും പ്രചരിക്കലും.

ഭാരതത്തിലെ തന്റെ വേലയ്ക്കിടെ തമിഴ്നാട്ടിലും അനേക സമൂഹങ്ങൾ രൂപംകൊണ്ടിരുന്നു. വീണ്ടും അവിടെയെത്തിയ മാർത്തോമ്മായെ പറങ്കിമലയിൽവെച്ച് ശത്രുക്കൾ കുന്തത്താൽ മാരകമായി മുറിവേല്പി

ക്കയും അവിടെനിന്ന് പലായനം ചെയ്ത് അദ്ദേഹം മൈലാപ്പൂർ എന്ന കടൽക്കരയെത്തി ജീവൻ വെടിയുകയുമാണുണ്ടായത്. അനുയായികൾ അദ്ദേഹത്തിന്റെ ശരീരം അവിടെ അടക്കം ചെയ്കയും താമസംവിനാ അതിനോടു ചേർന്ന് ആരാധനാലയം നിർമ്മിക്കുകയും ചെയ്തു.

മാർത്തോമ്മയ്ക്കുശേഷം മാറിയെന്ന ശിഷ്യൻ തന്റെ ഗുരുവിന്റെ പാത പിന്തുടർന്നു. അദ്ദേഹം തന്റെ ഗുരുരൂപം കൊടുത്ത ദിക്കിലെല്ലാം സഞ്ചരിച്ച് അവരെ വിശ്വാസത്തിൽ സ്ഥിരമാക്കി. അങ്ങനെ ഓരോ കാലത്തും ഓരോരുത്തർ സഭയെ നയിച്ചു. അചിരേണ വിവിധങ്ങളായ പ്രാർത്ഥനാക്രമങ്ങളും വൈദികസ്ഥാനങ്ങളും സൃഷ്ടിക്കപ്പെട്ടു. മാറിയുടെ സഭയായ പേർഷ്യൻ സഭയിൽ നിന്നുള്ള വൈദിക പ്രധാനികളായിരുന്നു ഭാരതത്തിലെ ക്രൈസ്തവരുടെ ആത്മീയാവശ്യങ്ങൾ നിറവേറ്റി പോന്നിരുന്നത്. അവരോട് വിശ്വാസ ഐക്യമുണ്ടായിരുന്ന അലക്സാന്ദ്രിയൻ സഭയും ആദ്യ നൂറ്റാണ്ടുകളിൽ കേരളത്തിലെത്തിയിരുന്നു. പണ്ടു മുതൽ അലക്സാന്ത്രയയുമായി കേരളത്തിന് കടൽവഴി വ്യാപാരബന്ധമുണ്ട്. വേദശാസ്ത്രങ്ങളും ഒന്നായിരുന്നതിനാൽ മലയാളനാട്ടിലേക്ക് അവിടെ നിന്നും പണ്ഡിതവൈദികർ എത്തിയിരുന്നു. അങ്ങനെയെത്തിയവരിൽ പ്രമുഖനായിരുന്നു പാന്റനീസ്.

അങ്ങനെ പേർഷ്യൻ സഭയിൽ നിന്നെത്തിയിരുന്ന മേലദ്ധ്യക്ഷന്മാർ വൈദികാർത്ഥികളെ പട്ടംകെട്ടിയിരുന്നതിനാൽ മെത്രാന്റെയോ മറ്റു പുരോഹിത സ്ഥാനികളുടെയോ ആവശ്യകത അന്നുള്ളവർ ചിന്തിച്ചിരുന്നില്ല. വിശ്വാസികൾക്കാവശ്യമായ ആത്മീയ ശുശ്രൂഷ നിർവ്വഹിക്കുവാൻ പട്ടക്കാർ പര്യാപ്തരായിരുന്നു. പട്ടക്കാർക്കു മുകളിലുള്ള സ്ഥാനങ്ങൾ വഹിക്കുവാൻ തങ്ങൾ യോഗ്യരെങ്കിലും ആ സ്ഥാനങ്ങളുടെ മഹത്ത്വമോ ആവശ്യകതയോ അന്നത്തെ സാഹചര്യത്തിൽ അവരുടെ ചിന്താമണ്ഡലങ്ങളിൽ എത്തിയിരുന്നില്ല. ഭക്തിയുള്ള വിശുദ്ധജീവിതം നയിച്ച അവർ പ്രത്യേക സമൂഹമായി പരിഗണിക്കപ്പെട്ടിരുന്നു. സാമൂഹ്യമായും സാമ്പത്തികമായും ഉന്നതശ്രേണിയിൽ ജീവിതം നയിച്ച നസ്രാണികൾ നാടുവാഴികൾക്കും പ്രിയങ്കരരായിരുന്നു. ജീവിതത്തിലെ എല്ലാ തുറകളിലും സത്യസന്ധത വെച്ചുപുലർത്തിയ അവരുടെ സംരക്ഷണത്തിന് സൈന്യങ്ങളും ഉണ്ടായിരുന്നു. നസ്രാണി സൈന്യമുള്ള നാടുവാഴികളെ മറ്റു നാടുവാഴികൾ ഭയപ്പെട്ടിരുന്നു. നസ്രാണികളുടെ ആയോധന വൈദഗ്ദ്ധ്യം അന്ന് പ്രസിദ്ധമായിരുന്നു. നസ്രാണി രാജ്യമായ വില്ല്യാർവട്ടം രൂപപ്പെടുവാൻ കാരണവുമതാണ്. മറ്റുള്ളയിടങ്ങളിലെപ്പോലെ ക്രിസ്ത്യാനികൾ ഇവിടെ പീഡിപ്പിക്കപ്പെട്ടിരുന്നില്ല.

പേർഷ്യയിൽനിന്നും നാലാം നൂറ്റാണ്ടോടെ ക്നായിത്തൊമ്മെനെന്ന വർത്തക പ്രമാണിയുടെ നേതൃത്വത്തിൽ മലയാള നാട്ടിലേക്ക് ഒരു സമൂഹം കുടിയേറാൻ കാരണവും ഇവിടുള്ള നസ്രാണികളുടെ ഉന്നത ജീവിതനിലവാരത്തെക്കുറിച്ചുള്ള അന്യനാടുകളിലെ വാർത്തകളാണ്. നാടുവാഴികളും രാജാക്കന്മാരും ഇവർക്ക് വളരെ കാഴ്ചകളും പദവികളും

നല്കി ആദരിച്ചു. നസ്രാണികൾ യാതൊരു അസ്സഹിഷ്ണുതയും കൂടാതെ മറ്റുള്ളവരോട് സഹവർത്തിച്ചുവന്നു. ഇതിനെല്ലാം മാറ്റമുണ്ടായത് പോർച്ചുഗീസുകാരുടെ ആഗമനത്തോടെയാണ്. പോർച്ചുഗീസ് നാവികനായ വാസ്കോഡഗാമയോടൊപ്പമെത്തിയ കത്തോലിക്കാ ജെസ്യൂട്ട് പാതിരിമാർ നസ്രാണി ദേവാലയങ്ങൾ സന്ദർശിച്ചു. നസ്രാണികളുടെ വിശുദ്ധ ജീവിതവും ഉന്നതനിലവാരവും ദർശിച്ച് അവരിൽ ആകൃഷ്ടരായി. മറ്റിടങ്ങളിലെപ്പോലെ ഈ സഭയിൽ അപ്പോസ്തോലിക പിന്തുടർച്ചയോ മേല്പട്ട സ്ഥാനമോ ഇല്ലാത്തത് ശ്രദ്ധയിൽപ്പെട്ട അവർ അതു മുതലെടുത്ത് ഈ സമൂഹത്തെ തങ്ങളുടെ കൈക്കീഴിലാക്കാൻ കുതന്ത്രങ്ങൾ മെനഞ്ഞു. എല്ലാ ഭാരതീയരെയുംപോലെ ആതിഥ്യ മര്യാദയിൽ മുന്നിട്ടു നിന്ന നസ്രാണികൾ ഇവരെ സ്വീകരിച്ചു. അവർ പോകുന്ന ദേശത്തെല്ലാം റോമയുടെ ലത്തീൻ ആരാധനാരീതി പ്രചരിപ്പിച്ച് അവരുടെ സഭയിലാക്കുന്നതിന് അവർ യത്നിച്ചിരുന്നു. ഇവിടേയും അതുതന്നെ സംഭവിച്ചു.

പതിനഞ്ചു നൂറ്റാണ്ടിലധികമായി നടത്തിവന്ന രീതികളെല്ലാം അവർ മാറ്റിമറിച്ചു. ചോദ്യം ചെയ്യാനാവാത്തവിധം അവരുടെ സൈനികശക്തിയും ആധിപത്യവും അപ്പോഴേക്കും വർദ്ധിച്ചിരുന്നു. കുറെക്കാലംമുമ്പ് ഫ്രാൻസിസ് സേവ്യർ എന്ന മിഷനറി കേരളത്തിലെത്തിയിരുന്നു. നസ്രാണി സമൂഹത്തെ കാണുകയും ബന്ധപ്പെടുകയും ചെയ്തിരുന്നെങ്കിലും തീരദേശവാസികളായ കുറച്ചു മുക്കുവരെ മാത്രമേ അദ്ദേഹത്തിന് തന്റെ മതവിഭാഗത്തിലേക്ക് മുതൽക്കൂട്ടാനായുള്ളൂ. പറങ്കികളുടെ ആധിപത്യത്തിലാണ് ആദ്യമായി നസ്രാണികൾ പീഡിപ്പിക്കപ്പെട്ടത്. ഒരുപക്ഷേ, ഏറ്റവും കൂടുതൽ പീഡയനുഭവിക്കുകയും അടർത്തിമാറ്റപ്പെടുകയും ചെയ്തത്. അവരുടെ ജീവിതത്തിലെ എല്ലാ മേഖലകളിലും കൈയേറ്റം അനുഭവപ്പെട്ടപ്പോഴാണ് മാത്തൻ ചേരിയിലെ പഴയ ചരിഞ്ഞ കുരിശിൽ ആലാത്തു കെട്ടി അതിൽപിടിച്ച് നസ്രാണികുലം ഒന്നായി റോമാനുകം കുടഞ്ഞു കളഞ്ഞത്. തങ്ങളുടെ ആവശ്യപ്രകാരം പേർഷ്യയിൽനിന്നു വന്ന ഒരു ബാവായെ കടലിൽ കെട്ടി താഴ്ത്തിയതറിഞ്ഞാണ് വർദ്ധിത വീര്യത്തോടെ നസ്രാണികൾ സടകുടഞ്ഞെഴുന്നേറ്റത്.

പിന്നീട് പന്ത്രണ്ടു പട്ടക്കാർ ചേർന്ന് വാഴിച്ച സ്വദേശി മെത്രാന് സാധുതയില്ലെന്നവർ പറഞ്ഞുപരത്തി. മറ്റ് പല സഭകളിലും സാദ്ധ്യതയുണ്ടായിരുന്ന ഇത് ഇവിടെ മാത്രം എങ്ങനെ സാദ്ധ്യതയില്ലാതാകും എന്നാരും ചോദിച്ചില്ല. ഇവരുടെ കുപ്രചരണത്താൽ ഒരു വലിയ വിഭാഗം റോമാ സഭയിലേക്ക് ചേക്കേറി. അവരെ പഴയകൂട്ടുകാർ എന്ന് അവർതന്നെ വിളിച്ചു. മാർത്തോമ്മായുടെ ആഗമനം മുതൽ ഇവിടെയുണ്ടായിരുന്ന പുരാതന സഭയെ പുത്തൻ കൂട്ടുകാർ എന്നും വിളിക്കുവാൻ തുടങ്ങി. പട്ടത്വത്തിന്റെ സാധുത ക്രമപ്പെടുത്തുന്നതിനെക്കുറിച്ചാലോചിച്ച് അതിലേക്കായി എല്ലാ കിഴക്കൻ സഭകളിലേക്കും എഴുത്തുകളയച്ചു. അങ്ങനെയാണ് ആദ്യമായി അന്ത്യോക്യൻ സഭയിൽനിന്നും മെത്രാന്മാർ എത്തുന്നത്. അന്നതു നിലനില്പിന്റെ പ്രശ്നമായിരുന്നതിനാൽ മെല്ലെ ആ സഭ

യുടെ ഭാഗമാകാൻ തുടങ്ങി. ആദ്യമാദ്യം അവർ ആത്മീയാവശ്യങ്ങൾ നിറവേറ്റിത്തന്നുവെങ്കിലും ക്രമേണ അവരുടെയും കണ്ണുകൾ ഇവിടുള്ള സമ്പത്തിന്റെയും അധികാരത്തിന്റെയും നേരെയായി.

പോർച്ചുഗീസുകാർക്കുശേഷം ഡച്ചുകാരും തുടർന്ന് ഇംഗ്ലീഷുകാരും മലയാളദേശമുൾപ്പെടുന്ന ഭൂവിഭാഗം കൈവശപ്പെടുത്തി. ഇംഗ്ലീഷുകാർക്കൊപ്പം വന്ന മിഷനറിമാർ വിദ്യാഭ്യാസത്തിനു മുൻതൂക്കം നല്കിയതിനാൽ അവരോടൊപ്പം പ്രവർത്തിക്കുവാൻ സഭ തുനിഞ്ഞു. എന്നാൽ അവർ അവരുടെ നവീന സിദ്ധാന്തങ്ങൾ മലങ്കരയിൽ അടിച്ചേല്പിക്കുവാൻ ശ്രമിച്ചപ്പോൾ മാവേലിക്കരയിൽ കൂടിയ പ്രതിപുരുഷയോഗത്തിൽ അവരുമായുള്ള ബന്ധം അവസാനിപ്പിക്കുവാൻ തീരുമാനമെടുത്തു. അന്നും ഈ സഭയുടെ വളരെ സ്വത്തുക്കൾ ത്യാഗം ചെയ്യേണ്ടതായി വന്നു. എന്നാൽ അവർ വിതച്ച നവീനാശയങ്ങളുടെ ബീജങ്ങൾ ചിലയിടങ്ങളിൽ മൊട്ടിട്ടു. കുറെപ്പേർ അതാണു ശരിയെന്നു വാദിക്കുവാൻ തുടങ്ങി. അതിലൊരാൾ സഭയുടെ അനുമതിയില്ലാതെ ശീമയിൽ പോയി പാത്രിയർക്കീസിൽനിന്നും പട്ടമേറ്റ് തിരികെയെത്തി. അപ്പോഴേക്കും സഭാ തലവന്റെ പേര് മലങ്കര മെത്രാപ്പോലീത്തായെന്നായി. അധികാരപരിധിയും വളർന്നിരുന്നു. പുതിയയാൾ താനാണ് യഥാർത്ഥ മലങ്കര മെത്രാനെന്ന് അവകാശപ്പെട്ടു. രാജകീയ വിളംബരവും അദ്ദേഹത്തിനനുകൂലമായി. വളരെയധികം വിശ്വാസ വിപരീതങ്ങൾ ഉൾക്കൊള്ളുന്ന ആശയങ്ങൾ പ്രചരിപ്പിക്കുന്ന നവീകരണ മെത്രാനേയും സംഘത്തേയും നേരിടുവാനാണ് സാക്ഷാൽ പാത്രിയർക്കീസിന്റെ സഹായം സഭ തേടിയത്. അത് ഏറ്റവും വലിയ മരണമായിത്തീരുമെന്ന് അന്ന് സ്വപ്നേപി നിനച്ചിരുന്നില്ല. വറചട്ടിയിൽനിന്ന് എരിതീയിലേക്ക് എന്ന സ്ഥിതിയിലേക്കായിരുന്നു സഭയുടെ ഗതി. പാത്രിയർക്കീസെത്തി മുളന്തുരുത്തിയിൽ നടത്തിയ സുന്നഹദോസിൽ എല്ലാം ക്രമമാക്കിയെങ്കിലും സഭയെ തന്റെ കൈക്കീഴിലാക്കാൻ അദ്ദേഹവും ശ്രമിച്ചു.

മലങ്കര മെത്രാപ്പോലീത്തായുടെ അധികാരം കുറച്ചുകാണിക്കുവാൻ മലങ്കരയെ ഏഴു ഭാഗമാക്കി ഏഴുപേർക്ക് പട്ടം നല്കി അവരെ ഓരോന്നിന്റെ അധിപന്മാരാക്കി. അവരിൽനിന്ന് അധികാര പത്രവും എഴുതിവാങ്ങിയിരുന്നു. എന്നാൽ മലങ്കര മെത്രാപ്പോലീത്താ പുലിക്കോട്ടിൽ രണ്ടാമൻ ധിഷണാശാലിയും പ്രാർത്ഥനാ മനുഷ്യനുമായതിനാൽ പ്രശ്നങ്ങളെ ബുദ്ധിപൂർവ്വം കൈകാര്യം ചെയ്തു. അന്നു പട്ടം ലഭിച്ച ഏഴുപേരിൽ ഒരാൾ ജീവിച്ചിരുന്നപ്പോൾത്തന്നെ പരിശുദ്ധനെന്നു ഗണിച്ചിരുന്ന പരുമല തിരുമേനിയായിരുന്നു.

പട്ടംകെട്ടി ഓരോ ഭദ്രാസനങ്ങളുടെയും ചുമതലയേല്പിച്ച് തന്നെയല്ലാതെ പുലിക്കോട്ടിൽ മെത്രാച്ചനെ ഒരു കാര്യത്തിലും അനുസരിക്കുകയോ മേൽസ്ഥാനിയായി കരുതുകയോ ചെയ്യരുതെന്ന് കർശന നിർദ്ദേശം നല്കിയിട്ടാണ് പാത്രിയർക്കീസ് തിരികെപ്പോയത്.

എന്നാൽ എല്ലാ മെത്രാച്ചന്മാരും പുലിക്കോണ്ടിൽ രണ്ടാമനെ മല

ങ്കര മെത്രാപ്പോലീത്തായെന്ന് എണ്ണുകയും അദ്ദേഹത്തിന്റെ ഭരണത്തിൻ കീഴിൽ പ്രവർത്തിക്കുകയും ചെയ്യുന്ന കാഴ്ചയാണ് പിന്നീട് മലങ്കരയിൽ കണ്ടത്. കാലങ്ങൾ മാറവേ അദ്ദേഹം തന്റെ ശിഷ്യനായ ഗീവർഗ്ഗീസ് മല്പാനെ അടുത്ത മെത്രോപ്പോലീത്തയായി കാണുകയും സുറിയാനി ക്രിസ്ത്യാനി അസോസിയേഷൻ, അദ്ദേഹം സർവ്വഥാ യോഗ്യനെന്നു കണ്ട് ആ സ്ഥാനത്തേക്ക് തെരഞ്ഞെടുക്കുകയുമുണ്ടായി. അദ്ദേഹത്തിനും പട്ടം നല്കിയത് പാത്രിയർക്കീസായിരുന്നു.

മെത്രാന്മാരെ വാഴിക്കുന്നതിനും മറ്റും മലങ്കരയിൽ ഒരു ക്രമീകരണമുണ്ടാവണമെന്ന് വളരെക്കാലമായി ആലോചിച്ചുവന്നിരുന്നു. ഇന്നത്തെ സാഹചര്യമനുസരിച്ച് അതിന് ഏതെങ്കിലും പാത്രിയർക്കീസോ കാതോലിക്കയോ, മഫ്രിയാനയോ മനസ്സുവയ്ക്കണം. നിർഭാഗ്യവശാൽ ഇപ്പോൾ ബന്ധത്തിലുള്ള അന്ത്യോക്യൻ പാത്രിയർക്കീസുമാർ അതിനു മുതിരില്ല. അതിനു കാരണവുമുണ്ട്. പണ്ട് ഈ പാത്രിയർക്കീസുമാർക്ക് വളരെ സമ്പത്തും പദവിയുമുണ്ടായിരുന്നു. എന്നാൽ തുർക്കിയിലെ മുഹമ്മദീയ ആധിപത്യത്തെതുടർന്ന് അവിടുള്ള സഭകൾ തീരെ ശുഷ്കമാവുകയും പാത്രിയർക്കേറ്റ് തുർക്കി സുൽത്താന്റെ ഭരണത്തിനും അനുമതിയും കീഴെ വരികയും ചെയ്തു. അങ്ങനെയുള്ളപ്പോൾ വലിയൊരു സമൂഹമായ മലങ്കരയെ സ്വതന്ത്രമാക്കാൻ തുനിയുകയില്ലല്ലോ. ഇപ്പോൾ തുർക്കിയിൽ രണ്ടു പാത്രിയർക്കീസുമാരാണുള്ളത്. ഒരാൾ അബ്ദേദ് മശിഹായും രണ്ടാമൻ ഇപ്പോൾ മലായളത്തുള്ളമാർ അബ്ദുള്ളയും. കുറച്ചു കൊല്ലങ്ങൾക്കുമുമ്പ് പാത്രിയർക്കാ തെരഞ്ഞെടുപ്പിൽ ഇവർ രണ്ടുപേരും മത്സരിക്കുകയും അബ്ദേദ് മശിഹാ വിജയിക്കുകയും ചെയ്തിരുന്നു. വിജയിക്ക് തുർക്കി സുൽത്താന്റെ ഫർമാൻ അഥവാ അനുമതിപത്രം നിർബ്ബന്ധമാണ്. പരാജയപ്പെട്ട മാർ അബ്ദുള്ള സുറിയാനി സഭ വിട്ട് റോമാസഭയിലേക്ക് കൂറുമാറി. തുർക്കിയിൽ ഭരണമാറ്റമുണ്ടായപ്പോൾ തിരികെ സഭയിലെത്തി കോഴ നല്കി അബ്ദേദ് മശിഹായുടെ ഫർമാൻ പിൻവലിപ്പിച്ച് പണത്തിന്റെ സ്വാധീനത്താൽ പാത്രിയർക്കീസായി. തുർക്കി സുൽത്താൻ അധികാരപത്രം പിൻവലിച്ചാൽ സഭ നല്കിയ കൈവെയ്പ് ഇല്ലാതാകില്ല. പക്ഷേ, സഭാഭരണത്തിന് കഴിയില്ല. ഭയക്കേണ്ടവരെ ഭയന്നല്ലേ മതിയാവൂ. സാത്ത്വികനായ അബ്ദേദ് പാത്രിയർക്കീസ് മൗനമായി കഴിഞ്ഞുകൂടി. സ്വാർത്ഥമതിയും വിശ്വാസത്യാഗിയും ധനമോഹിയുമായ ഒരാളാണ് അബ്ദുള്ള പാത്രിയർക്കീസെന്ന് ഈ സംഭവത്തിൽനിന്നും മനസ്സിലാക്കാം.

അങ്ങനെയുള്ള ഒരാളാണ് മലങ്കര ഒന്നടങ്കം നെഞ്ചിലേറ്റിയ വട്ടശേരിൽ മെത്രാച്ചനെ നിഷ്കാസിതനാക്കാൻ ശ്രമിക്കുന്നത്.

മുടക്ക് എന്ന കർമ്മത്തിന് മതിയായ, വ്യക്തമായ കാരണങ്ങളും ക്രമമായ നടപടികളും ഉണ്ടാവണം. ഇതൊന്നുമില്ലാതെ വെറുതെ ഒരു എഴുത്തെഴുതി മുടക്കുവാൻ ശ്രമിച്ചാൽ ആത്മാഭിമാനമുള്ള നസ്രാണികൾ അത് കണ്ട് കൈയുംകെട്ടി നില്ക്കില്ലയെന്നു വേണം കരുതുവാൻ. മുൻകാല

ങ്ങളിൽ നടന്നതുപോലെ ഒരു വിദേശസഭ മലങ്കരയെ തന്റെ അധീശത്തി ലാക്കുവാൻ കിണഞ്ഞു പരിശ്രമിക്കുകയാണ്. എന്നാലതിനു കഴിയാതെ വരുമ്പോൾ സഭയിൽ വിള്ളലുണ്ടാക്കി, കൊഴിഞ്ഞു വീഴുന്നവയെ സ്വന്ത മാക്കുന്ന തന്ത്രമാണ് സാധാരണ കണ്ടുവരുന്നത്. ഇപ്പോഴും അതേ അവ സ്ഥയാണ് സംജാതമായിരിക്കുന്നത്.

എട്ട്

'**അ**വിടുത്തെ' ആളയച്ചിരിക്കുന്നു.

മഴ തുടങ്ങുന്നതിനു മുമ്പായി ജന്മിയുടെ പറമ്പിൽ വളരെ പണിനട ത്തേണ്ടതുണ്ട്. ചേന, ചേമ്പ്, മരച്ചീനി എന്നിവ നടണം. കുലവെട്ടിയ വാഴക്കന്നുകൾ പിരിച്ചുവെക്കണം. തെങ്ങിന് തടം എടുക്കണം. ചിലയി ടത്ത് മൺകൂനകൾ പിടിക്കണം. വിരിപ്പുകണ്ടത്തിലും പിടിപ്പതു പണി യുണ്ട്.

തങ്ങളുടെ അല്പഭൂമിയിൽ ചെറുകൃഷികൾക്ക് അല്പസമയം കണ്ടെത്തി അദ്ധ്വാനിക്കുന്ന നേരത്താണ് ഉത്തരവ് വന്നിരിക്കുന്നത്. വെച്ചൂർ പറമ്പിലെ രാമനേയും രാഘവനേയും ദാമുവിനെയുമെല്ലാം വിളി പ്പിച്ചിട്ടുണ്ട്. ആളയച്ചാൽ ഉടനെത്തണം. അതാണ് അലിഖിത നിയമം.

"എന്നാൽ ഗുരു പറഞ്ഞിരിക്കുന്നത് അങ്ങനെ മേലാളന്മാരുടെ വാക്കുകൾ അപ്പടിയൊന്നും കേക്കേണ്ടെന്നാണ്" ദാമു പറയുന്നു. രാമനും രാഘവനും പൊതുവെ ശാന്തശീലരാണ്. ദാമു അങ്ങനെയല്ല. അയാൾ ക്ഷിപ്രകോപിയാണ്. എന്തും തുറന്നടിച്ചു പറയും. ആ രീതിയിൽ പ്രതി കരിച്ച് എന്തെല്ലാം ഏടാക്കൂടങ്ങൾ ഒപ്പിച്ചിരിക്കുന്നു. ഇപ്പോൾ പോരാ ത്തതിന് ഗുരുവിന്റെ വാക്കുകളും സംഘവും കൂട്ടിനുണ്ട്.

അധഃസ്ഥിതരായ സ്വസമുദായക്കാരുടെ ഉന്നമനത്തിനായാണ് അദ്ദേഹം അഹോരാത്രം പ്രവർത്തിക്കുന്നത്. ഗുരുവിന്റെ വാക്കുകൾ അവർക്ക് അമൃതിനു തുല്യമാണ്. അസാമാന്യ തീക്ഷ്ണതയുള്ള വാക്കു കൾ മിന്നലിൽനിന്ന് വെളിവാകുന്ന പ്രകാശംപോലെ അവരെ പ്രദീപ്ത മാക്കുന്നു. അവരിൽ വിപത്ധൈര്യം ഉളവാക്കുന്നു. എന്തിനോവേണ്ടിയുള്ള ആകാംക്ഷ തങ്ങളിൽ ഉടലെടുക്കുന്നു. ഗുരുവിന്റെ ഉപദേശത്തിൽ വിസ്മ യിച്ചവരിൽ അന്തർലീനമായ വികാര വിചാരങ്ങൾ ഉദ്ധരിക്കുക പ്രയാസ

മാണ്.

ദാമുവിന്റെ കോപത്തിന് പ്രത്യേകിച്ചൊരു കാരണവും ഉണ്ട്. സായിപ്പൻമാർ സ്ഥാപിച്ച മിഷൻ പള്ളിക്കൂടങ്ങളിൽ താഴേക്കിടയിലുള്ളവരുടെ കുട്ടികളെ പഠിപ്പിക്കുവാൻ അവർ ശ്രമിച്ചു. തങ്ങളുടെ കുട്ടികളും പഠിക്കട്ടെയെന്നവരും ആഗ്രഹിച്ചു. രണ്ടുമൂന്നു കൊല്ലങ്ങൾക്കുമുമ്പ് ദിവാന്റെ ഉത്തരവും ഉണ്ടായിരുന്നു. അയിത്ത ജാതിക്കാരുൾപ്പെടെയെല്ലാവർക്കും പള്ളിക്കൂട പ്രവേശനം അനുവദിച്ചുള്ളതായിരുന്നു അത്.

തിരുവിതാംകൂർ ചരിത്രത്തിലിദംപ്രഥമമായ സംഭവം. പക്ഷേ, ഭരണതലപ്പത്തിരുന്ന സവർണ്ണർക്കത് സഹിക്കാനാവുമായിരുന്നില്ല. അവരാ ഉത്തരവ് രഹസ്യമാക്കി വെച്ചു. അവർണ്ണർക്കുവേണ്ടി പ്രവർത്തിക്കുന്ന അയ്യങ്കാളിപോലുള്ളവർ ഇതറിഞ്ഞു. തങ്ങളുടെ കുട്ടികൾക്കും പഠിക്കാൻ സൗകര്യമൊരുക്കണമെന്ന് അധികൃതരോട് ശക്തമായി ആവശ്യപ്പെട്ടു. പലരേയുംകണ്ട് ഈ കാര്യമുന്നയിച്ചെങ്കിലും ആരുമിത് മുഖവിലയ്ക്കെടുത്തില്ല. പാടത്തു പണിയെടുക്കേണ്ടവർ പഠിച്ചു വേറെ വേലയ്ക്കുപോയാൽ കൃഷിയിടങ്ങളിൽ ആരു പണിയെടുക്കും. എന്നുമാത്രമല്ല, നാറുന്ന ചെറുമച്ചെറുക്കന്മാരോടൊപ്പം തങ്ങളുടെ മക്കളെ എങ്ങനെ ഇരുത്തി പഠിപ്പിക്കും. ഇതൊക്കെയാണവർ നിരത്തിയ ന്യായങ്ങൾ. സവർണ്ണർ ഒന്നിച്ചു നിന്നപ്പോൾ അയ്യങ്കാളിയും കൂട്ടരും അതേ നാണയത്തിൽ തിരിച്ചടിച്ചു.

“ഞങ്ങടെ കുട്ടികളെ പഠിക്കാനനുവദിച്ചില്ലെങ്കിൽ പാടത്ത് ഇതുപോലെ പണിയെടുക്കാൻ ഞങ്ങളില്ല.”

തൊഴിലാളികളെയെല്ലാം ഒന്നിച്ചണിനിരത്തി പണിമുടക്കുവാൻ അവർക്ക് ധൈര്യമുണ്ടായി. പല പ്രദേശങ്ങളിലും പാടം തരിശു കിടന്നു. കണ്ണിൽക്കണ്ട അടിയാന്മാരെ ജന്മികളും അവരുടെ പിണിയാളുകളും മർദ്ദന മുറയിലൂടെ പണിചെയ്യിപ്പിക്കുവാൻ ശ്രമിച്ചു. എന്നാലതു നടന്നില്ല. കാർഷികവൃത്തിയില്ലാതെ അവരും വലഞ്ഞു. കുറെപ്പേർ മത്സ്യതൊഴിലാളികൾക്കൊപ്പം കടലിൽ പോയി. കൃഷിയില്ലാതെ ജന്മികളും വലഞ്ഞു. ഒരുകൊല്ലം നീണ്ട സമരം ചില ഒത്തുതീർപ്പു വ്യവസ്ഥകളിന്മേൽ അവസാനിപ്പിച്ചു. പള്ളിക്കൂട പ്രവേശനവും സഞ്ചാര സ്വാതന്ത്ര്യവും കൂലി വർദ്ധനവും അംഗീകരിക്കപ്പെട്ടു. എന്നാൽ സമരം കഴിഞ്ഞ് കൊല്ലം രണ്ടായിട്ടും വ്യവസ്ഥകൾ പൂർണ്ണമായി പാലിക്കപ്പെട്ടില്ല.

തങ്ങളുടെ കുട്ടികൾ പഠിച്ച് ഉദ്യോഗത്തിനു പോയാൽ തുച്ഛമായ കൂലിക്ക് വേല ചെയ്യാനാളെ ലഭിക്കില്ലെന്ന ഭയമാണവർക്ക്. “പള്ളിക്കൂടത്തിൽ പഠിക്കുന്നത് ജോലിക്കുവേണ്ടി മാത്രമാണോ ഗുരു പറഞ്ഞുതന്നിട്ടൊണ്ട്. നല്ല വെവരമൊണ്ടാകും പരിഷ്കാരമുണ്ടാകും. നമ്മേം തിമ്മേം തിരിച്ചറിയാംമ്പറ്റും.”

“നമ്മേം തിമ്മേം എന്തവാ.” രാഘവനതു മനസ്സിലായില്ല.

“ഒരു കാര്യത്തിന്റെ നേരും നെറീം.”

“അതു നേരാ. അദ്ദേഹം പറഞ്ഞപ്പോഴല്ലേ നമ്മള് നല്ലവണ്ണം തുണിയുടുക്കുന്നേന്റേം പെണ്ണുങ്ങള് നെഞ്ഞ് തുണിയിട്ട് മറയ്ക്കേണ്ടതിന്റേം

കൗരവം മനസ്സിലായത്."

"പെണ്ണുങ്ങളു റൗക്കയിട്ടാലും മതി."

മിഷനറിമാരുടെ പ്രവർത്തനഫലമായി കീഴ്ജാതി സ്ത്രീകൾ മാറുമറച്ചു തുടങ്ങി. തുണി മേൽമുണ്ടായി ധരിക്കുകയോ റൗക്കയണിയുകയോ ചെയ്തു. എന്നാൽ സവർണ്ണ സ്ത്രീകൾ മാറുമറച്ചിരുന്നില്ല; അഥവാ മേൽമുണ്ടു ധരിച്ചാലും മാന്യ പുരുഷന്മാരുടെ സാന്നിദ്ധ്യത്തിൽ മേൽമുണ്ടു മാറ്റി ബഹുമാനിച്ചിരുന്നു. മുസ്ലീം, നസ്രാണി സ്ത്രീകൾ പണ്ടേ മാറുമറച്ചിരുന്നു. നസ്രാണികൾക്ക് ലഭിച്ച നൂറ്റൊന്നു പദവികളുടെ കൂട്ടത്തിൽ പട്ടുചട്ട ധരിക്കാനുള്ള അവകാശവുമുണ്ടായിരുന്നു. ഒരു നൂറ്റാണ്ടു മുമ്പ് ഭരിച്ചിരുന്ന ആയില്യം തിരുനാൾ മഹാരാജാവ്, കീഴ്ജാതി സ്ത്രീകൾ മാറുമറച്ച് വസ്ത്രധാരണം ചെയ്യാൻ പാടില്ലെന്ന് വിളംബരമിറക്കിയിരുന്നു. മദിരാശി ഗവർണർ ലോഡ് ഹാരീസ് ഈ പഴയ ശാസനം റദ്ദാക്കി. എല്ലാ സ്ത്രീകൾക്കും മാറുമറയ്ക്കാൻ അനുവാദം നല്കി. അപ്പോഴും സവർണ്ണരുടെ രീതി അവർണ്ണർ അനുകരിക്കരുതെന്ന് നിർദ്ദേശിച്ചിരുന്നു. എന്തുതന്നെയായാലും അത്യാവശ്യ പരിഷ്കാരം നിലവിൽ വന്നു.

ദാമുവിന്റെ മക്കളിൽ വദനവും കർണ്ണവും ഇപ്പോൾ പണിക്കുപോകുന്നു. ഇളയവന് പഠിക്കണമെന്നാഗ്രഹമുണ്ട്. ദാമുവിനും ഇതു സമ്മതമാണ്. എല്ലാ കുട്ടികളും പള്ളിക്കൂടത്തിൽപോയി നാലക്ഷരം പഠിച്ച് മിടുക്കരായി വളരണമെന്ന് ഗുരു പറയാറുള്ളത് ദാമുവിന് ഓർമ്മവന്നു. ഗുരുവാക്ക് ദാമുവിന് ദൈവവചനമാണ്. അതിൽനിന്നും ഊർജ്ജമുൾക്കൊണ്ടാണ് അയാൾ മന്നാത്തമ്പലത്തിന്റെ അടുത്തുള്ള പാതയോരത്ത് സ്ഥാപിച്ചിരുന്ന തീണ്ടൽ പലകയെടുത്ത് ചവിട്ടിയൊടിച്ച് പമ്പയാറ്റിൽ എറിഞ്ഞു കളഞ്ഞത്.

അവർണ്ണ ജാതിക്കാർ തീണ്ടി ദേവനെ അശുദ്ധമാക്കാതിരിക്കുന്നതിന് ക്ഷേത്രസമീപേയുള്ള പാതയോരങ്ങളിൽ സ്ഥാപിക്കുന്ന മുന്നറിയിപ്പാണ് ഇത്തരം എഴുത്തു പലകകൾ. സവർണ്ണരും സവർണ്ണ മേധാവിത്തത്തിന്റെ അജ്ഞാനുവർത്തികളായ രാജാക്കന്മാരും ഇതിനെ പ്രോത്സാഹിപ്പിച്ചിരുന്നു.

ബ്രാഹ്മണ മേധാവിത്തത്തിനുമുമ്പ് ഹിന്ദു, ബുദ്ധ, ജൈന ദേവാലയയങ്ങളിലെല്ലാം എല്ലാവർക്കും പ്രവേശിക്കാമായിരുന്നു. പിന്നീട് ഹിന്ദുമതവിശ്വാസികളല്ലാത്തവരെ അമ്പലങ്ങളിൽനിന്നകറ്റി നിർത്തുവാൻ തുടങ്ങി. ഇങ്ങനെയുള്ള ബുദ്ധമതക്കാർ ഹിന്ദുമതത്തിലെത്തിയെങ്കിലും അവരെ അവർണ്ണരാക്കി അകറ്റിനിർത്തുകയാണുണ്ടായത്. ക്ഷേത്രങ്ങൾക്കു ബാധകമായ അയിത്തം ക്രമേണ മേധാവികളായ ബ്രാഹ്മണർക്കും ബാധകമാക്കി. അങ്ങനെ ബ്രാഹ്മണനിൽനിന്നും പതിനാറടി അകലം നായരും നായരിൽനിന്ന് പതിനാറടി അകലം ഈഴവനും ഈഴവനിൽനിന്ന് മുപ്പത്തിരണ്ടടി അകലം പുലയനും പുലയനിൽനിന്നും 32 അടി അകലം നായാടിയും മാറിനില്ക്കണമെന്ന സമ്പ്രദായം നിലവിൽ വന്നു. നസ്രാണികൾക്കോ മുഹമ്മദീയർക്കോ ആരോടും അയിത്തമില്ലാ

യിരുന്നു. 'നായ്ക്കും നസ്രാണിക്കും അയിത്തമില്ല' എന്നൊരു ചൊല്ലു തന്നെ ഇപ്പോഴുണ്ട്.

ഒരിക്കൽ ദാമുവിന് അയിത്തവുമായി ബന്ധപ്പെട്ട് മർദ്ദനമേല്ക്കേണ്ടി വന്നിട്ടുണ്ട്. ചെന്നിത്തലുഞ്ചയിൽ നടാനുള്ള ഞാറുകെട്ടും തലയിലേന്തി നാലാം മയിലിനു പടിഞ്ഞാറോട്ടുള്ള ഇടവഴിയിലൂടെ പോവുകയായിരുന്നു. തലയിലെ ഭാരം കാരണം വേഗത്തിൽ നടക്കുകയാണോ ഓടുകയാണോയെന്ന് നിർണ്ണയിക്കുക പ്രയാസം. തെന്നടിയിൽ വർഗ്ഗീസ് സാറിന്റെ വീടിനടുത്തുള്ള വരമ്പിലെത്തിയപ്പോഴാണ് അമ്പലപ്പാട്ട് മൂത്താശാന്റെ ഒരു ബന്ധു എതിരെ വരുന്നു. വഴിമാറാൻ ഇടമില്ല; തലയിൽ നല്ല ഭാരവും. ഈ സമയം ഗുരുവിന്റെ മൊഴികൾ കാതിൽ മുഴങ്ങിക്കേട്ടു. ധൈര്യം സംഭരിച്ച് നെഞ്ചും വിരിച്ച് മുന്നോട്ടുതന്നെ നടന്നു. അയാൾ അടുത്തെത്തിയപ്പോഴാണ് വൃത്തിഹീനനായ അവർണ്ണന്റെ സാമീപ്യം അറിഞ്ഞത്. അയാൾ 'ഹോയ് ഹോയ്' എന്നുറക്കെ അലറി. കാര്യം മനസ്സിലാക്കിയെങ്കിലും അതു വകവെക്കാതെ ദാമു മുന്നോട്ടുതന്നെ നടന്നു.

അഹന്തയോടെ നടന്നുവരുന്ന ദാമുവിനെ കണ്ട അയാളിൽ കോപം ജ്വലിച്ചു. അടുത്തെത്തിയ ദാമുവിനെ അയാൾ തൊഴിച്ചു വീഴ്ത്തി. തലയിലിരുന്ന ഞാറ് തെറിച്ചുപോയി. താഴെവീണ ദാമുവിനെ അയാൾ പൊതിരെ തല്ലി.

ഈ സംഭവം സംഘത്തിലറിയിച്ച് ഇതിനെതിരെ സർക്കാരിൽ വ്യവഹാരം നടത്തണമെന്ന് ആവശ്യപ്പെട്ടെങ്കിലും അതുകൊണ്ട് നീതി ലഭിക്കില്ലെന്നു ബോദ്ധ്യമുള്ളതിനാൽ സംഗതി തല്ക്കാലം മറന്നു കളയുന്നതാണ് നല്ലതെന്ന് അറിവുള്ളവർ പറഞ്ഞതുകേട്ട് ദാമു അതിന് സമ്മതിച്ചു. അതിനൊരു കാരണവുമുണ്ട്. ഇതിനു സമാനമായ ഒരു സംഭവം കോട്ടയത്തിനടുത്തു നടക്കുകയുണ്ടായി. വ്യവഹാരത്തിന്റെ ഫലം വാദിക്കനുകൂലമല്ലായിരുന്നുവെന്ന് മാത്രമല്ല ജഡ്ജിയുടെ പരിഹാസ പ്രകടനം താങ്ങാനാവുന്നതുമല്ലായിരുന്നു.

"വഴിമാറി നടക്കാത്ത അവർണ്ണന്റെ ശരീരത്തിലെ എല്ലുകൾ ഒടിച്ചുകളയേണ്ടതാണ്. ജീവൻ നഷ്ടപ്പെടാത്തതിന് ഇവൻ തന്റെ ജന്മനക്ഷത്രത്തിന് നന്ദി പറയേണ്ടതാണ്."

ഇതോടെ ദാമുവിന് സവർണ്ണരോടുള്ള ദേഷ്യം ഇരട്ടിച്ചു. തങ്ങളോട് അവജ്ഞയും പുച്ഛവും വെച്ചുപുലർത്തുന്നുവെന്നു തോന്നുന്ന ഒരാളുടെയും കൃഷിയിടങ്ങളിൽ വേല ചെയ്യുവാൻ അയാൾക്ക് മനസ്സില്ലായിരുന്നു.

"നീ ഗുരുവിനെ കണ്ടിട്ടൊണ്ടോ?" രാഘവനാണു ചോദിച്ചത്.

"പിന്നെ... കൊറെ നാളുമുമ്പ് കുട്ടമ്പേരൂരൊരു വീട്ടിൽ സംഘത്തിന്റെ യോഗത്തിനുവന്നപ്പോൾ കണ്ടു. കവിതയെഴുതുന്ന കുമാരാനാശാൻ എന്ന മഹാനുമൊണ്ടാരുന്നു. ആശാനെ കാണാൻ നല്ല യോഗ്യൻ. മീശയില്ല. കുപ്പായവും കോട്ടുമൊക്കെയിട്ട സുന്ദരൻ. ആശാനന്ന് ഒത്തിരി കാര്യങ്ങൾ ഗുരുവിനെപ്പറ്റി പറഞ്ഞു."

"ങ്ങാ. ഞങ്ങളന്നു പണിക്കുപോയി അല്ലേൽ ഞങ്ങളും കണ്ടേനേം." രാഘവന്റെ മുഖത്ത് വൈഷമ്യം നിഴലിച്ചു. "നീ വാരാണേന് അങ്ങനെ നിന്നെ പിറ്റേന്ന് ശരിക്കും ചീത്ത പറഞ്ഞാരുന്നല്ലോ."

"അതു സാരംല്ല ഈ ചീത്തവിളീം ശകാരോമൊന്നും അധികകാല മുണ്ടാവില്ല. നമ്മളും അന്തസ്സോടെ ഇവിടെ ജീവിക്കും അതൊറപ്പാ."

ശ്രീനാരായണ ഗുരുവിന്റെ വാക്കുകളിലെ ശക്തിയാൽ ഊർജ്ജം നേടിയാണ് ദാമു സംസാരിച്ചത്. അതിൽ അത്ഭുതപ്പെടാനില്ല. സ്വസമുദായത്തിന്റെ ഉന്നമനത്തിനായി ജീവിതം ഉഴിഞ്ഞുവെച്ചയാളാണ് ഗുരു. നവീകരണത്തിന്റെയും പുനഃസൃഷ്ടിയുടെയും തത്ത്വശാസ്ത്രത്തിലൂടെ അദ്ദേഹം തുടങ്ങിവെച്ച നവോത്ഥാനം കേരളദേശത്തെ പൂർവ്വകാലത്തിൽ നിന്നും വേർതിരിക്കാൻ ശക്തിയുള്ളതാണ്. സ്വസമുദായത്തിന്റെ അഭ്യുന്നതിക്കാണ് അദ്ദേഹം പ്രവർത്തിക്കുന്നതെങ്കിലും അത് ഹിന്ദുമതത്തിന്റെയും മലയാളരാജ്യത്തിന്റെയും നവീകരണത്തിന് വഴിതുറക്കാനുതകുന്നതാണ്. ജാതീയമായ ഉച്ചനീചത്വത്തിനും ദുരാചാരാങ്ങൾക്കുമെതിരെ അദ്ധ്യാത്മികതയെന്ന വാൾ അദ്ദേഹം ആഞ്ഞുവീശുന്നു. തങ്ങളുടെ ക്ഷേത്രങ്ങളിൽ മൃഗങ്ങളെയും പക്ഷികളെയും ബലി കഴിക്കുന്നതു അനാചാരമാണെന്ന തിരിച്ചറിവു നല്കി അതുപേക്ഷിക്കുവാൻ അവരെ പ്രേരിപ്പിക്കുന്നു. കെട്ടുകല്യാണം പോലുള്ളവയാൽ ഉണ്ടാകുന്ന ദുർച്ചെലവുകൾ അവരെ ബോദ്ധ്യം വരുത്തി അതിനുപകരം പുതിയ വിവാഹരീതികൾ നടപ്പിൽ വരുത്തുന്നു. ചാത്തൻ, ചാമുണ്ഡി, മാടൻ, കാളി, ഇശക്കി, ചുടലമാടൻ, പൂതത്താൻ തുടങ്ങിയ ദുർമൂർത്തികളെ ആരാധിച്ചിരുന്നവർ അവയെ മാറ്റി ഹിന്ദുമതത്തിലെ സദ് ദൈവങ്ങളെ ആരാധിക്കുന്ന സാത്ത്വികമായ ആരാധന സമ്പ്രദായത്തിലേക്ക് പരിവർത്തനം ചെയ്യുവാൻ ഗുരുവിന്റെ പ്രവർത്തനവും പ്രത്യേകിച്ച് അരിവിപ്പുറം പ്രതിഷ്ഠയും സഹായകമായി. നെയ്യാറിൽനിന്നും മുങ്ങിയെടുത്ത ഒരു കൽക്കഷണം കൊണ്ടു നടത്തിയ ശിവപ്രതിഷ്ഠാകർമ്മം ആധുനികതയുടെയും നവോത്ഥാനത്തിന്റെയും പിറവിയുടെ മുഹൂർത്തമായി. ഇപ്പോഴും അതിന്റെ അലയൊലികൾ സമൂഹത്തിൽ ആഞ്ഞുവീശിക്കൊണ്ടിരിക്കുന്നു.

ഒൻപത്

പൂഴിയിൽ തന്റെ ദൃഢമായ കുളമ്പിനാൽ മുദ്ര തീർത്ത് കൊമ്പും കുലുക്കി ഗജവീരന്റെ തലയെടുപ്പോടെ അവൻ നടന്നുവരികയാണ്. കഴുത്തിലെ ഓട്ടുമണി അവന്റെ നടപ്പിന്റെ ചലനവേഗങ്ങളിൽ മുഴങ്ങിക്കൊണ്ടിരുന്നു. തടിച്ചുകൊഴുത്ത തന്റെ മേനിയിൽ സൂര്യകിരണങ്ങൾ, ചിത്രങ്ങൾ വരയ്ക്കുന്നതും മായ്ക്കുന്നതും അവനറിയുന്നില്ല. അവനതൊന്നു അറിയേണ്ട കാര്യവുമില്ല. അവന്റെ ഉത്തരവാദിത്വം തന്റെ വർഗ്ഗത്തിന്റെ ഉല്പാദനം ഒന്നുമാത്രം. പരമശിവന്റെ ഋഷഭത്തിനു തുല്യമായ ആകാര സൗഷ്ടവം. എന്നാൽ ഇവനെ നാട്ടുകാർ വിളിക്കുന്ന ഒരു പേരുണ്ട്. വെറും കാളയല്ല. 'ഓച്ചിറക്കാള.'

അവന്റെ കഴുത്തിലെ കയർ മൂക്കുചരടുമായി ബന്ധിച്ചിരിക്കുന്നു. അതില്ലാതെ അവനെ നിയന്ത്രിക്കാനാവില്ല.

കഴുത്തിലെ കയറിൽ പിടിച്ച് അവന്റെ യജമാനനുമൊപ്പമുണ്ട്. രൗദ്രഭാവമാണയാളുടെ മുഖത്ത് എപ്പോഴും. മീശപിരിച്ച് മുകളിലേക്ക് വെച്ചിരിക്കും. കറുത്ത് ഉരുണ്ട ഗാത്രം. വീരൻ എന്നു വിളിക്കുന്ന വീരബാഹു. തെക്കെവിടെയോയാണയാടെ കുടി. വന്യമായ നിർവ്വചിക്കാവാനാത്ത ഒരു തരം ഭാവമാണയാളുടെ കണ്ണുകളിൽ. നടന്നുവരുന്ന വീഥികളിൽ സ്ത്രീ നിഴലുകൾ ദർശിക്കുന്ന മാത്രയിൽ ആ വന്യത ആളിക്കത്തും. ഒരു പെണ്ണും അയാൾക്ക് എതിർപ്പെടാറില്ല. കാളയുടെ മണി ശബ്ദം കേട്ടാൽ അവർ വഴിമാറുകയോ ഒളിക്കുകയോ ചെയ്യും. കൊച്ചുകുട്ടികൾക്കും അയാളെ ഭയമാണ്. അയാളുടെ മുഖത്തോ പ്രത്യേകിച്ച് കണ്ണുകളിലോ അവർ നോക്കാറില്ല. എന്നാൽ മണി ശബ്ദം കേട്ടാൽ അവർ ഓടിക്കൂടും. കുറച്ചകലം പാലിച്ച് അവർ പിന്നാലെ കൂടും.

ഇതുപോലൊരു കാളയെ അവർ കണ്ടിട്ടേയില്ല. വണ്ടി വലിക്കുന്നതും

നിലം ഉഴുന്നതുമായ അനേകമെണ്ണത്തെ കണ്ടിരിക്കുന്നു. എന്നാൽ ഇവൻ ഒന്നു വേറെ തന്നെ.

ചില വീടുകളിലേക്ക് ഇവനെ കൊണ്ടുപോകുന്നതും കുറെനേരത്തിനുശേഷം തിരികെ വരുന്നതും അവർ കാണാറുണ്ട്. അവിടേക്കൊന്നും അവർക്ക് പ്രവേശനമില്ല.

മഠത്തിലേത്തു വീടിന്റെ മുമ്പിലെത്തിയപ്പോൾ വീരൻ നിന്നു; കാളയും. അവന്റെ കണ്ണുകൾ വികസിച്ചു. ചെടികളെയും പൂക്കളെയും താലോലിച്ചുനില്ക്കുന്ന കുഞ്ഞന്ന. അവന്റെ കണ്ണുകൾ വിവേചിക്കാനാവാത്ത വിധം തിളങ്ങി. മുഖത്തെ രൗദ്രഭാവം മാറി. താപസന്റെ സൗമ്യത വന്നുനിറഞ്ഞു. അവന്റെ ചിന്തകൾ നൂറ്റാണ്ടുകൾക്കപ്പുറമുള്ള ഏതോ ജന്മത്തിൽ ചേക്കേറി. മൂക്കിൽ കയറിയ ഈച്ചകളെ തുരത്തുവാൻ കാള തന്റെ മൂക്കുശക്തിയായി ചീറ്റുകയും തലവെട്ടിക്കുകയും ചെയ്തു. ചീറ്റലും മണിശബ്ദവുംകേട്ട കുഞ്ഞന്ന തിരിഞ്ഞുനോക്കി. തന്നെ നോക്കിനില്ക്കുന്ന വീരനെക്കണ്ടവൾ ഭയന്നു. കടുവയെ കണ്ടു ഭയന്ന മാൻപേട കണക്കെ അവൾ വീടിനുള്ളിലേക്കോടി. മണിശബ്ദവും കാളയുടെ മുക്രയിടീലും കുട്ടികളുടെ കൂകലും കേട്ടു ദിവാസ്വപ്നത്തിൽ നിന്നുണർന്ന വീരൻ വീണ്ടും നടപ്പു തുടർന്നു. വീരൻ കാളയെയും കൊണ്ട് ആലുംമൂട്ടിൽ ചന്ദ്രൻ പിള്ളയുടെ വീടിന്റെ മുൻവശത്തെത്തി. പിന്നാലെ വന്ന കുട്ടികൾ അവരുടെ വരവ് പ്രതീക്ഷിച്ച് കയ്യാലയിലെ പൂക്കളും മറ്റും പറിച്ച് അവിടെ കാത്തുനിന്നു. ചന്ദ്രൻപിള്ള പ്രാതൽ കഴിഞ്ഞ്, നാലുംകൂട്ടിയൊന്നു മുറുക്കാനുള്ള വട്ടം കൂട്ടുമ്പോഴാണ് മണി ശബ്ദം മുറ്റത്തെത്തിയത്.

“ങ്ങാ.... നീ വന്നോ.... ഞാനിപ്പോ ഓർത്തതേയുള്ളൂ. എടീ ഭാനു.. ഭാനുമതി.”

ചന്ദ്രൻപിള്ളയുടെ വിളി കേട്ടെത്തിയ ഭാനുമതി മുറ്റത്ത് നില്ക്കുന്ന അതിഥികളെ കണ്ട് സന്തോഷ ഭാവം കൈവരുത്തി.

“ഇന്നലെയാ കറമ്പി ഒരു പോള കണ്ണടയ്ക്കാൻ സമ്മതിച്ചില്ല. എന്തോ അമറലാരുന്നു.”

“പഴങ്കഞ്ഞി വല്ലോം കുടിക്കുന്നോ വീരാ..”

“ഇപ്പോ വേണ്ടാ. കൊറേ കഴിഞ്ഞുമതി.” അയാളുടെ മീശയുടെ താഴെനിന്നും പരുപരുത്ത ശബ്ദം പുറപ്പെട്ടു.

“കാളേം കൊണ്ട് കിഴക്കേപ്പുറത്തു വാ.” ഇങ്ങനെ പറഞ്ഞിട്ട് ഭാനുമതി അടുക്കളവഴി പറമ്പിലേക്കിറങ്ങി. വീരൻ കാളയെയുംകൊണ്ട് തൊഴുത്തിന്റെ ഭാഗത്ത് നില്ക്കുന്ന അടയ്ക്കാമരത്തിൽ സമീപമെത്തി അതിൽ കെട്ടി. കുറച്ചകലെയുണ്ടായിരുന്ന തുറുവിൽനിന്നും നാലഞ്ചു പിടി കച്ചി വലിച്ച് കാളയുടെ മുന്നിലിട്ടു. കാള ആർത്തിയോടെ തലകുലുക്കി വൈക്കോൽ തിന്നാൻ തുടങ്ങി. ഭാനുമതിയുടെ നിർദ്ദേശപ്രകാരം വീരൻ തൊഴുത്തിൽനിന്ന കറമ്പിപ്പശുവിനെയഴിച്ച് പുറത്ത് കൊണ്ടുവന്നു. കാളക്കാലിൽനിന്നും കയറഴിച്ചപ്പോൾതന്നെ പശു ചാടുവാനും കുതറുവാനും

ശ്രമിച്ചു. മദിയുടെ ലക്ഷണം അപ്പോഴും അതിനുണ്ടായിരുന്നു. പശുവിനെ പറമ്പിലുള്ള തെങ്ങിൽ കെട്ടിയശേഷം അലകിന്റെ രണ്ടു കഴകൾ പശുവിന്റെ രണ്ടുവശത്തുമായി കുഴിച്ചിട്ടു. ഇപ്പോൾ പശുവിന് വശങ്ങളിലേക്ക് വഴുതി മാറാനാവാത്ത സ്ഥിതിയായി.

അടുത്ത പുരയിടത്തിൽ കിളച്ചുകൊണ്ടിരുന്ന രാഘവനെ സഹായത്തിന് ഭാനുമതി വിളിച്ചുവരുത്തി. രാഘവൻ പശുവിനെ ഒന്നുകൂടി കുറുക്കികെട്ടി. തുടർന്നതിന്റെ കഴുത്തിലും കൊമ്പിലും പിടിമുറുക്കി. ആ നേരത്ത് ഭാനുമതി പശുവിന്റെ മുൻഭാഗത്തുനിന്ന് അതിന്റെ തലയിലും പിടലിയും തലോടുവാനും കുഞ്ഞുങ്ങളോടെന്നപോലെ എന്തൊക്കെയോ കൊഞ്ചുവാനും തുടങ്ങി.

ഇതിനകം വൈക്കോൽ തിന്നുതീർത്ത് കൊമ്പും കുലുക്കി വാലും വീശിയടിച്ചുനിന്ന വൃഷഭത്തിനെ വീരബാഹു കെട്ടഴിച്ച് പശുവിന്റെ സമീപത്തേക്ക് നീങ്ങി. അതിനെ നിയന്ത്രിക്കുവാനയാൾ നന്നേ പാടുപെട്ടു.

ഈ കാഴ്ചകളെല്ലാം സാകൂതം വീക്ഷിച്ച കുറച്ചകലെയായി നാലു കണ്ണുകൾ തിളങ്ങുന്നുണ്ടായിരുന്നു. ചന്ദ്രൻപിള്ളയുടെ പേരക്കുട്ടികൾ. അഞ്ചും ഏഴും പ്രായമുള്ള സുമതിയും കേശുവും. എന്താണവിടെ അരങ്ങേറുകയെന്നത് കുട്ടികൾക്ക് അറിവുള്ള കാര്യമല്ല. കുറച്ചു മാസങ്ങൾക്കു മുമ്പും ഇതുപോലൊരു രംഗം അവർ കൗതുകത്തോടെ ദർശിച്ചിരുന്നു.

തുമ്പി കൈയുയർത്തി മുൻകാലുകൾ പൊക്കി അലറുന്ന മത്തഗജത്തെപ്പോലെ കാള പാവം പശുവിനെ ആക്രമിക്കുന്നത് അല്പം ഭയത്തോടെയാണ് കുട്ടികൾ കണ്ടുനിന്നത്. ഭീമാകാരനായ സൗരഭേയന്റെ ഭാരവും ബലവും താങ്ങാനാകാതെ പാവം സുരഭി കുഴഞ്ഞുവീണു. കാളയെ മാറ്റിയിട്ട് വീരനും രാഘവനും ചേർന്ന് വളരെ ശ്രമപ്പെട്ടാണ് പശുവിനെ എഴുന്നേല്പിച്ചത്. മൺചരുവത്തിൽ വെള്ളം കൊണ്ടുവന്ന് കുടിപ്പിച്ച് ക്ഷീണം മാറ്റിയശേഷമാണവർക്ക് ദൗത്യം പൂർത്തീകരിക്കാനായത്. ഒരു രാവും പകലും കരഞ്ഞാഗ്രഹിച്ചത് ലഭിച്ച സംതൃപ്തിയോടെ കറമ്പിപശു അവിടെ കിടന്ന് അയവെട്ടാൻ തുടങ്ങി.

പത്ത്

മംത്തിലേത്ത് തറവാടിന്റെ പൂമുഖത്ത് ചാരുകസേരയിൽ കിടന്ന് വായിച്ചുകൊണ്ടിരുന്ന ഗീവർഗ്ഗീസ് പൊടുന്നനെ ചാടിയെഴുന്നേറ്റു. അദ്ദേ ഹത്തിന്റെ മുഖം കോപത്താൽ ചുവന്നു. കൈയിലിരുന്ന 'നസ്രാണിദീ പിക' കോപത്തിന്റെ വൈദ്യുതി പാഞ്ഞ് വിറകൊണ്ടു.

അടുത്തുള്ള അരമതിലിൽ തണുപ്പേറ്റ് കിടന്നിരുന്ന ജോസഫിന്റെ ശ്രദ്ധയിൽപ്പെട്ട ഈ രംഗം അവനിൽ ആകാംക്ഷയുണർത്തി.

'എന്തോ ഗൗരവമായ പ്രശ്നമുണ്ട്' എന്ന് ആത്മഗതം നടത്തി. എഴു ന്നേറ്റ് പിതാവിന്റെ അടുക്കലെത്തി. അപ്പോഴും മുഖത്തെ കോപം കുറ യുകയോ പത്രം പിടിച്ചിരുന്ന കൈയുടെ വിറയൽ അവസാനിക്കുകയോ ചെയ്തിരുന്നില്ല.

"എന്താ അപ്പാ." ചോദ്യം കേട്ട ഗീവർഗ്ഗീസ് വർത്തമാനകാലത്തേക്ക് തിരികെയെത്തി.

"രാമകൃഷ്ണപിള്ളയെ നാടുകടത്തി. മദിരാശിയിലേക്ക്. അനീതിയും അധർമ്മവും വല്ലാതെ നിറഞ്ഞു നമ്മുടെ നാട്ടിൽ."

എന്നാൽ ജോസഫിന് സംഗതി മനസ്സിലായില്ല. അവൻ പത്രം വാങ്ങി വായിച്ചു. തിരുവിതാംകൂർ മഹാരാജാവിന്റെ വിളംബരം അതേപടി അച്ച ടിച്ചു വന്നിരുന്നു.

"തിരുവനന്തപുരത്തുനിന്നും പ്രസിദ്ധം ചെയ്യുന്ന *സ്വദേശാഭിമാനി* യെന്ന വർത്തമാനപത്രത്തെ അമർച്ച ചെയ്യുന്നതും ആ പത്രത്തിന്റെ പത്രാ ധിപരായ കെ രാമകൃഷ്ണപിള്ളയെ നമ്മുടെ നാട്ടിൽനിന്നും നീക്കം ചെയ്യുന്നതും പൊതുജനക്ഷേമത്തിന് ആവശ്യമെന്ന് നമുക്ക് ബോദ്ധ്യ പ്പെട്ടിരിക്കുന്നതിനാൽ മേല്പറഞ്ഞ രാമകൃഷ്ണപിള്ളയെ ഉടനെ അറസ്റ്റു ചെയ്ത് നമ്മുടെ സംസ്ഥാനത്തിന്റെ അതിർത്തിക്കു പുറത്താക്കുകയും

നാം വേറെവിധം ആജ്ഞാപിക്കുന്നതുവരേയും മേല്പറഞ്ഞ കെ രാമ കൃഷ്ണപിള്ള നമ്മുടെ സംസ്ഥാനത്തിൽ തിരികെ വരുകയോ പ്രവേശി ക്കുകയോ ചെയ്യുന്നതിനെ വിരോധിക്കുകയും ചെയ്യണമെന്ന് നാം ഇതി നാൽ ആജ്ഞാപിക്കുന്നു."

"രാജാവിനും ദിവാനും ഇതും ഇതിനപ്പുറവും പ്രവർത്തിക്കാം. പക്ഷേ, ഈ കാര്യത്തിൽ നമ്മുടെയാൾക്കാർ അനുകൂലം കാണിക്കുന്നതാ സഹിക്കാനാവാത്തത്."

ഗീവർഗ്ഗീസ് പറഞ്ഞത് ജോസഫിനു മനസ്സിലായില്ല. അവൻ ചോദ്യ ഭാവത്തിൽ നോക്കി.

"നീയതിന്റെ താഴെയെഴുതിയിരിക്കുന്നതുകൂടി വായിക്ക്."

അവൻ താഴത്തെ ഖണ്ഡികയും വായിച്ചു. കാര്യം മനസ്സിലായ അവൻ തലകുലുക്കി.

"അപ്പോൾ അതാണു കാര്യം. അവർക്കതിനേ കഴിയൂ."

രാജകൊട്ടാരത്തിലെ ഉദ്യോഗസ്ഥ മേധാവികളെയും ദിവാനേയും അഴിമതിയുടെയും അധർമ്മങ്ങളുടെയും പേരിൽ വിമർശിച്ച രാമകൃഷ്ണ പിള്ള അവരുടെ പൊള്ളത്തരങ്ങളും അസാൻമാർഗ്ഗികതയും ജനങ്ങൾക്കു മുമ്പിൽ തുറന്നു കാട്ടി. ഇതിൽ അരിശംപൂണ്ട ദിവാൻ രാജഗോപാലാചാ രിയാണ് രാജാവിനെക്കൊണ്ട് രാമകൃഷ്ണപിള്ളയെ നാടുകടത്തിച്ചത്. ഈ ഉത്തരവിനെ അനുകൂലിച്ചും അംഗീകരിച്ചുമാണ് *നസ്രാണി ദീപിക* വാർത്തയവസാനിപ്പിക്കുന്നത്.

ഗീവർഗ്ഗീസിന് ആ പത്രത്തോട് വല്ലാത്ത അമർഷം തോന്നി.

"അനീതിക്കും അക്രമത്തിനും അസമത്വത്തിനും അസത്യത്തിനുമെ തിരെ പടപൊരുതുകയാണ് പത്രധർമ്മം. അല്ലാതെ ഭരിക്കുന്നവരുടെ കാവൽനായാവുകയല്ല."

ഗീവർഗ്ഗീസ് *മലയാള മനോരമ* പത്രമെടുത്ത് മുഴുവൻ പുറങ്ങളും പരതി. അതിൽ ഈ വാർത്തയുണ്ടെങ്കിലും വലിയ പ്രാധാന്യമില്ലാത്ത രീതിയിലാണ് കൊടുത്തിരിക്കുന്നത്.

"സത്യമെഴുതാനും അസത്യത്തിനെതിരെ വിമർശനം തൊടുത്തുവി ടാനുമുള്ള ധീരത പത്രം നടത്തുന്നവർക്കുണ്ടാവണം. അല്ലാതെ മേലാ ളന്റെ മുമ്പിൽ ഓച്ഛാനിച്ചു നില്ക്കുകയല്ല വേണ്ടത്."

നിർഭയനും ധീരനും ആരുടെയും മുന്നിൽ തലകുനിക്കാത്ത പൗരു ഷത്തിനുടമയും അഭിപ്രായ സ്വാതന്ത്ര്യത്തിനുവേണ്ടി വിട്ടുവീഴ്ചയില്ലാത്ത സമീപനം കൈക്കൊള്ളുന്നവുമായ ആ യുവത്വത്തിന്റെ ഇപ്പോഴുള്ള അവ സ്ഥയോർത്ത് ഗീവർഗ്ഗീസിന് അനല്പമായ വിഷമമുളവായി.

കേരള ജനതയുടെ സഞ്ചിതാ ബോധത്തിന്റെ ആൾരൂപമായി വളർ ന്നുനില്ക്കുന്ന രാമകൃഷ്ണപിള്ളയുടെ തൂലിക എന്നും ആത്മാഭിമാന ത്തോടും ആവേശത്തോടുംകൂടി മാത്രമേ വായിക്കാനാവൂ.

അപ്പോൾ അവിടെയെത്തിയ ശങ്കരൻനായരും ഈ വാർത്തയുടെ വിശകലനത്തിലേക്കും ദിവാനോടുള്ള എതിർപ്പിലേക്കും കടന്നുചെന്നു.

പത്രം വായിച്ചും ഗീവർഗ്ഗീസിന്റെ വാക്കുകളിൽ കൂടിയും രാമകൃഷ്ണ പിള്ള ശങ്കരൻനായർക്ക് സുപരിചിതനായിരുന്നു. *സ്വദേശാഭിമാനി*യെന്ന പത്രം ഇവിടെ പ്രചാരത്തിലില്ലെങ്കിലും തിരുവനന്തപുരത്ത് പഠിക്കുന്ന ജോസഫ് വഴിയായി അതിന്റെ ചില പതിപ്പുകൾ ലഭ്യമായത് വായിച്ചിരുന്നു.

പണ്ഡിതനും മുസ്ലീം സമുദായ പരിഷ്കർത്താവുമായ വക്കം മൗലവിയാണ് പത്ര സ്ഥാപനത്തിന്റെ ഉടമ. ആരേയും കൂസാത്ത മൗലവിയും ധീരനായ രാമകൃഷ്ണപിള്ളയും ഒത്തുചേർന്നാൽ പിന്നെ എന്തുനടക്കുമെന്ന് നിർവ്വചിക്കുക സാദ്ധ്യമല്ല. ദിവാന്റെയും കൊട്ടാരത്തിൽ അമിത സ്വാധീനമുണ്ടായിരുന്ന ശങ്കരൻതമ്പി തുടങ്ങിയ ഉദ്യോഗസ്ഥ പ്രമാണിമാരുടെയും ദുർനടപടികളും അനാശാസ്യവുമെല്ലാം പൊതുജന സമക്ഷത്ത് പത്രം തുറന്നുകാട്ടി. മദ്യം നിരോധിക്കണമെന്നും മുസ്ലീങ്ങൾക്കും ക്രിസ്ത്യാനികൾക്കും ഈഴവർക്കും എല്ലാ ഉദ്യോഗങ്ങളിലും പ്രവേശനം നല്കണമെന്നും പത്രം പലപ്പോഴായി ആവശ്യപ്പെട്ടിരുന്നു. ഈ ഉത്തരവോടെ മൗലവിയുടെ അച്ചുകൂടവും കണ്ടുകെട്ടി.

"ധൈര്യമുള്ള യുവാക്കൾ നാടുകടത്തപ്പെടുന്നത് സങ്കടകരമായ കാര്യമാണ്." ഗീവർഗ്ഗീസിന് അസഹ്യത അനുഭവപ്പെട്ടു. ശങ്കരൻ നായർ ഒരു നാല്ക്കാലി വലിച്ചിട്ട് അയാളുടെ അടുത്തിരുന്നു.

ജോസഫിന് രാമകൃഷ്ണപിള്ളയെ പരിചയമുണ്ട്. സുഹൃത്തായ മാധവന്റെ ജ്യേഷ്ഠന്റെ സഹപാഠിയായ അയാളെ കോളേജിൽവച്ച് പലപ്പോഴും കാണുകയും സംസാരിക്കയും ചെയ്തിരുന്നു.

"അപ്പാ. അയാൾക്കിനിം തിരുവിതാംകൂറിൽ കടക്കാനാവില്ലേ?"

"ഈ വിളംബര പ്രകാരം പാടില്ല. എന്നാൽ ദിവാൻ മാറി വേറെ ഉത്തമനായ ദിവാൻ സ്ഥാനമേറ്റാൽ ഈ സ്ഥിതിക്ക് മാറ്റം വരായ്കയില്ല."

"അയാൾക്കു വേണമെങ്കിൽ മദിരാശിയിൽ ബ്രിട്ടീഷ് റസിഡന്റിനു ഇതിന്മേൽ പരാതി കൊടുക്കാമല്ലോ."

"ആവാം. പക്ഷേ, നീതി ലഭിക്കാൻ വഴിയില്ല. ബ്രിട്ടന്റെ ആശ്രിതനെപ്പോലല്ലേ മഹാരാജാവ് തിരുമനസ്സ്. ഇന്ത്യാ മഹാരാജ്യം മുഴുവൻ ബ്രിട്ടീഷുകാർക്കെതിരെ സമരത്തിലാ. ഇവിടെമാത്രം ഒരു അനക്കവുമില്ല. യഥാരാജ. തഥാപ്രജ."

"അപ്പൻ പറഞ്ഞതു ശരിയാണ്. നമ്മുടെ രാജ്യമൊഴിച്ച് ഭാരതദേശം മുഴുവൻ ബ്രിട്ടീഷ് സർക്കാരിനോട് സന്ധിയില്ലാത്ത സമരം നടത്തുകയാണ്. അര നൂറ്റാണ്ടിലധികമായി പല സ്ഥലത്തും സമരം തുടങ്ങിയിട്ട്. നമ്മളിപ്പോഴും മനോഹരമായ കൂട്ടിലടയ്ക്കപ്പെട്ട പക്ഷികളെപ്പോലെയാണ്."

"നസ്രാണികളെ സംബന്ധിച്ച് ഇരട്ട പാരതന്ത്ര്യമാണനുഭവമാക്കുന്നത്."

"അപ്പനെന്താണുദ്ദേശിക്കുന്നത്?"

"ഇപ്പോൾ നടക്കുന്ന ഓരോ സംഭവങ്ങളെക്കുറിച്ചാണു ഞാൻ പറ

ഞ്ഞത്. ഇതുവലിയ കെണിയിലാകുമോന്നാ എന്റെ സംശയം."

ശങ്കരൻ നായർ ഒന്നും മനസ്സിലാകാതെ അവരെ രണ്ടുപേരെയും മാറിമാറി നോക്കി. മാർത്തോമ്മാ നസ്രാണികളുടെ പാരമ്പര്യവും ചരിത്രവും അയാൾക്ക് ഗീവർഗ്ഗീസിന്റെ വാക്കുകളിലൂടെ പരിചിതമാണ്. എങ്കിലും ഇപ്പോഴുള്ള കാര്യങ്ങൾ അയാൾക്ക് മനസ്സിലായില്ല. ഗീവർഗ്ഗീസ് കാര്യങ്ങൾ വിശദീകരിച്ചു.

മാത്തൻചേരിയിലെ പഴയ ചരിഞ്ഞ കുരിശിൽ ആലാത്തുകെട്ടി അതിൽ പിടിച്ചു സത്യം ചെയ്ത് റോമയുടെ നുകം കുടഞ്ഞു കളഞ്ഞതിനു പിന്നാലെ ജാതിക്കു കർത്തവ്യനായ തോമ്മാ അർക്കദിയാക്കോനെ, പന്ത്രണ്ടു കത്തനാർമാർ ചേർന്ന് തലയിൽ കൈവച്ചു പ്രാർത്ഥന നടത്തി മാർത്തോമ്മാ ഒന്നാമൻ എന്നു നാമകരണം ചെയ്ത് മെത്രാനായി അഭിഷേകം നടത്തി. ഇതുപോലുള്ള വാഴിക്കലുകൾ ആദിമകാലം മുതൽ ബാബിലോണ്യ പോലുള്ള പല സഭകളിലും സാധാരണമായിരുന്നു. അപ്പസ്തോലിക കൈവയ്പു ലഭിക്കാത്തതിനാൽ ഈ പട്ടം കെട്ടൽ അസാധുവാണെന്നു റോമാക്കാർ പ്രചരിപ്പിച്ചു.

ഏതൊരസത്യവും പലർ ഒരുമിച്ചുപറയുമ്പോൾ അതാണു സത്യമെന്ന് സാധാരണക്കാർക്കു തോന്നുക സ്വാഭാവികമാണ്. യേശുക്രിസ്തു ശിഷ്യരുടെ തലയിൽ കൈവെച്ചനുഗ്രഹിച്ച് അവരെ യിസ്രയേലിലെ പന്ത്രണ്ടു ഗോത്രങ്ങൾക്ക് തലവരാക്കി. ശിഷ്യരും അവരുടെ പിൻഗാമികളുടെ തലയിൽ കൈവെച്ച് അനുഗ്രഹം നല്കി. ഈ പാരമ്പര്യം അഭംഗുരം തുടർന്നുവരുന്നു. ഈ പ്രക്രിയയെയാണ് അപ്പസ്തോലികം എന്നു വിളിക്കുന്നത്. ഇങ്ങനെയുള്ള കൈവയ്പുമൂലം പരിശുദ്ധ റൂഹായുടെ ആവാസമുണ്ടാകുമെന്ന് വിശ്വസിക്കുന്നു. അങ്ങനെയെങ്കിൽ അപ്പസ്തോലിക്ക കൈവയ്പുള്ള മെത്രാൻ പട്ടം കെട്ടിയ പന്ത്രണ്ടു പേർ ചേർന്ന് അഭിഷേകം നടത്തുമ്പോൾ പരിശുദ്ധ റൂഹായുടെ ആവാസമില്ലയെന്നും അതു സാധുവല്ലായെന്നും ഏതടിസ്ഥാനത്തിലാണ് നിരീക്ഷിക്കാൻ കഴിയുക.

എന്നാൽ നിരക്ഷരകക്ഷികളായ സാധാരണക്കാരിൽ കുറച്ചു പേരെങ്കിലും ഇതുപോലുള്ള കപടവാദങ്ങളിലകപ്പെട്ടു പോകുന്നത് ലോകചരിത്രത്തിലെ സ്ഥിരം കാഴ്ചയാണ്. പൊയ്‌വാദം വിശ്വസിച്ച വളരെയാളുകൾ പഴയകൂറ്റെന്ന് അവരവകാശപ്പെടുന്ന പുത്തൻ സഭയിലേക്ക് കുടിയേറി. ഇത്തരം ഒരു സ്ഥിതിവിശേഷത്തിലാണ്, വിദേശത്തുനിന്നും ഏതെങ്കിലും സഭയിൽനിന്നും ഒരു മെത്രാനെ വരുത്തി പട്ടത്വം സ്ഥിരപ്പെടുത്തേണ്ടത് അത്യന്താപേക്ഷിതമെന്നു സഭ തീരുമാനിച്ചത്. തുടർന്നാണു ബാബിലോണ്യ, പേർഷ്യ, അന്ത്യോത്യാ തുടങ്ങിയ സഭകളിലേക്ക് ദൂതർ വശം കത്തുകളയ്ക്കുന്നത്. പേർഷ്യയിൽനിന്നുള്ള അഹത്തള്ള മെത്രാനെയാണു പറങ്കികൾ പിടിക്കൂടി ഗോവയിലേക്കു കൊണ്ടുപോവുകയും കടലിൽ കെട്ടിത്താഴ്ത്തുകയും ചെയ്തത്. പറങ്കികൾ ആ സമയമായപ്പോഴേക്കും പ്രബലരായിത്തീർന്നിരുന്നു. പല നാട്ടു രാജ്യങ്ങളിലും അവ

രുടെ കോളനിയും കോട്ടയും സ്ഥാപിക്കപ്പെട്ടു. തീതുപ്പുന്ന പീരങ്കിയും തോക്കും കൈവശമുള്ള അവരോടു ചുരികയും വാളും കുന്തവും മാത്ര മുള്ള നാട്ടുസൈന്യത്തിനെന്തു ചെയ്യാനാവും.

ഇവിടുള്ള ഒട്ടുമിക്ക പ്രദേശങ്ങളും പറങ്കികൾ കീഴടക്കിയിരുന്നു. സ്വാർത്ഥമതികളും ദയയോ, കരുണയോ ലവലേശം തൊട്ടുതീണ്ടിയിട്ടി ല്ലാത്തവരുമായ ഇവരുടെ ക്രൂരതയുടെ കഥകൾ അനവധിയാണ്. മെക്ക യിൽനിന്നും തിരികെവന്ന കപ്പലിലുണ്ടായിരുന്ന, നൂറിലധികമുള്ള സ്ത്രീകളും കുട്ടികളുമടങ്ങുന്ന മുസ്ലീമുകളെ വാളിന്റെ വായ്ത്തലയാൽ നിഷ്കരുണം വധിക്കുകയും അവരുടെ സമ്പത്തും ആഭരണങ്ങളും കൊള്ളയടിക്കുകയും കപ്പൽ അഗ്നിക്കിരയാക്കുകയും ചെയ്ത വാസ് കോഡ ഗാമയെന്ന പോർച്ചുഗീസ് നാവികനും പിൻഗാമികളും ചെയ്ത അധമപ്രവർത്തികൾക്ക് കൈയുംകണക്കുമില്ല. അവരോടൊപ്പമെത്തിയ ജെസ്യൂട്ട് പാതിരിമാരും ഒട്ടും വിഭിന്നരായിരുന്നില്ല. തങ്ങളുടെ മതവിശ്വാ സങ്ങൾ മറ്റുള്ളവരിൽ അടിച്ചേല്പിക്കാൻ എന്തിനും മടിയില്ലാത്തവരാ യിരുന്നു അവരും. അവരിൽനിന്നും ഏറ്റവുമധികം കയ്പ്പുനീർ കുടിക്കേ ണ്ടിവന്നവരായിരുന്നു മാർത്തോമ്മാ നസ്രാണികൾ.

യഹൂദരുൾപ്പെടെ പല കച്ചവട പ്രമുഖരും സഭയുടെ ദുഃസ്ഥിതിയിൽ അനുകമ്പയുള്ളവരും പ്രയത്നിച്ചതിന്റെ ഫലമായാണു വിദേശ സുറി യാനി സഭയായ അന്ത്യോക്യയിൽനിന്നും നടാടെ മെത്രാന്മാരെത്തുന്നത്. തുടർന്ന് മാർത്തോമ്മാ ഒന്നാമന്റെ പട്ടത്വം സ്ഥിരപ്പെടുത്തുന്നു. മലയാള ത്തുള്ള സഭയെയും സമൂഹത്തെയുംകണ്ട് അത്ഭുതപ്പെട്ട അവർ തങ്ങ ളുടെ ആരാധനാ സമ്പ്രദായം ഇവിടെ പ്രചരിപ്പിച്ചു. പേർഷ്യൻ രീതിയി ലുള്ള അലക്സാന്ത്ര്യൻ വേദശാസ്ത്രം അവരുടെ പ്രവർത്തനത്താൽ അന്ത്യോക്യൻ രീതിയിലേക്കു മാറ്റിയെടുക്കുവെന്നതൊഴിച്ചാൽ മറ്റു പ്രശ്ന ങ്ങളൊന്നും കുറെക്കാലത്തേക്ക് സഭയ്ക്കുണ്ടായില്ല.

പറങ്കികളെ നിഷ്പ്രഭരാക്കി ലന്തക്കാരും തുടർന്ന് ബ്രിട്ടീഷുകാരു മെത്തിയതോടെ രംഗങ്ങൾ മാറിമറിഞ്ഞു. ഇംഗ്ലീഷുകാർക്കൊപ്പമെത്തിയ ആംഗ്ലീക്കൻ മിഷനറികൾ വിദ്യാഭ്യാസത്തിനു മുൻതൂക്കം നല്കിയും പിന്നാക്ക സമുദായക്കാരുടെ ഉന്നമനത്തിനുമായി പ്രവർത്തിച്ചുവന്നു. വിദ്യാഭ്യാസ മേഖലയിലും മറ്റും സഭയും അവരോടൊപ്പം ചേർന്നു പ്രവർത്തിച്ചു. മലയാളത്ത് ആദ്യം ഇംഗ്ലീഷ് വിദ്യാഭ്യാസത്തിന് ഇടംന ല്കിയത് സെമിനാരിയായിരുന്നു. കാലക്രമേണ അവരും അവരുടെ ആശ യങ്ങളും പുത്തൻരീതികളും അടിച്ചേല്പിക്കാൻ ഒളിഞ്ഞും തെളിഞ്ഞും ശ്രമിച്ചുകൊണ്ടിരുന്നു. ഭാരതഭൂവിന്റെ ഭൂരിഭാഗവും ഭരണം കൈയാളിയ ബ്രിട്ടീഷ് സർക്കാരിന്റ പിന്തുണയും അവർക്കുണ്ടായിരുന്നു.

അപായകരമായ പല ചെയ്തികളെയും സഭാ നേതൃത്വം തിരിച്ച റിഞ്ഞ് ബഹിഷ്കരിക്കുകയുണ്ടായി. ചേപ്പാട്ടു ദിവന്നാസിയോസ് മെത്രാൻ വിളിച്ചുകൂട്ടിയ മാവേലിക്കര യോഗമാണതിന് അറുതി വരുത്തിയത്. അന്നു പുതിയകാവുപള്ളിയിൽവെച്ച് എഴുതിയുണ്ടാക്കിയ പടിയോല ആ സ്ഥല

ത്തിന്റെ പേരിലാണ് പിന്നീടറിയപ്പെട്ടത്. അതിനുശേഷമുണ്ടായ കോടതി വ്യവഹാരങ്ങളിലും ഒത്തുതീർപ്പു വ്യവസ്ഥകളിലും പല നഷ്ടങ്ങളും സഭയ്ക്കുണ്ടായെങ്കിലും വലിയൊരപകടം ഒഴിവായി.

എന്നാൽ അവരുടെ നവീനോപദേശങ്ങൾ സ്വാധീനിച്ച ഒരു മല്പാന്റെ ശ്രമഫലമായി മറ്റൊരു ഭിന്നത മലങ്കരയിൽ ഉടലെടുത്തു.

ഇതിനെ തമസ്കരിക്കാനും സത്യവിശ്വാസം സംരക്ഷിക്കാനുമായി അന്ത്യോക്യൻ പാത്രിയർക്കീസിനെ മലങ്കരയിൽ വരുത്തുവാൻ സഭ നിർബ്ബന്ധിതമായി. അങ്ങനെ നടത്തിയ മുളന്തുരുത്തി സുന്നഹദോസുയോഗത്തോടെ ഭിന്നിച്ചുനിന്നവർ പുതിയ സഭയായി രൂപാന്തരപ്പെട്ടു. നവീകരണത്തെ എതിരിടുവാൻ കൂട്ടുപിടിച്ച പാത്രിയർക്കീസും അദ്ദേഹത്തിന്റെ സിൽബന്ധികളെന്നു നടിക്കുന്നവരുമാണിപ്പോൾ പ്രതിനായക സ്ഥാനത്തുള്ളത്. മലങ്കര മെത്രാപ്പോലീത്തയാണു മലയാളനാട്ടിലെ സഭയുടെ പരമാധികാരിയെന്നും അന്തോക്യാ പാത്രിയർക്കീസിനു നാമമാത്രമായ ആത്മീയസ്ഥാനം മാത്രമേയുള്ളൂവെന്നും തിരുവിതാംകൂർ റോയൽ കോടതി വസ്തുനിഷ്ഠമായി വിധിയെഴുതിയിട്ട് അല്പനാളുകളെയായിട്ടുള്ളൂ.

അടുത്തകാലത്ത് മലങ്കരയിലെത്തിയ അബ്ദുള്ള പാത്രിയർക്കീസ് മലങ്കരയിലെ പള്ളികളും സ്വത്തും നടഭണ്ഡാരവുമെല്ലാം കണ്ടു കണ്ണുതള്ളി. ഇതിന്റെയെല്ലാം പരമാധികാരി താനാണെന്നും എല്ലാ പള്ളികളുടെയും ഉടമസ്ഥാവകാശം എഴുതി നല്കണമെന്നുമാണ് നിഷ്കർഷിച്ചിട്ടുള്ളത്. ദേശസ്നേഹവും ആത്മാഭിമാനവുമുള്ള ആർക്കുമിത് അംഗീകരിക്കാനാവില്ലയെന്നത് മലങ്കരയുടെ പൊതു അഭിപ്രായമാണ്.

താൻ പട്ടം കൊടുത്ത മലങ്കര മെത്രാപ്പോലീത്ത തന്റെ വരുതിക്കു വരുന്നില്ലെന്നു മനസ്സിലാക്കിയ പാത്രിയർക്കീസ് താനാണു യജമാനനെന്നും തന്റെ വാക്കനുസരിച്ച് പ്രവർത്തിച്ചില്ലെങ്കിൽ തൽസ്ഥാനത്തുനിന്നും മുടക്കുവാൻ തനിക്കധികാരമുണ്ടെന്നുമാണ് കല്പിച്ചിരിക്കുന്നത്.

മലയാളത്തുള്ള പള്ളി പ്രതിപുരുഷന്മാരുടെ യോഗം തെരഞ്ഞെടുത്തു. സുന്നഹദോസ് അംഗീകരിച്ച ഒരു സന്ന്യാസി കത്തനാരെയാണു മെത്രാനായി അഭിഷേകം ചെയ്യുവാൻ ശീമയിലേക്കയയ്ക്കുന്നത്. കാതോലിക്കാ, പാത്രിയർക്കീസ്, മഫ്രിയാനാ എന്നീ സ്ഥാനികൾ ഇവിടുണ്ടെങ്കിൽ ഇവിടെവെച്ചു പട്ടംകൊടുക്കാം. അങ്ങനെ മെത്രാനാകുന്ന ഒരാൾ സ്വസ്ഥാനത്തിനോ സഭയ്ക്കോ വിശ്വസാനുഷ്ഠാനങ്ങൾക്കോ കളങ്കം വരുത്തിയാൽ, സുന്നഹദോസ് വിചാരണ നടത്തി മൂന്നു മെത്രാന്മാരുടെയെങ്കിലും സാന്നിദ്ധ്യത്തിൽ കുറ്റം തെളിയിച്ചാൽ മാത്രമേ മുടക്കാനാവുകയുള്ളൂ. അല്ലാതെ താൻ പട്ടം കൊടുത്തുവെന്നതിനാൽ ഒരു മേല്പട്ടക്കാരനും അകാരണമായി ആരേയും മുടക്കുവാനോ മുടക്കിയതായി കല്പനയെഴുതിയുണ്ടാക്കുവാനോ കഴിയില്ല. അങ്ങനെയെഴുതുന്ന കല്പനയ്ക്ക് യാതൊരു സാധുതയുമില്ലെന്നാണ് 'ഹുദായ കാനോൻ' അനുശാസിക്കുന്നത്. കിഴക്കുള്ള സുറിയാനി ക്രിസ്ത്യാനികളെല്ലാം അംഗീകരിക്കുന്ന

നിയമ പുസ്തകമാണ് ബാർ എബ്രായാ രചിച്ച *ഹുദായ കാനോൻ.*

ഭാരതദേശത്തുള്ള ജനങ്ങൾ പൊതുവെ, ആദിമകാലം മുതൽ ആതിഥ്യമര്യാദ വെച്ചുപുലർത്തുന്നവരാണ്. അതുപോലെ, വിദേശികളായ തൊലി വെളുപ്പുള്ളവർ തങ്ങളേക്കാൾ കേമന്മാരും മഹത്ത്വമുള്ളവരും പണ്ഡിതരുമെന്ന ഒരു അബദ്ധധാരണയും അവർക്കുണ്ട്. ഈ മൂഢവിശ്വാസമാണു പണ്ടുമുതൽ പല വിനകൾ അവർക്ക് വരുത്തിവെച്ചിട്ടുള്ളതും.

പതിനൊന്ന്

കുലീനയായ ഒരു വനിതയുടെ പാദചലനം പോലെ, ശബ്ദകോലാഹലങ്ങളില്ലാതെ മീനച്ചിലാർ ശാന്തയായി ഒഴുകുന്നു. അതിന്റെ വടക്കേകരയോടു ചേർന്ന പുരയിടത്തിൽ ഒരു ദശാബ്ദത്തിന്റെ ചരിത്രസ്മരണകളും പേറി സെമിനാരി കെട്ടിടം.

നെറ്റിപ്പട്ടം കെട്ടി തലയുയർത്തി നില്ക്കുന്ന ഗജവീരനോടു സമാനമായി വെള്ള പൂശിയ ആ മാളിക അമ്പിളിയുടെ പ്രഭയാൽ പുഞ്ചിരി തൂകി മയങ്ങിനില്ക്കുന്നു.

ആദിത്യൻ തന്റെ പകലത്തെ അദ്ധ്വാനത്തിനുശേഷം വിശ്രമത്തിനായി ചക്രവാളസീമയെ പുല്കിയിട്ട് നാഴികകൾ പലതായി. സെമിനാരി കെട്ടിടത്തിന്റെ ഒന്നാം നിലയിലെ ഒരു മുറിയിൽ റാന്തലിന്റെ വെളിച്ചം ജനലിലൂടെ അരിച്ചിറങ്ങുന്നതു കാണാം. ബാക്കി മുറികളും പരിസരവും ശാന്തമായി പൗർണ്ണമിയുടെ ഉടയാട ധരിച്ച് പാതി നിദ്രയിലാണ്ട് കിടക്കുന്നു.

സെമിനാരിയിലെ വലിയ പെൻഡുലം നാഴികമണി സമയ സൂചന നല്കി മണിനാദം മുഴക്കി.

മീനച്ചിലാറിന്റെ തെക്കേതീരത്ത് പൂഴിമണ്ണിൽ മൂന്നുപേർ അഭിമുഖമായിരുന്ന് ഒരു കാര്യത്തെക്കുറിച്ച് ഗൗരവമായി സംസാരിക്കുകയാണ്. അവരുടെ ലക്ഷ്യം ആറിന്റെ വടക്കുഭാഗത്തുള്ള ആ കെട്ടിടമോ അതിനകത്തുള്ള എന്തോ ആണെന്ന് അവ്യക്തമായി മനസ്സിലാക്കാം. മൂന്നുപേരുടെയും വേഷം ഏതാണ്ടൊരുപോലെയാണ്. മുഷിഞ്ഞ കള്ളിമുണ്ടും തലയിൽ തുണികൊണ്ടുള്ള കെട്ടും. അവരിൽ ഒരാൾ അട്ടയുടെ കറുപ്പും മറ്റു രണ്ടുപേർ സാധാരണ കറുപ്പും നിറത്തിലുള്ളവർ. വസൂരിക്കലകൾ മുഖത്തും കൊമ്പൻ മീശയും ഉള്ളവൻ പ്രഥമ കാഴ്ചയിൽത്തന്നെ ഭീകര

രൂപിയാണ്. തെറുപ്പു ബീഡിയുടെ പുകവലയത്തിലാണ് മൂവരും തങ്ങളുടെ ലക്ഷ്യപ്രാപ്തിയെക്കുറിച്ച് കൂലങ്കുഷമായി ചിന്തിച്ചുകൊണ്ടിരിക്കുന്നത്.

മുകളിലൂടെ ചിറകടിച്ചു പറക്കുന്ന രാപ്പാടികളോ തൊട്ടടുത്ത മരത്തിലിരുന്നു മൂളുന്ന മൂങ്ങയോയൊന്നും അവരുടെ സംസാരത്തിന് വിഘാതം സൃഷ്ടിച്ചില്ല. അവരുടെ മനോപഥത്തിലുണ്ടായിരുന്നത് പുഴയ്ക്കപ്പുറത്ത് സ്ഥിതിചെയ്യുന്ന മഹാസൗധത്തിന്റെ അകത്തളങ്ങളിൽ സൂക്ഷിക്കപ്പെട്ടിരുന്ന എണ്ണിയാലൊടുങ്ങാത്ത തങ്ക ഉരുപ്പടികളും കനകനാണയങ്ങളും പൊൻകുരിശുകളും സ്വർണ്ണവടികളുമായിരുന്നു. അത് രാജകൊട്ടാരവും അതിൽ വസിക്കുന്നവർ രാജാവും പരിവാരങ്ങളുമാണെന്ന് അവർ ധരിച്ചിരുന്നു. അത്തരത്തിലുള്ള സംഭവങ്ങളാണ് അവർ കണ്ടിട്ടും കേട്ടിട്ടുമുള്ളത്. രാജാക്കന്മാരെപ്പോലെ വിശേഷ ഉടയാടകൾ ധരിച്ച് സ്വർണ്ണവടിയുമേന്തി പല്ലക്കുകളിലും രഥങ്ങളിലും മറ്റുള്ളവരുടെ ബഹുമാനവും ആദരവുമേറ്റു വാങ്ങി സഞ്ചരിക്കുന്നത് വേറെ ആരാണ്? ഇക്കഴിഞ്ഞ നാളുകളിൽ അവരുടെ എഴുന്നള്ളത്തും ഘോഷയാത്രയും ആരാവാരവും ഇവർ കണ്ട് ബോദ്ധ്യപ്പെട്ടതാണ്.

നസ്രാണികളുടെ രാജാവ്. ധനികരായ ഒരു കൂട്ടം ആളുകളുടെ തലവൻ. പിന്നെ പൊന്ന് കുന്നു കൂടിയതിൽ എന്തത്ഭുതം.

അവിടെ നിലവറകളിൽ സൂക്ഷിച്ചിരിക്കുന്ന തങ്കനാണയങ്ങളും മറ്റും അപഹരിക്കുവാനുള്ള ശ്രമത്തിനു മുന്നോടിയായുള്ള വട്ടംകൂട്ടലിനാണ് അവർ ഒത്തുചേർന്നിരിക്കുന്നത്.

ചടയൻ, കരുന്തരുമൻ, ചാക്കുണ്ണി.

തിരുവിതാംകൂറിലെ തസ്കര വീരന്മാർ. വളരെ തന്ത്രപൂർവ്വം മോഷണം നടത്തുന്നതിൽ വിരുതന്മാർ. ഇതുവരെ അവർ ഒറ്റയ്ക്കൊറ്റയ്ക്കാണു മോഷണം നടത്തിയിരുന്നത്. ഇത് കുറച്ച് അദ്ധ്വാനമുള്ള വേലയാണ്. ലക്ഷ്യമാക്കുന്നതും ഭീമമായതുതന്നെ. അതിനാലാണ് കൂട്ടായ ശ്രമം ആവശ്യമായി വന്നത്.

ചാക്കുണ്ണി സെമിനാരിയിൽ പുറമ്പണിക്കു നിന്നിട്ടുള്ളതിനാൽ പരിസരം നന്നായറിയാം. ഒരിക്കൽ അതിനുള്ളിൽ കയറാൻ ശ്രമിച്ചു പരാജയപ്പെട്ടതിനാൽ ഉൾഭാഗത്തെക്കുറിച്ച് ധാരണയില്ല.

ഏതു കൂരിരുട്ടിലും മാർജ്ജാരാവതാരമെടുക്കുന്ന കരുന്തരുമന് ഒന്നും ഒരു പ്രശ്നമേയല്ല. മൂവരിൽ ശക്തനുമയാളാണ്.

ചടയൻ കൃശഗാത്രനും നല്ല മെയ്വഴക്കമുള്ളവനാണ്. ഏത് ഇടുക്കിലൂടെയും പാമ്പിനെപ്പോലെ നുഴഞ്ഞു കയറാൻ സമർത്ഥൻ.

അവിടെ ധാരാളം സമ്പത്തുണ്ടെന്നുകണ്ട് ചോരണം നടത്തുവാനുള്ള ശ്രമത്തിന് മുൻകൈയെടുത്തത് ചാക്കുണ്ണിയാണ്. ചടയൻ മുഖാന്തരമാണ് കരുന്തരുമനുമായി ബന്ധപ്പെടുന്നത്. നിരണം പള്ളിയിലെ പൊൻകുരിശു മോഷ്ടിച്ചത് അയാളും ചേർന്നാണെന്ന് ജനസംസാരം. ചാക്കുണ്ണിയും അങ്ങനെ വിചാരിച്ചിരുന്നു; അയാളെ കണ്ടുമുട്ടുന്നതുവരെ. തങ്ങളെക്കാൾ

വിരുതുള്ളവർ ദേശത്തുണ്ടെന്നവർക്ക് മനസ്സിലായി. അങ്ങനെയുള്ളവർ അതു കൈക്കലാക്കുന്നതിനു മുൻപായി അതപഹരിക്കണമെന്നുള്ളതാണ് പ്രധാനകാര്യം. സെമിനാരിയിൽ ധാരാളം നിധിയുണ്ടെന്നുള്ളത് രഹസ്യമായ പരസ്യമാണ്.

ഒന്നേകാൽ ശതാബ്ദം മുമ്പ് മാർത്തോമ്മാ ക്രിസ്ത്യാനികളെ നയിച്ചത് വലിയ മാർദിവന്നാസിയോസായിരുന്നു. ടിപ്പു മലബാർ ആക്രമിക്കുന്ന കാലം. അവിടുണ്ടായിരുന്ന നമ്പൂതിരി, നായർ, നസ്രാണി കുടുംബങ്ങളെ "ഒന്നുകിൽ മതം മാറുക അല്ലെങ്കിൽ മരിക്കുക" എന്ന ശാസനയോടെ നേരിട്ടപ്പോൾ വളരെപ്പേർ അതിനു വഴങ്ങി. അതിനിടയിൽ പിതാവ് ഹൈദരലി മരണപ്പെട്ടതറിഞ്ഞ് ടിപ്പു ശ്രീരംഗപട്ടണത്തേക്ക് മടങ്ങി. ഇതേസമയം ബോംബെ പ്രദേശങ്ങളിൽനിന്നും മലബാറിലെത്തിയ ബ്രിട്ടീഷ് പട്ടാള കമാന്റർ ജനറൽ മാത്യൂസ്, മൈസൂറിന്റെ കുറെ ഭാഗങ്ങൾ കീഴടക്കിയ ശേഷം മലബാറിൽ തലശ്ശേരിക്കടുത്തുവന്ന് തമ്പടിച്ചു കിടന്നിരുന്നു. ടിപ്പുവിന്റെ സൈന്യവുമായി യുദ്ധത്തിലേർപ്പെട്ടിരുന്നതിനാൽ യുദ്ധച്ചെലവുകൾക്കായി അയാൾക്ക് മെത്രാപ്പോലീത്തയോട് കടം വാങ്ങേണ്ടി വന്നു. മൂന്നുലക്ഷത്തി മുപ്പത്തി മൂവായിരം രൂപയാണ് കടം വാങ്ങിയത്. മലബാർ പ്രദേശത്ത് സാമൂതിരിയുടെ നാട്ടിൽ ഉപയോഗത്തിലിരുന്നത് പൂവരാഹനായിരുന്നു. ഒരു പൂവരാഹൻ ഏകദേശം മൂന്നര രൂപവരും. സ്റ്റാർ പഗോഡയെന്ന് ഇംഗ്ലീഷുകാർ അതിനെ വിളിച്ചുവന്നു. സ്വർണ്ണത്തിലും ഈ നാണയമുണ്ടായിരുന്നു.

ബ്രിട്ടീഷുകാർക്ക് സാമ്പത്തിക സഹായം ചെയ്ത നസ്രാണികളോട് ടിപ്പുവിന് കടുത്ത വിദ്വേഷം ഉളവായി. അവരെ കഠിനമായി ഉപദ്രവിച്ചു; സുൽത്താൻ പദവിയേറ്റ് തിരികെയെത്തിയ ടിപ്പു. ബ്രിട്ടീഷുകാർക്കെതിരെ യുദ്ധം ചെയ്യുന്ന ടിപ്പുവിന് അവരെ സഹായിക്കുന്നവരും വിരോധികളാണ്. മരണമോ മതംമാറ്റമോ ഏതെങ്കിലും ഒന്നു തെരഞ്ഞെടുക്കേണ്ടതായി വന്നപ്പോൾ മതം മാറുവാൻ മനസ്സില്ലാത്തവർ ആ ദേശം വിട്ട് തെക്കോട്ട് പലായനം ചെയ്യുവാൻ തുടങ്ങി. ബ്രിട്ടീഷ് കപ്പലുകളിൽ കയറി തിരുവിതാംകൂർ ഭാഗത്ത് വന്ന് കുടിയേറി. അതിന് ബ്രിട്ടീഷ് ജനറൽ സഹായിച്ചു. മംഗലാപുരംവരെയുണ്ടായിരുന്ന നായരും നമ്പൂതിരിയും നസ്രാണിയുമെല്ലാം കൂട്ടത്തോടെ നാടുവിട്ടു. ഇതിനുള്ള ചെലവ് ജനറൽ അവരോടു വാങ്ങിയിരുന്നു. ചിറയ്ക്കൽ രാജകുടുംബാംഗങ്ങളും കടത്തനാട്ട് നാടുവാഴിയും കുടുംബവും വളരെ ജന്മികളും അവരുടെ ആശ്രിതരും തിരുവിതാംകൂറിൽ കുടിയേറി രക്ഷപ്പെട്ടു. കോഴിക്കോടിനു വടക്കുണ്ടായിരുന്ന നസ്രാണി സമൂഹം നാമാവശേഷമായി. കൊച്ചി അതിർത്തിയിലുള്ളവർ കരമാർഗ്ഗമായാണെത്തിയത്. വടക്കൻ മലബാറിൽനിന്നും നസ്രാണികളെ കപ്പൽ മാർഗ്ഗം തിരുവിതാംകൂറിലെത്തിച്ചതിന്റെ കൂലി കഴിച്ച് ബാക്കിയുണ്ടായിരുന്ന മൂവായിരം പൂവരാഹൻ മെത്രാപ്പോലീത്തയുടെ പേരിൽ സർക്കാരിൽ സ്ഥിരനിക്ഷേപമായിത്തീർന്നു. അന്നു നാടുവാഴികൾക്കുപോലും ഇത്രയും തുക കടം നല്കാനില്ലായിരുന്നു. ഈ നിക്ഷേപത്തിന്റെ പലിശ കൊല്ലംതോറും മെത്രാച്ചനു ലഭിക്കുവാൻ വ്യവസ്ഥ ചെയ്തിരുന്നു.

ഇതിനെ വട്ടിപ്പണം എന്നു പറഞ്ഞുവരുന്നു.

ധനാഢ്യരായ നസ്രാണികളുടെ നേതാവും വളരെ ധനികനും രാജാവിനെ പോലെയുമാണെന്ന് പരക്കെ വിശ്വസിച്ചിരുന്നു. രാജാക്കന്മാരെ സംബോധന ചെയ്യുന്നതുപോലെ അദ്ദേഹത്തേയും തിരുമേനിയെന്നും അദ്ദേഹം വസിക്കുന്ന ഇടത്തിന് അരമനയെന്നും പറഞ്ഞുവരുന്നു.

വട്ടശ്ശേരിൽ തിരുമേനി പട്ടംകൊടുക്കുന്ന ശെമ്മാശന്മാർ അദ്ദേഹത്തിന് ഓരോ പൊൻമോതിരം നല്കുന്ന പതിവുണ്ട്. അദ്ദേഹമതെല്ലാം തന്റെ മേശപ്പുറത്തുള്ള സ്ഫടിക തളികയിലാണ് സൂക്ഷിച്ചിരിക്കുന്നത്. ഒരു തളിക നിറയെ പൊൻമോതിരങ്ങൾ.

അതുകൂടാതെ സമ്പന്നരായ മഹിളാരത്നങ്ങൾ തങ്ങളുടെ സമ്മാനമായി, കൈമുത്തായി, സ്വർണ്ണ നാണയങ്ങളും നല്കിയിരുന്നു. ഇതെല്ലാം സാധുക്കളായ പെൺകുട്ടികളുടെ വിവാഹാവശ്യങ്ങൾക്കായി പലപ്പോഴും മെത്രാച്ചൻ ഉപയോഗിച്ചിരുന്നു. ഇതുപോലുള്ള വസ്തുതകളും പൊടിപ്പും തൊങ്ങലും വെച്ച കഥകളും കർണ്ണകർണ്ണികയാഗ്രഹിച്ചവരിൽ നിന്നുമാണ് തസ്കരന്മാരും അറിഞ്ഞിട്ടുള്ളത്.

രാജകൊട്ടാരങ്ങളുടെ ഖജനായ്ക്കു സമാനമാണ് പുഴയ്ക്കപ്പുറത്തുള്ള കെട്ടിടത്തിനുള്ളിലെന്ന ചാക്കുണ്ണിയുടെ സ്വരത്തിൽ കോൾമയിർ കൊണ്ടിരിക്കുകയാണ് മറ്റ് രണ്ടുപേരും.

ചടയന്റെ മോഹവും വളരെ നാളായി ആഗ്രഹിക്കുന്നതുമാണ് വലിയൊരു മോഷണം.

കരുന്തരുമന് അങ്ങനൊന്നുമില്ല. എവിടെയായാലും പണി ചെയ്യുക. നന്നായി തിന്നുക. സുഖമായുറങ്ങുക. ചെറുതോ വലുതോ ഒന്നും അയാൾക്ക് പ്രശ്നമല്ല. എങ്കിലും സങ്കീർണ്ണമായ ഒരു വേലയെന്നത് അയാൾക്ക് ഒരു ഹരമാണ്. ആ സമയത്ത് അയാൾ അക്രമാസക്തനാവുകയും ചെയ്യും. പിടിക്കപ്പെടുമെന്ന് കണ്ടാൽ ആരേയും അയാൾ ആക്രമിക്കും. മറ്റ് രണ്ടുപേരും ഓടി രക്ഷപ്പെടാനേ ശ്രമിക്കൂ. ആരേയും ഉപദ്രവിച്ച ചരിത്രമില്ല. ഉദരപൂരണത്തിന് എന്തെങ്കിലും തരപ്പെടണമെന്നേയുള്ളൂ.

പകൽനേരത്ത് വളരെയാളുകൾ വന്നുപോകുന്ന സെമിനാരിയിൽ സന്ധ്യ കഴിഞ്ഞാൽ ആരുമുണ്ടാകയില്ല. കുറച്ചുപേർ മാത്രമാണവിടെ താമസിക്കുന്നത്. ഈ നിരീക്ഷണം ചാക്കുണ്ണിയുടെ വകയാണ്.

മൂവരും ചില തീരുമാനങ്ങളെടുത്തിട്ടാണ് അന്നു പിരിഞ്ഞത്. അതിൽ ഏറ്റവും യോജ്യമായ ദിനത്തിൽ അവിടേക്ക് ഗമിക്കുവാനും തങ്ങളുടെ ലക്ഷ്യം പൂർത്തീകരിക്കുവാനും സ്വായത്തമാകുന്ന വസ്തുക്കൾ കൃത്യമായി പങ്കുവയ്ക്കുവാനുമുള്ള തീരുമാനങ്ങളുണ്ടായിരുന്നു.

അപ്പോഴേക്കും അമ്പിളി, പടിഞ്ഞാറു ലക്ഷ്യമാക്കിയുള്ള തന്റെ പ്രയാണത്തിന്റെ അവസാനഘട്ടത്തിലായിരുന്നു.

താഴെ മീനച്ചിലാറിലെ ജലം ചന്ദ്രപ്രഭയിൽ പളുങ്കുപോലെ ജ്വലിച്ചൊഴുകിക്കൊണ്ടിരുന്നു.

പന്ത്രണ്ട്

പെരുമഴക്കാലത്തിന്റെ സന്ദേശവാഹകരായി വിഹായസ്സിൽ മന്ദം മന്ദം നീങ്ങുന്ന കറുത്ത മേഘങ്ങൾ.

പഞ്ഞത്തിന്റെ നാളുകളെ സ്വീകരിക്കാനായി കള്ളക്കർക്കിടകത്തിന്റെ വരവറിയിച്ചുകൊണ്ട് പ്രകാശമയമായ നാളുകളെ വിഴുങ്ങുവാനായെത്തുന്ന കരിംഭൂതത്തെപോലെ അവ പറന്നടുത്തുകൊണ്ടിരുന്നു.

"കർക്കടക പഞ്ഞി വന്നല്ലോ" രാഘവന്റെ വാക്കുകളിൽ സന്തോഷമാണോ അസന്തുഷ്ടിയാണോയെന്നു തിരിച്ചറിയാനാവാത്ത വികാരം. കറുത്ത പഞ്ഞിക്കെട്ടായി കാർമേഘങ്ങളെ സാധാരണ ജനങ്ങൾ ഉപമിച്ചിരുന്നു. ഇനിയുള്ള നാളുകൾ പട്ടിണിയുടെ കാലമാണ്. വേലയുമില്ല കൂലിയുമില്ല. ഇടതോരാതെപെയ്യുന്ന മഹാമാരി കാരണം പണിയുണ്ടായാലും കൃഷിയിടങ്ങളിൽനിന്നു വേല ചെയ്യാനാവില്ല. ഉടയോന്മാർ അതിനു സമ്മതിക്കുകയുമില്ല. മഴയിൽ വേലചെയ്യുന്നവർ ശരിയായി ചെയ്യില്ല. കൂലികൊടുക്കുന്നത് നഷ്ടവുമാകും. എന്നാൽ മഴയത്ത് ചക്രം ചവിട്ടി വെള്ളം വറ്റിക്കുന്നതും മുറിഞ്ഞ മടവെട്ടി ശരിയാക്കുന്നതും എത്ര ശ്രമകരമെന്ന് ചെയ്യുന്ന പാവങ്ങൾക്കല്ലേ അറിയൂ.

കർക്കട പഞ്ഞികൾ കുതിർന്ന് ജലം ധാരധാരയായി താഴോട്ടു പതിച്ചു. ഭൂമി നനഞ്ഞു; കുതിർന്നു. മരങ്ങളും കുടിലുകളുമെല്ലാം തണുത്തു വിറങ്ങലിച്ചുനിന്നു. പെയ്തിറങ്ങിയ വെള്ളം കലങ്ങിയൊഴുകാൻ തുടങ്ങി. ചാണകം മെഴുകിയ കുടിലുകളുടെ അടിവശങ്ങളും വെള്ളത്തിന്റെ ഒഴുകിനൊപ്പം അടർന്ന് ഒലിച്ചിറങ്ങി.

കുടിലുകളിൽ വളർത്തിയിരുന്ന കോഴികൾ അടുത്തുള്ള ചെറിയ മരങ്ങളിലും മറ്റും അഭയം തേടി.

രാഘവന്റെ ആട് മഴയും തണുപ്പും സഹിക്കവയ്യാതെ ചാണകം

മെഴുകിയ തിണ്ണയിലേക്ക് ചാടിക്കയറി. അവിടെക്കിടന്നിരുന്ന നായ് തന്റെ ശരീരമൊതുക്കി ആടിനുകൂടി സ്ഥലമൊരുക്കി കൊടുത്തു.

അല്പമുള്ള അരി വേവിക്കാനുള്ള രാഘവന്റെ ഭാര്യയുടെ പരിശ്രമത്തിൽ കുടിലും പരിസരവും പുകയിൽ മുങ്ങി. നനഞ്ഞ ചൂട്ടും കൊതുമ്പും കത്തിക്കാനുള്ള ഉദ്യമത്തിൽ തീയൂതി അവരും തളർന്നിരുന്നു.

ഉമ്മറത്തിരുന്ന് ദിവാസ്വപ്നം കാണുന്ന രാഘവന്റെ സുഖാലസ്യത്തെ പുക സ്വൈരം കെടുത്തി. അയാൾ ഭാര്യയെ പുലഭ്യം പറയാൻ തുടങ്ങി.

"ഇങ്ങക്ക് എന്തിന്റെ കേടാണ്. ഒണങ്ങാത്ത പൊത്താൻവെച്ച് തീയൂതി ന്റെ തല കറങ്ങ്ണ്. അപ്പോളാ ഇങ്ങേരെടെ പള്ള്."

"നെനക്ക് നേരത്തേ ഒണങ്ങിയ പൊത്താനെടുത്തു വെക്കാൻമേലേ."

"എവുടുന്ന്. ഇതുതന്നെ നാലേകാട്ടിലെ അക്യത്തൂന്ന് പെറുക്കീതാ."

"മനുഷേർക്ക് സൊസ്തമായിട്ടിരിക്കാൻ പറ്റില്ലന്നു വെച്ചാ..."

"ഇങ്ങള് ഇങ്ങനെ കുത്തീരിക്കാതെ പാളത്തൊപ്പീം വെച്ച് പറമ്പിലോട്ടു പോ. അല്ലേൽ കണ്ടത്തി പോയ് എന്തേലും പണി."

അയാൾക്ക് വേല ചെയ്യണമെന്നുണ്ട്. ഇന്നാരും വിളിച്ചിട്ടില്ല. മഴക്കാലമായാൽ മഠത്തിലേക്ക് മാപ്പിളച്ചൻ മാത്രമേ വല്ലപ്പോഴുമെങ്കിലും പണിക്കു വിളിക്കൂ. വലിയ പട്ടിണി കൂടാതെ കഴിയാൻ കുറച്ചരീം മുളകുമൊക്കെ നല്കും. രണ്ടു മക്കൾ കയർമില്ലിൽ പോകുന്നുണ്ട്. തുച്ഛമായ കൂലിയാണെങ്കിലും അവർക്ക് വേലയുണ്ട്. പാവ് ഓടുന്നതിന് വേണ്ടി ചുറ്റുക, തടുക്ക് നെയ്യുന്നതിന് പുഞ്ചവലിക്കുക, മുടിമാട്ടുക തുടങ്ങിയവ കുട്ടികളെക്കൊണ്ട് ചെയ്യിച്ചിരുന്നു. വേലയുള്ളപ്പോഴും ഇല്ലാത്തപ്പോഴും ഇതു വലിയ സഹായമാണ് രാഘവന്. രാഘവന്റെ ഭാര്യ കൊച്ചുപെണ്ണും ചുമ്മാതിരിക്കില്ല. കഞ്ഞീം കറീം വെച്ചിട്ട് ബാക്കിയുള്ള നേരം അവരും പണിയിലാണ്. നേരത്തേ കരുതിവെച്ചിരിക്കുന്ന ഈറൽ, മുള, കൈതോല, ചില വീതിയുള്ള പുല്ലുകൾ എന്നിവയാൽ പല സാധനങ്ങളും അവരുണ്ടാക്കും. ഈറലും മുളയും വെട്ടുകത്തി കൊണ്ട് കീറി ചെറിയ പാളികളാക്കിക്കൊടുക്കും രാഘവൻ. അതു ചീകി മിനുക്കി കൊച്ചുപെണ്ണ് കുട്ടയും വട്ടിയും മുറവുമുണ്ടാക്കും. അവർക്കതിന് നല്ല വിരുതുണ്ട്.

രാഘവനും മുറം നെയ്യാൻ ശ്രമിച്ചുനോക്കി. കൈ മുറിഞ്ഞതു മിച്ചം. കൊച്ചുപെണ്ണ് കുട്ടയും മുറവും നെയ്യുന്നത്, കണ്ടിരിക്കാൻ തോന്നും. അത്ര ചാതുര്യത്തിലും വേഗത്തിലുമാണവർ അതു ചെയ്യുന്നത്. കൈതോല മുള്ളു കളഞ്ഞ് തൊറുത്ത് തഴയാക്കി ചേരിൻമേൽ പുക കൊള്ളിച്ച് പാകമാക്കി അതുകൊണ്ട് ഭംഗിയുള്ള പായ് മെടയുന്നതും അവർക്ക് കൈവന്ന കലയാണ്. അവർ മാത്രമല്ല സാധുക്കളായ കൃഷീവലന്മാരുടെ പെമ്പ്രന്നോത്തികളെല്ലാം ഇതു പഠിച്ചിരിക്കും. നാടായ നാട്ടിലെ വീടുകളിലെല്ലാം ചേരിൻമേൽ തഴകളുണ്ടാകും. അവിടെയെല്ലാം പായ് കൊല്ലുന്നത് ഇവരാണ്. കർക്കടകത്തിലാണ് കൂടുതലും പായ് നെയ്യുക.

കർക്കടകം കഴിഞ്ഞാൽ ചിങ്ങം. സിംഹരാശിയിൽ സൂര്യൻ പിറക്കുന്നതോടെ തിരുവോണത്തെ സ്വീകരിക്കാനുള്ള പുറപ്പാടാകും. തിരുവോണത്തിന് പുതിയ പായയിലിരുന്നാണ് ആണുങ്ങളും കുട്ടികളും ഓണമുണ്ണുന്നത്. കർക്കടകം ദുർഘടം.

ഈ കാലത്തും പൊരുതി ജീവിക്കുവാനുള്ള ആയോധനവിദ്യ കാലമെന്ന ഗുരുനാഥൻ പഠിപ്പിക്കുന്നു. അഷ്ടിക്കു വക കണ്ടെത്താൻ കഴിയാത്ത പെരുമഴക്കാലത്ത് താളും തകരയുമെടുത്ത് വിശപ്പടക്കുന്നു. നനഞ്ഞു കുതിർന്ന പ്രകൃതിയുടെ മടിത്തട്ടിൽകിടന്ന് ഉണ്ണാനും ഉറങ്ങാനും പരിചയിക്കുന്നു.

ഇളയമകൻ അഞ്ചു വയസ്സുകാരനായ മണിയുടെ കരച്ചിൽ കേട്ടാണ് രാഘവൻ ചിന്തയിൽനിന്ന് ഞെട്ടിയെഴുന്നേറ്റത്. കൊച്ചുപെണ്ണിന്റെ അലമുറയിടലും കേൾക്കാം. ഓടിച്ചെന്നു നോക്കിയപ്പോൾ മണിയെ കൈയിലെടുത്ത് ഒരു കാല് ഉയർത്തിപ്പിടിപ്പിച്ചിരിക്കുന്നു.

"പാമ്പുകടിച്ചേ. പാമ്പുകടിച്ചേ" അലറി നിലവിളിച്ചു.

ഉറങ്ങിക്കിടന്നിരുന്ന മണി മൂത്രമൊഴിക്കാനായി പറമ്പിലേക്കിറങ്ങിയതായിരുന്നു. തിരികെ കയറുമ്പോഴാണ് ഇറയത്ത് കിടന്നിരുന്ന പാമ്പിനെ ചവുട്ടിയതും അതു കടിച്ചതും.

"പാമ്പെന്തിയേ?" രാഘവന്റെ ചോദ്യത്തിന് മണി എതിർവശത്തേക്ക് കൈചൂണ്ടി.

മണിയെ തോളിൽ കിടത്തി രാഘവൻ കേശവൻ വൈദ്യന്റെ വീട്ടിലേക്ക് വേഗത്തിൽ നടന്നു; കുടിലിന്റെ ഓലവാതിൽ ചാരിവെച്ചിട്ട് കരഞ്ഞുകൊണ്ട് കൊച്ചുപെണ്ണ് പുറകേയും.

വൈദ്യൻ കുട്ടിയുടെ കാലിൽ പാമ്പുകടിച്ച ഭാഗം വെള്ളത്താൽ കഴുകിത്തുടച്ചു. വിഷക്കല്ല് അതിന്മേൽ വെച്ച് കണ്ണടച്ച് എന്തോ മന്ത്രങ്ങൾ ഉരുവിട്ടു. നിമിഷങ്ങൾ കഴിഞ്ഞ് ധ്യാനത്തിൽ നിന്നെന്നപോലെ കണ്ണുകൾ തുറന്നു.

"വിഷമെല്ലാം കല്ല് വലിച്ചെടുത്തു. ഇനി കുഴപ്പമില്ല. പൊയ്ക്കോ." വൈദ്യരെ താണുതൊഴുത് മണിയെയുമെടുത്ത് സമാധാനത്തോടെ അവർ കുടിലിലേക്ക് നടന്നു.

പതിമൂന്ന്

കുഞ്ഞന്നയുടെ കൈയിലിരുന്ന കടലാസുതുണ്ട് കാറ്റത്തിളകി. അതിന്റെ ഇളക്കത്തിൽ അതിലെ അക്ഷരങ്ങൾ അവളുടെ കണ്ണുകളിലൂടെ ഹൃദയത്തിലെത്തി ഓളങ്ങൾ സൃഷ്ടിച്ചു. ആ കടലാസിൽ ആലേഖനം ചെയ്തിരുന്ന വാക്കുകളെ അവൾ കൗതുകത്തോടും അതിരറ്റ വാത്സല്യത്തോടും കൂടി നോക്കി. വെള്ള നിറമുള്ള കടലാസ് അവൾക്ക് മാലാഖയായി കാണപ്പെട്ടു. അതിലെ അക്ഷരങ്ങൾ കൈകൾ നീട്ടി തന്നെ പുണരുന്നതായി അവൾക്കനുഭവപ്പെട്ടു. അവ പുല്കുവാൻ പാകത്തിന് തന്റെ ശരീരത്തെ അവൾ ഒതുക്കി കൊടുത്തു. അവയുടെ ആലിംഗനത്തിൽ അവൾ അലിഞ്ഞില്ലാതായി. ഒരുനിമിഷത്തെ ആലസ്യത്തിനുശേഷം വീണ്ടും അവൾ, പാകപ്പെടുത്തിയ നയനങ്ങളോടെ ഓരോ വാക്കുകളിലേക്കും ഊളിയിട്ടിറങ്ങി.

കുവലയവിലോചനേ
ബാലേ, ഭൈമീ, കിസലയാധരേ
ചാരു ശീലേ,
എനിക്കു നിന്നോട്.....

ഈ കവിതാശകലത്തിന്റെ അർത്ഥം പൂർണ്ണമായവൾക്കു മനസ്സിലായില്ലെങ്കിലും തന്നോടുള്ള പ്രേമത്തിന്റെ സൂചകമാണതെന്നവൾ അറിഞ്ഞു.

തന്റെ സഹോദരനായ ജോസഫിന്റെ സതീർത്ഥ്യൻ മാധവ് ചന്ദ്രന് അവളിൽ താല്പര്യമുണർന്നിട്ട് വളരെനാളായി. ഭവനത്തിനകത്ത് പ്രവേശനം ലഭിച്ചിട്ടുള്ള മാധവൻ ഉന്നതകുലജാതനാണ്. അവൻ വേറെ മതസ്ഥനാണെന്നതു മാത്രമാണ് അവളെ അലട്ടുന്ന പ്രശ്നം. എന്നാൽ ആ ചിന്ത തല്ക്കാലം അവൾ മാറ്റിവെച്ചു.

ആദ്യമെല്ലാം അവൻ അവളെ നോക്കുമ്പോൾ പ്രത്യേകതയൊന്നും തോന്നിയിരുന്നില്ല. എന്നാൽ കുറച്ചുനാളുകളായി അവനെ അഭിമുഖീകരിക്കുവാൻ വല്ലാത്ത വൈഷമ്യം; പക്ഷേ, കാണണമെന്നതിയായ മോഹവും. കാണുമ്പോൾ ആ കണ്ണുകളെ നേരിടുവാനുള്ള ധൈര്യവുമില്ല. മാധവൻ വീട്ടിലേക്കു വരുമെന്ന് ജോസഫ് പറയുമ്പോൾ മുതൽ ഹൃത്തിൽ പെരുമ്പറ മുഴങ്ങുകയായി. എന്തുചെയ്താലും ആകെ താളപ്പിഴ. അമ്മയുടെ വഴക്ക് ധാരാളം കേൾക്കേണ്ടിയും വരുന്നു. ഈ അടുത്ത ദിവസമാണ് ഒന്നുനോക്കി ചിരിക്കുവാനുള്ള അവസരമുണ്ടായത്. അന്ന് മനസ്സിൽ എത്രത്തോളം ആനന്ദമുണ്ടായിയെന്നു പറഞ്ഞറിയിക്കാനാവില്ല. അതിന്റെ നിർവൃതി രണ്ടു മൂന്നു ദിനങ്ങൾ നീണ്ടുനില്ക്കുകയുണ്ടായി. ഇന്ന് മാധവനെത്തുമ്പോൾ പൂമുഖത്ത് ആരുമില്ലായിരുന്നു. മുറ്റത്ത് പൂക്കളെ തലോടി നില്ക്കുമ്പോഴാണ് പിന്നിൽനിന്നും ആ വിളി തന്റെ കാതുകളിൽ അമൃത് പൊഴിച്ചത്.

"കുഞ്ഞന്നാ"

"ങ്ങേ" എന്നു പ്രതിവചിച്ച് ഞെട്ടിത്തിരിഞ്ഞു നോക്കുമ്പോൾ കാലുകൾ കുഴയുന്നപോലെ തോന്നി. മുമ്പിൽ മാധവൻ.

"ജോസഫ് എവിടെ?"

അതുകേൾക്കാനാവാതെ വീണ്ടുമവൾ എന്തോ പറഞ്ഞു. ശബ്ദം വ്യക്തമായില്ല. അവളാകെ വിളറിയിരുന്നു.

"വിളിക്കാം." എന്ന് വിക്കി പറഞ്ഞു.

"നില്ക്കൂ" അവൻ കുപ്പായത്തിന്റെ കീശയിൽനിന്നും ഒരു കടലാസ് കഷണമെടുത്ത് ചുറ്റും നോക്കിയിട്ട് അവളുടെ പക്കൽ കൊടുത്തു. "അകത്തുപോയി വായിച്ചാൽ മതി. ആരോടും പറയരുത്. കാണിക്കയുമരുത്." അയാളുടെ സ്വരത്തിൽ പല ഭാവങ്ങൾ അലിഞ്ഞുചേർന്നിരുന്നു. അവൾ പേടിച്ചരണ്ട മാൻപേടപോലെ ഒതുങ്ങിനിന്നു. അതു വാങ്ങാനവൾക്ക് കഴിഞ്ഞില്ല. കൈനീട്ടാനവൾക്ക് ത്രാണിയില്ലായിരുന്നു. വീണ്ടും നിർബ്ബന്ധിച്ചപ്പോൾ അവളതു വാങ്ങി തന്റെ വസ്ത്രത്തിലൊളിപ്പിച്ച് അകത്തളത്തിൽ അപ്രത്യക്ഷയായി.

മുകളിലെ വരാന്തയിൽ ഉറക്കെയുള്ള സംസാരവും ചിരികളും അവളെ ചിന്തയിൽനിന്നും വർത്തമാനകാലത്തിലേക്കെത്തിച്ചു. മുകളിൽ ജോസഫും മാധവനും സംഭാഷണത്തിലാണ്. തങ്ങളുടെ പഠനം പൂർത്തിയാക്കിയതിനുശേഷമുള്ള ഉല്ലാസത്തിലാണിരുവരും. അവരെ കൂടാതെ സ്ത്രീകൾ മാത്രമേ വീട്ടിലുള്ളൂ. അതുകൊണ്ടാണവർ ഉറക്കെ സംസാരിക്കുന്നതും ആർത്തു ചിരിക്കുന്നതും. അവർ കലപില കൂട്ടുന്നത് ഇടയ്ക്കിടയ്ക്ക് മറിയവന്ന് എത്തിനോക്കി ആസ്വദിച്ചിട്ട് ഉള്ളുകൊണ്ട് ചിരിച്ച് വീണ്ടും അടുക്കളയിലേക്ക് പോകും. ജോസഫുണ്ടെങ്കിലേ വീടുണരൂ. കൂട്ടുകാരനും കൂടിയെത്തിയാൽ പിന്നെ പറയുകയും വേണ്ടാ.

ദൂരെനിന്ന് വെള്ള വസ്ത്രത്തിന്റെ നിഴലാട്ടവും കുടയുടെ ചാഞ്ചാട്ടവും ജോസഫിന്റെ ശ്രദ്ധയിൽപ്പെട്ടു. നിമിഷനേരംകൊണ്ട് അവരിൽ അച്ച

ടക്കത്തിന്റെയും സൗമ്യതയുടെയും ആവരണം വന്നുമൂടി. ഉമ്മറത്തെത്തിയ ഗീവർഗ്ഗീസ് തന്റെ മെതിയടി പടിയുടെ അടുത്തായി ഊരിവെച്ച് തിണ്ണയിൽ വെച്ചിരുന്ന ഓട്ടു കിണ്ടിയെടുത്ത് പാദക്ഷാളനം നടത്തി അകത്തുവന്നു. കൈയിലുണ്ടായിരുന്ന കുട യഥാസ്ഥാനത്തു തൂക്കി. മേൽവസ്ത്രമൂരി അയയിലിട്ട് ചാരുകസേരയിലിരിക്കുമ്പോഴേക്കും മറിയ ഭർത്താവിന്റെ അടുത്തെത്തി.

"കുറച്ചു കഞ്ഞിവെള്ളം."

മറിയ ധൃതിയിൽ അടുക്കളയിൽപോയി ഒരോട്ടുപാത്രം നിറയെ കഞ്ഞിവെള്ളവുമായെത്തി. അതിൽ കടുക് പൊങ്ങിക്കിടന്നിരുന്നു. കാച്ചിയ മോരൊഴിച്ച് കഞ്ഞിവെള്ളം കുടിക്കുന്നത് ഗീവർഗ്ഗീസിന് ഇഷ്ടമുള്ള കാര്യമാണ്. ഭാഗിനേയി അറിഞ്ഞു പ്രവർത്തിക്കുന്നവൾ തന്നെ.

വെള്ളം കുടിച്ചു ക്ഷീണം തീർക്കുമ്പോഴേക്കും മുകളിൽനിന്ന് ജോസഫെത്തി; പിന്നാലെ സുഹൃത്തും. രണ്ടുപേരും ബഹുമാനത്തോടെ ഒരു വശത്ത് ഒതുങ്ങി നിന്നു.

"മാധവനെപ്പോഴെത്തി?" ഗീവർഗ്ഗീസിന്റെ സ്വരത്തിൽ വാത്സല്യം.

"അല്പനേരമായി."

"ഞാൻ രാവിലെ ഒരിടം വരെ പോയിരുന്നു. ഇപ്പോഴാണെത്തിയത്. വല്ലതും കഴിച്ചോ?"

"ഇല്ല. കഴിക്കാറാകുന്നതേയുള്ളൂ." ജോസഫാണുത്തരം പറഞ്ഞത്.

"ഇരിക്ക്."

മാധവൻ അരമതിലിലിരുന്നു.

"അപ്പാ, മാധവനൊരാഗ്രഹം."

"ങ്ും. എന്താണ്?"

"നമ്മുടെ ഗ്രന്ഥപ്പുരയൊന്നു കാണണം." ഗ്രന്ഥങ്ങളും മറ്റും സൂക്ഷിച്ചിരിക്കുന്ന മുറിയെക്കുറിച്ചാണ്.

"പുസ്തകങ്ങളും ഓലകളുമൊക്കെയൊന്നു കാണണം. കൊട്ടാരത്തിലും ഗ്രന്ഥപ്പുരയുണ്ട്. അതെല്ലാം കാണുകയും കുറെ വായിക്കുകയും ചെയ്തിട്ടുണ്ട്. എന്നാൽ ഇവിടുള്ളത് അതുപോലല്ലല്ലോ. അതാ ഒരാഗ്രഹം" മാധവന്റെ വാക്കുകൾ ഒരു ചരിത്രാന്വേഷിയുടേതായി ഗീവർഗ്ഗീസ് കേട്ടു.

"അതിനെന്താ. ഊണുകഴിഞ്ഞ് നമുക്കൊരുമിച്ച് കാണാം. എന്റെപ്പനാണതു സംരക്ഷിച്ചുവന്നത്. അദ്ദേഹത്തിനതു വളരെ താല്പര്യമായിരുന്നു. എനിക്കധികം വായിക്കാൻ പറ്റിയിട്ടില്ല. നേരം കിട്ടേണ്ടേ. കുടുംബമായി സ്വരുക്കൂട്ടിവെച്ചിരുന്നതാ. എന്നാൽ അമൂല്യമായ ഒട്ടനവധി താളിയോലകളും തുകൽ ചുരുളുകളും നഷ്ടമായിട്ടുണ്ട്. അതു നശിപ്പിക്കപ്പെട്ടതാണോ അതോ നശിപ്പിക്കാതിരിക്കാൻ എവിടെയെങ്കിലും ഭദ്രമായി സൂക്ഷിച്ചതാണോ എന്നറിയില്ല. എന്റെ വല്ല്യപ്പച്ചനോട് അദ്ദേഹത്തിന്റെ പിതാവ് ഇതേക്കുറിച്ച് സൂചിപ്പിച്ചിട്ടുള്ളതായി അപ്പൻ പറഞ്ഞുകേട്ടിട്ടുണ്ട്. ഉദയം പേരൂർ സുന്നഹദോസു കാലത്ത്, അന്നുണ്ടായിരുന്ന സുറിയാനി

എഴുത്തുകൾ, പള്ളിയിലും ഭവനങ്ങളിലുമുണ്ടായിരുന്നത് പലതും പിടിച്ചെടുത്ത് അഗ്നിക്കിരയാക്കിയിരുന്നു. നമ്മുടെ വീട്ടിലുണ്ടായിരുന്ന പുരാതന സുറിയാനി ഗ്രന്ഥങ്ങളും മറ്റും വലിയൊരു തടിപ്പെട്ടിയിലാക്കി ദ്രവിക്കാതിരിക്കാനും ചിതലരിക്കാതിരിക്കാനും പ്രത്യേകമായ പശയും എണ്ണയും പൂശി വെയിലിലിലുണക്കി പറമ്പിലെവിടെയോ മറവുചെയ്തു."

"പിന്നീടതു തിരികെയെടുത്തില്ലേ."

"അതിനു കഴിഞ്ഞില്ല. സ്ഥലമേതെന്ന് അന്നത്തെ കാരണവർ മനസ്സിൽ മാത്രം കുറിച്ചിട്ടു. അദ്ദേഹമാരോടും നിശ്ചിത സ്ഥലത്തെപ്പറ്റി പറഞ്ഞില്ല; മക്കളോടൊഴിച്ച്. മരണശേഷം തലമുറകളിലേക്ക് ആ വിവരം പിന്തുടർച്ചപോലെ കൈവന്നെങ്കിലും ആ പെട്ടിയിൽ ഗ്രന്ഥങ്ങളും ഓലകളും മാത്രമേയുള്ളൂവെന്നതിനാൽ ആരും അതു പുറത്തെടുക്കാൻ ശ്രമിച്ചില്ല. എന്റെ പിതാവ് കുറെ സ്ഥലങ്ങൾ തെരഞ്ഞെങ്കിലും ശ്രമം വിജയിച്ചില്ല."

"അതു വളരെ അമൂല്യമായതാണ്. സ്വർണ്ണത്തേക്കാളും."

"അതേ. അതെന്നെങ്കിലും വെളിപ്പെടുമെന്നു തന്നെയാണ് എന്റെ വിശ്വാസം."

അവരുടെ സംഭാഷണം ശ്രദ്ധിച്ചുകൊണ്ട് അകത്തൊരു മുറിയിൽ നിന്നും രണ്ടു തിളക്കമുള്ള കണ്ണുകൾ നീണ്ടുവന്നു. യാദൃച്ഛികമായി ജനലിലേക്കു നോക്കിയ മാധവന് അതിനിടയിലൂടെ കടന്നുവന്ന തരംഗം തിരിച്ചറിയാനായി.

നാലു കണ്ണുകൾ തമ്മിൽ കൂട്ടിമുട്ടി.

അപ്പോൾ എല്ലാവരേയും ഊണു കഴിക്കുന്നതിനുള്ള ക്ഷണവുമായി മറിയയെത്തി.

പതിനാല്

ഉച്ചയൂണുകഴിഞ്ഞ് ഗീവർഗ്ഗീസ് കുറച്ചുനേരം മയങ്ങുവാനായി കിടക്ക മുറിയിലേക്കു പോയി. കൂട്ടുകാർ ഇരുവരും പൂമുഖത്ത് രസിക സംഭാഷണത്തിൽ മുഴുകി.

പുഴമീൻ കൂട്ടിയുള്ള ഊണ് തനിക്ക് നന്നേ ബോധിച്ചുവെന്ന് മാധവൻ അറിയിച്ചു. സുഖകരമായി വയറും മനസ്സും നിറച്ചൂണു കഴിക്കുന്നത് ഇവിടെ വരുമ്പോഴാണത്രേ. സംസാരത്തിനിടയ്ക്ക് മാധവന്റെ കണ്ണുകൾ പലയിടങ്ങളിലും ആരെയോ തെരഞ്ഞുകൊണ്ടിരുന്നു.

ഇല്ല. എവിടെയും ഒരു മിനായം പോലും കാണാനുണ്ടായിരുന്നില്ല. രണ്ടു നാഴിക കഴിഞ്ഞപ്പോഴേക്കും ഗീവർഗ്ഗീസ് മയക്കം കഴിഞ്ഞെത്തി. കിണ്ടിയെടുത്ത് മുഖം കഴുകി തോളിൽ ഉത്തരീയവുമിട്ട് തന്നോടൊപ്പം വരാൻ ആംഗ്യം കാണിച്ചു.

"മേശപ്പുറത്തൂന്ന് എന്റെ കണ്ണടയെടുത്തു വരൂ" മകനോടു പറഞ്ഞു. അവൻ അപ്പന്റെ ഒറ്റച്ചില്ലുള്ള കണ്ണടയെടുത്ത് കൊണ്ടുവന്നു. ജനലിന്റെ മുകൾപ്പടിയിലുള്ള അറയിൽവെച്ചിരുന്ന നീളൻ താക്കോലുമെടുത്ത് ഗീവർഗ്ഗീസ് കോണിപ്പടികൾ ചവുട്ടി മുകളിലേക്ക് നടന്നു. ചെറുപ്പക്കാർ രണ്ടുപേരും അയാളെ അനുഗമിച്ചു. മുകളിൽ ഏറ്റവും അവസാനത്തെ മുറിതുറന്ന് അകത്തു പ്രവേശിച്ചു. ജോസഫ് അതിന്റെ പിൻപുറത്തുള്ള രണ്ടു ജനാലകളും പുറത്തേക്കുള്ള ഒരു വാതിലും തുറന്നു. ആ വാതിലിനു വെളിയിൽ ഒരു നാല്ക്കാലിയിടാനുള്ള ഇടമേയുള്ളൂ. വാതിലും ജനലുകളും തുറന്നപ്പോൾ വെളിച്ചവും വായുവും സമൃദ്ധമായി ഉള്ളിൽ പ്രവേശിച്ചു. മാധവൻ ആ മുറി വീക്ഷിച്ചു – മൂന്നു ചില്ലലമാരി, ഒരു മേശ, ഒരു തടി അലമാര, രണ്ടു നാല്ക്കാലികളും ഒരു കൊരണ്ടിയും. മേശമേൽ ഒരു പാനീസ് വിളക്ക്. ഒരു മെഴുകുതിരിക്കാലും.

മുറി വൃത്തിയായി സൂക്ഷിച്ചിരിക്കുന്നു. ഇന്നും അടിച്ചുവാരി, തുടച്ചതുപോലെ. “തടിയലമാരയിലെല്ലാം ഓലയിലും തോലിലും മരവുരിയിലും ഒക്കെയുള്ള എഴുത്തുകളും കൃതികളുമാണ്. ചില്ലലമാരയിൽ കടലാസിൽ അച്ചടിച്ചതും കൈയെഴുത്തുകളുമാണ്.”

ജോസഫ് ആദ്യത്തെ ചില്ലലമാര തുറന്നു. ഗ്രന്ഥങ്ങൾ ഒന്നിന്മേൽ ഒന്നായി നിരനിരയായി അടുക്കിവെച്ചിരിക്കുന്നു. ആദ്യത്തെ ഒരടുക്ക് പുസ്തകങ്ങൾ എടുത്ത് മേശമേൽവെച്ച് ഓരോന്നായി നോക്കി. അതെല്ലാം പള്ളിയാരാധനയുമായി ബന്ധപ്പെട്ടവയായിരുന്നു. ജോസഫ് അവ തിരികെവെച്ചു. അടുത്ത കുറെയെണ്ണമെടുത്തു. അതും ഒന്നൊന്നായി തുറന്നുനോക്കി. ചിലവ മലയാളവും തമിഴും. അലമാരയിലെ പുസ്തകങ്ങളെല്ലാം നോക്കിയതിൽ രണ്ടെണ്ണം മേശപ്പുറത്തുവെച്ചു. *ആട്ടപ്രകാരം*, *ക്രമദീപിക* എന്നിവ. രചയിതാവിന്റെ പേരിന്റെ സ്ഥാനത്ത് ‘തോലൻ’ എന്നു കണ്ടു. ഗീവർഗ്ഗീസ് അതിന്റെ ഉള്ളടക്കം പരിശോധിച്ചു.

“ഇത് പണ്ട് നമ്മുടെ വേണാട് ഭരിച്ചിരുന്ന കുലശേഖര രാജാവിന്റെ കൊട്ടാരം വിദൂഷകനായ നീലകണ്ഠൻ എഴുതിയതാണ്. നമ്മുടെ ഭാഷയുടെ ഉത്ഭവത്തെക്കുറിച്ച് പരാമർശിച്ചിട്ടുള്ള പ്രാചീന കൃതികളാണിത്.”

“പക്ഷേ, അതിൽ ‘തോലൻ’ എന്നാണല്ലോ പേരു കാണുന്നത്.”

“നീലകണ്ഠൻ രാജസദസ്സിൽ തോലൻ എന്നാണറിയപ്പെട്ടിരുന്നത്.” മാധവൻ അതു രണ്ടും ഒന്നോടിച്ചു നോക്കിയിട്ട് തിരികെവെച്ചു. ആ അലമാരയിൽനിന്നും പ്രത്യേകതയുള്ള മറ്റൊന്നും കണ്ടെത്താനായില്ല. അടുത്ത അലമാരയിൽ മുകൾത്തട്ടിൽവെച്ചിരുന്ന തടിച്ച പുസ്തകം വളരെ ശ്രദ്ധയോടെ മേശമേൽ വെച്ചു.

കുറച്ചുനാൾ മുമ്പ് അച്ചടിച്ച *തിരുവിതാംകൂർ സ്റ്റേറ്റ് മാനുവൽ.* ഈ പുസ്തകം മാധവൻ കണ്ടിട്ടുണ്ട്.

“അതു *ഹോർത്തൂസ് മലബാറിക്കൂസ്* എന്ന പുസ്തകമാണ്” ജോസഫിന്റെ കൈയിലിരുന്ന പുസ്തകത്തെക്കുറിച്ച് ഗീവർഗ്ഗീസ് വിശദീകരിച്ചു.

“ലന്തക്കാരും പെരുമ്പടപ്പു സ്വരൂപവും തമ്മിലുള്ള ബന്ധത്തിൽ ലോക സസ്യശാസ്ത്ര വിജ്ഞാനത്തിന് ലഭിച്ച അമൂല്യമായ മുതൽക്കൂട്ടാണത്. അപ്പുഭട്ടൻ, നന്നവ ഭട്ടൻ, ഇട്ടി അച്യുതൻ എന്നിവരുടെ അശ്രാന്ത പരിശ്രമഫലം.”

മാധവൻ ഇതേഗ്രന്ഥം കൊട്ടാരത്തിലും കണ്ടിട്ടുണ്ട്.

“ഇത് നീലകണ്ഠന്റെ *തന്ത്രസംഗ്രഹം*. ജ്യേഷ്ഠ ദേവൻ രചിച്ച *യുക്തിഭാഷ*യാണിത്. ഇത് *സദ്രത്നമാല.* ശങ്കരവർമ്മനാണിതെഴുതിയത്.”

മശിഹാചരിതം ഒരു ഗ്രന്ഥമെടുത്തുയർത്തി മകൻ പിതാവിനെ കാണിച്ചു.

“അ, ഹെർമ്മൻ ഗുണ്ടർട്ട് എഴുതിയതാണ്. ഗുണ്ടർട്ടിനെക്കുറിച്ചറിയാമോ?”

“അറിയാം.”

“അദ്ദേഹത്തിന്റെ ഒന്നുകൂടി ഇവിടുണ്ട്.” ഗീവർഗ്ഗീസ് ആ ഗ്രന്ഥങ്ങ

ളുടെ കൂട്ടത്തിൽനിന്ന് *നളചരിതസാരശോധന* തെരഞ്ഞു പിടിച്ചു.

"ഇതെന്താ ഈ *കരണപദ്ധതി*" മാധവന് അതിന്റെ തലകെട്ടിനെ പറ്റിയായിരുന്നു സംശയം. ഗീവർഗ്ഗീസ് ആ പുസ്തകം വാങ്ങി താളുകൾ മറിച്ചു നോക്കി.

"ഇതു പുതുമന സോമയാജി എന്ന ആൾ എഴുതിയതാണ്. നമ്മുടെ കൈയിലുള്ളത് പകർപ്പാണ്. കുറെ തിരുത്തലും വരുത്തിയിട്ടുണ്ട്. നാട്ടറിവുകൾ, ഗണിതശാസ്ത്രം, ജ്യോതിശാസ്ത്രം എന്നിവകളുടെ പുത്തൻ ചിന്തകളാണിതിൽ."

അലമാരയിലെ അവസാന പുസ്തകമെടുത്ത് മാധവൻ അതിന്റെ പേർ വായിച്ചു.

മനുഷ്യാലയ ചന്ദ്രിക

"അതു വാസ്തുശാസ്ത്രത്തെക്കുറിച്ചുള്ളതാണ്. നൂറ്റാണ്ടുകൾക്കു മുമ്പെഴുതിയതിന്റെ പുനരാഖ്യാനമാണ്."

"വാസ്തുശാസ്ത്രത്തിൽ പറയുന്നതൊക്കെ നമുക്ക് വിശ്വസിക്കാമോ അപ്പാ?" ജോസഫിന് സംശയം.

"വാസ്തുശാസ്ത്രത്തിലെ ക്രമങ്ങളും ശാസനകളും ഭൂരിഭാഗവും അന്നത്തെ സാമൂഹ്യവ്യവസ്ഥയിൽ നിലനിന്നിരുന്ന ആചാര മര്യാദകളിൽ നിന്നും വിശ്വാസങ്ങളിൽനിന്നും ഉണ്ടാക്കിയവയായിരുന്നു. അതായത്, ജാത്യാചാരങ്ങളും വിവേചനങ്ങളും അനുസരിച്ചുള്ള വാസ്തുവിദ്യാ പ്രയോഗമാണ് വാസ്തുശാസ്ത്രം."

"നസ്രാണികൾ ഇതു നോക്കാറില്ലെന്നു പറയുന്നത് ശരിയാണോ?" മാധവന്റെ ചോദ്യം ന്യായമായിരുന്നു.

"നസ്രാണികൾ അവരുടെ വേദവുമായി ബന്ധപ്പെടുത്തിയാണ് കാര്യങ്ങൾ ചെയ്യാറുള്ളത്. എന്നാൽ സ്വീകരിക്കാവുന്ന ദേശാചാരങ്ങളും പാലിക്കപ്പെട്ടിരുന്നു. പെണ്ണുകെട്ടിന് ഇവിടുത്തെ ആചാരമായ മിന്നുകെട്ട് അങ്ങനെയുണ്ടായതാണ്. അതുപോലെ പലർക്കും ഇന്നറിഞ്ഞുകൂടാത്ത ഒരു വസ്തുതയുണ്ട്. ഇന്ന് ഹിന്ദുക്കൾ വിളക്കുവെയ്ക്കുന്ന കാവുകൾ കുറെയൊക്കെ നസ്രാണികളാലും ഉണ്ടാക്കപ്പെട്ടവയാണ്."

"അതെങ്ങനെ?" അതിശയത്തോടെ മാധവൻ നിന്നു. ജോസഫിനും അതു പുതിയ അറിവാണ്.

"പറയാം." ഗീവർഗ്ഗീസ് ഒന്നു മുരടനക്കി സ്വരശുദ്ധി വരുത്തി തുടർന്നു. "പഴയകാലത്ത് പുതിയതായി ഒരു ഭവനം പണിയുമ്പോൾ ആ പുരയിടത്തിൽ നില്ക്കുന്ന കുറെ മരങ്ങൾ വെട്ടിമാറ്റേണ്ടി വരുന്നു. അങ്ങനെ മുറിച്ചുനീക്കുന്ന വൃക്ഷങ്ങളുടെ എണ്ണം കണക്കാക്കി അതിന്റെ മൂന്നുഗണിതം വരുന്ന മരങ്ങൾ വേറൊരു സ്ഥലത്ത് നട്ട് പരിപാലിക്കും. അങ്ങനെയുള്ളവ രാജാവിനോ നാടുവാഴിക്കോ സ്വന്തമായിരിക്കും. അവ ഒരു കാരണവശാലും ആർക്കും മുറിക്കാനവകാശമില്ല. അങ്ങനെ കൂട്ടമായി വളരുന്ന വൃക്ഷയിടങ്ങളെ കാവുകൾ എന്നു പറഞ്ഞുവരുന്നു. ഈ കൂട്ടത്തിൽ ദേവ വൃക്ഷങ്ങളുമുണ്ടാകും. ചിലർ അതിന്റെ ചുവട്ടിൽ വിള

ക്കുവെച്ച് ആരാധിക്കും."

"ഓ. അതിൽ ഇങ്ങനൊരു വസ്തുതയുണ്ടോ?"

മാധവൻ മലയാളവും സംസ്കൃതവും ഇംഗ്ലീഷും പഠിച്ചയാളും ധാരാളം പുസ്തകങ്ങൾ വായിച്ചിട്ടുള്ളവനുമായിരുന്നിട്ടും ഈ വിവരം അറിയില്ലായിരുന്നു.

"ഇതെന്താ വേദം പോലുണ്ടല്ലോ. ഭാഷ സംസ്കൃതമാണല്ലോ." മാധവന്റെ വാക്കുകളിൽ പ്രസന്നത ദർശിക്കാമായിരുന്നു.

"ഇത് സംസ്കൃത *ബൈബിളാണ്*. പത്തിരുപത് കൊല്ലങ്ങൾക്കുമുമ്പ് അച്ചടിച്ചതാണ്. എന്റെ അപ്പന് സമ്മാനമായി ഒരു സായിപ്പു നല്കിയതാണ്."

മാധവൻ തുകൽ ബയന്റുള്ള വേദഗ്രന്ഥത്തെ അത്ഭുതത്തോടെ നോക്കി. ദിവ്യവും അമൂല്യവുമായ അത് അവന്റെ കൈയിലിരുന്ന് വിറച്ചു.

"സംസ്കൃത വേദപുസ്തകം ഞാൻ മാധവന് ഉപഹാരമായി തരുന്നു." ഇതു പറഞ്ഞിട്ട് മാധവന്റെ കൈയിൽനിന്ന് വാങ്ങി. രണ്ടും കൈകൾ കൊണ്ട് തിരികെ നല്കി. വിറയ്ക്കുന്ന കൈകളോടും നിറഞ്ഞ മനസ്സോടുംകൂടി അവനതു വാങ്ങി അല്പനേരം കൈയിൽ വെച്ചശേഷം മേശയിൽ വെച്ചു. താളിയോലകളും ചെമ്പുതകിടുകളും മരവുരികളും തുകൽ ചുരുളുകളും നിറഞ്ഞ തടിയലമാര തുറന്നപ്പോൾ പ്രത്യേകരീതിയിലുള്ള ഒരു ഗന്ധം പുറത്തേക്ക് വമിച്ചു.

"ഇത് അറുന്നൂറു കൊല്ലങ്ങൾക്കുമുമ്പുള്ള കൃതിയാണ്. *സ്യാനന്ദൂര പുരാണ സമുച്ചയം.* മലയാളം നന്നായി പഠിച്ചവർക്കു മാത്രമേ ശരിയായി ഉച്ചരിക്കാനാവൂ."

ജോസഫ് പനയോലയിലെഴുതിയ ഒരു കെട്ടെടുത്ത് പിതാവിനു നല്കി.

"ഇതാണ് മലയാളത്തിലെ കണ്ടെടുത്ത ആദ്യ സന്ദേശകാവ്യം. *ഉണ്ണുനീലി സന്ദേശം.*"

"കവിതയല്ലേ. ഇതാരാണപ്പാ രചിച്ചത്?"

"അത് അജ്ഞാതമാണ്. പതിനാലാം നൂറ്റാണ്ടിൽ ഇരവിവർമ്മ എന്ന രാജാവ് വേണാട് ഭരിച്ചിരുന്ന കാലഘട്ടത്തിൽ ഒരു ബ്രാഹ്മണൻ എഴുതിയതെന്ന് കരുതുന്നു. തിരുവനന്തപുരം മുതൽ കട്ടത്തുരുത്തിവരെയുള്ള സഞ്ചാരപഥത്തെപ്പറ്റി ഇതിൽ പറയുന്നുണ്ട്. നമ്മുടെ വീടിനു മുന്നിലൂടെയുള്ള വീഥിയും ഇതിൽവരും."

ഈ കാര്യവും യുവാക്കൾക്ക് പുത്തനറിവായിരുന്നു. മാധവൻ ശ്രദ്ധയോടെ ഓലകൾ കൈയിലെടുത്ത് ഒന്നു രണ്ടു ഓലകൾ മറിച്ചു രണ്ടു വരി വായിച്ചു.

"മംഗളയശസ്വിയായുള്ളോനേ,
മധുരഭാഷിണിമാർക്ക് കാമനായുള്ളോനേ."

"ഇത് സന്ദേശവാഹകനായ ആദിത്യവർമ്മ യുവരാജാവിനെക്കുറിച്ചാണു പറയുന്നത്." ഗീവർഗ്ഗീസ് വിശദീകരിച്ചു.

നൂറ്റാണ്ടുകളുടെ ഏകാന്തത തങ്ങിനില്ക്കുന്ന ആ താളിയോല ഭവ്യതയോടെ മടക്കി യഥാസ്ഥാനത്തുവെച്ചു.

"ഇത് *മഹാഭാഗവത*ത്തിന്റെ സംസ്കൃത പതിപ്പാണ് ഇതിൽ ചിലതു നഷ്ടപ്പെട്ടിട്ടുണ്ട്. പൂർണ്ണമല്ല."

മാധവനതു കൈയിൽ വാങ്ങി കണ്ണുകളടച്ച് മുഖത്തോടു ചേർത്ത് ബഹുമാനത്തോടെ ഒരു നിമിഷം നിന്നു. അതിനുശേഷം ഒരു ഓല മാത്രമായി കിടക്കുന്നത് എടുത്ത് ആദ്യവരി വായിച്ചു. അതൊരു കീർത്തനമാണ്."

"കൂടിയല്ലാ ജനിക്കുന്ന നേരത്തും
കൂടിയല്ലാ മരിക്കുന്ന നേരത്തും
മദ്ധ്യേയിങ്ങനെ കാണുന്ന നേരത്ത്
മത്സരിക്കുന്നതെന്തിനു നാം വൃഥാ!"

"അതു പൂന്താനത്തിന്റെ *ജ്ഞാനപ്പാന*യാണ്. അതിന്റെ ബാക്കി ആ തട്ടിൽത്തന്നെ കാണും." രണ്ടുപേരുംകൂടി *ജ്ഞാനപ്പാന* കണ്ടുപിടിച്ച് ഒരുമിച്ചാക്കി ഒരിടത്തുവെച്ചു. ആ സമയമാണ് പരിചയമില്ലാത്ത ഭാഷയിലുള്ള ഒരു ഓലക്കെട്ട് കണ്ടത്. ജോസഫ് അതുയർത്തി കാണിച്ചു "ഇതെന്താ മുസൽമാന്മാരുടെ എഴുത്തുകളു വല്ലതുമാണോ." ഗീവർഗ്ഗീസ് അതിന്റെ അക്ഷരങ്ങൾ പരിശോധിച്ചു.

"കേരളത്തിന്റെ ചരിത്രമാണിത്. പഴയ ലിപികളിലെഴുതിയിരിക്കുന്നതിനാൽ വായിച്ചെടുക്കാൻ പ്രയാസമാണ്. പതിനാറാം നൂറ്റാണ്ടിൽ വീര ഉദയ മാർത്താണ്ഡവർമ്മ ഇവിടെ ഭരിച്ചിരുന്ന സമയം. തുഹ്ഫത്തുൽ മുജാഹിദീൻ എന്ന സഞ്ചാരിയെക്കൊണ്ട് കേരളചരിത്രം തയ്യാറാക്കുവാൻ പരിശ്രമിച്ചു. പൂർണ്ണതയിലെത്തിയോയെന്നറിയില്ല. ഞാൻ വായിച്ചു നോക്കി, ഒന്നും മനസ്സിലായില്ല. മത്തായി സാറാണ് അല്പമെങ്കിലും വായിച്ചെടുത്ത് പറഞ്ഞത്."

"ഓലകൾ പൊടിഞ്ഞിരിക്കുന്നു. ഇതിലെ എഴുത്തുകൾ പകർത്തിയെടുത്താൽ നന്നായിരിക്കും. അല്ലെങ്കി ഛായാഗ്രഹണമെന്ന പുതിയ രീതിയിൽ പകർപ്പെടുത്താലും മതി." മാധവൻ പറഞ്ഞത് ഗൗരവമായ കാര്യമാണെന്ന് ഗീവർഗ്ഗീസിനു മനസ്സിലായി.

അക്ഷരങ്ങളുടെ ലോകത്ത് പര്യടനം നടത്തിക്കൊണ്ടിരുന്ന അവരുടെയിടയിലേക്ക് മറിയയുടെ സ്വരം, ചായയുടെ രുചിയും മണവും രൂപം ധരിച്ചെത്തി.

മാധവന്റെ കണ്ണുകൾ പട്ടുതുണിയാൽ മൂടിയിരുന്ന ഒരു കെട്ടിൽ ഉടക്കിനിന്നു. അത് എടുക്കണമോ വേണ്ടയോയെന്ന ശങ്കയിൽ അവൻ ഒരു നിമിഷം നിശ്ചലനായി. ഗീവർഗ്ഗീസ് അതുകണ്ട് അടുത്തുവന്ന് ആ പട്ടുതുണിക്കെട്ടെടുത്ത് മേശമേൽ വെച്ച് ആവരണം നീക്കി.

വളരെപ്പഴകിയ താളിയോലകൾ.

"ഇതെന്താണ് ഇത്തരത്തിൽ വെച്ചിരിക്കുന്നത്. എന്തു പ്രത്യേകതയാണിതിനുള്ളത്" മാധവന്റെ ചോദ്യം ജോസഫിന്റെയും ശ്രദ്ധ ക്ഷണിച്ചു.

"വളരെ പ്രത്യേകതയുണ്ട്. ഇത് ഏറ്റവും പഴക്കമുള്ളതും വേദവ്യാസനാൽ വിരചിതവുമാണ്."

യൗവനക്കാർ രണ്ടുപേരും ആകാംക്ഷയോടെ നോക്കിനിന്നു.

"വേദവ്യാസനാൽ രചിക്കപ്പെട്ട, പതിനെട്ടു പുരാണങ്ങളിൽ ഒന്നായ *ഭവിഷ്യ മഹാപുരാണം.*"

"ഇതിനു മറ്റേതെങ്കിലും വിശേഷത....?"

"ഉണ്ട്, ക്രിസ്ത്യാനികളുടെ വേദഗ്രന്ഥത്തിലെ സംഭവങ്ങളിൽ പലതും ഇതിൽ അല്പം മാത്രം വ്യത്യാസപ്പെടുത്തിയെഴുതിയിരിക്കുന്നു."

ചായയുടെയും കുമ്പിളപ്പത്തിന്റെയും ഗന്ധം അവരെ താഴേക്ക് പോകുവാൻ പ്രേരിപ്പിച്ചു. അലമാരകളെല്ലാമടച്ച് വാതിലുകളും ജനലുകളും ബന്ധിച്ച് അവർ താഴേക്കുള്ള പടികളിറങ്ങി. ജോസഫിന്റെ കൈകളിൽ ഭവിഷ്യ മഹാപുരാണവും മാധവന്റെ കൈയിൽ സുറിയാനി ബൈബിളുമുണ്ടായിരുന്നു. ഊണുമുറിയിൽ അവരെക്കാത്ത് അക്ഷമരായി മറിയയും ആവിപറക്കുന്ന ചായ കോപ്പകളും ചൂടു കുമ്പിളപ്പവും ഇരിക്കുന്നുണ്ടായിരുന്നു.

പതിനഞ്ച്

പകലോൻ തന്റെ കിരണങ്ങളുടെ തീവ്രത കുറച്ച് മേർക്കുദിശയെ ലക്ഷ്യമാക്കി നീങ്ങിക്കൊണ്ടിരുന്നു. മഠത്തിലേക്ക് വീടിന്റെ മുൻപിലുള്ള വീഥിയിലൂടെ ഒരു കുതിരവണ്ടി കടന്നുപോയി. സർക്കാരിലെ ഉന്നത ഉദ്യോഗസ്ഥരോ ബ്രിട്ടീഷുകാരോ വിലപ്പിടിപ്പുള്ള സാമാനങ്ങളുമായി പോകുന്നവരോ ആകാം. ചിലയവസരങ്ങളിൽ മെത്രാച്ചന്മാരും ഇങ്ങനെ പോകാറുണ്ട്.

പൂമുഖത്ത് ഗീവർഗ്ഗീസും ജോസഫും മാധവനും ചായ കുടിക്കുശേഷമുള്ള സംഭാഷണത്തിലാണ്. വനിതാ മണികളിൽ കുഞ്ഞന്നയൊഴിച്ചുള്ളവർ അടുക്കളഭാഗത്തുണ്ട്. കുഞ്ഞന്നയെവിടെയന്നത് ചിന്ത്യം.

മത്തായി സാർ, പള്ളിക്കൂടം വിട്ട് അപ്പോൾ അതുവഴിയായി നടന്നു വന്നു. അവരെ കണ്ടതും അദ്ദേഹം അകത്തേക്ക് കടന്നുവന്നു.

“വരൂ. ഇരിക്കൂ സാർ” ഗീവർഗ്ഗീസിന്റെ ക്ഷണം സ്വീകരിച്ചിരുന്നു.

“എന്തൊക്കെയാണു സാർ വിശേഷങ്ങൾ?”

“സ്വാതന്ത്ര്യസമരം തന്നെ വിശേഷം. കൊച്ചിയിലും കോഴിക്കോട്ടും മദിരാശിയിലും ബോംബെയിലുമെല്ലാം പൊരിഞ്ഞ സമരമാണ്. ഇവിടെ മാത്രം അങ്ങനെയൊന്നുള്ള കാര്യം ആർക്കുമറിയില്ല.”

“മഹാരാജാവല്ലേ ഭരിക്കുന്നത്. സായിപ്പന്മാർ വേണ്ടവിധം സഹായിക്കുന്നുമുണ്ട്. അതുകൊണ്ട് സമരത്തെക്കുറിച്ച് ഇവിടെയാർക്കും വേണ്ടത്ര ബോധമില്ല. ഒന്നുനോക്കിയാൽ തമ്പുരാന്റേതു നല്ല ഭരണമാ.”

“എന്നാലും ഭാരതത്തിൽ മറ്റെല്ലായിടത്തും സ്വാതന്ത്ര്യസമരം കൊടുമ്പിരിക്കൊണ്ടിരിക്കുമ്പോൾ നമ്മൾ മാത്രം വേറേതോ ലോകത്താണു ജീവിക്കുന്നത് എന്നു തോന്നിപ്പോകും... ജോസഫിന്റെ പഠിത്തമെന്തായി?”

“ബി എ കഴിഞ്ഞു. തുടർന്നു പഠിക്കണമെന്നാണാഗ്രഹണം.”

"അങ്ങനെ വേണം. നല്ല നിലയിൽ പഠിച്ചു ജയിച്ചെങ്കിലേ ഉന്നതമായ ഉദ്യോഗം ലഭിക്കൂ. മഠത്തിലേത്ത് തറവാട്ടിലെ പുത്രൻ വലിയ ഉദ്യോഗം തന്നെ ഭരിക്കണം."

"അവനെത്ര വേണമെങ്കിലും പഠിക്കട്ടെ." ഗീവർഗ്ഗീസിന്റെ മുഖത്ത് ഗൗരവവും സംതൃപ്തിയും നിഴലിച്ചു.

മാധവൻ പഴയ താളിയോല ശ്രദ്ധയോടെ വായിക്കാൻ ശ്രമിക്കുന്നത് കണ്ട് മത്തായി സാർ അവന്റെ അടുത്തുവന്നു. സംസ്കൃതമാണെന്നു മനസ്സിലായ അദ്ദേഹമതു കൈയിൽ വാങ്ങി പരിശോധിച്ചു. അദ്ദേഹത്തിന് മലയാളം കൂടാതെ സംസ്കൃതവും അല്പം സുറിയാനിയും അത്യാവശ്യം ഇംഗ്ലീഷും വശമുണ്ട്.

"മാധവന് സംസ്കൃതമറിയാമല്ലോ. ഈ പുരാണമിതുവരെ വായിച്ചിട്ടില്ലേ?" ഏതു കൃതിയാണെന്നു മനസ്സിലാക്കിയ അദ്ദേഹം ചോദിച്ചു.

"ഇല്ലസാർ. ഇതിന്റെ പ്രത്യേകത ഇപ്പോഴാണറിഞ്ഞത്. അതാ വായിച്ചു നോക്കുന്നത്."

"*ഋഗ്വേദ*ത്തിലെപ്പോലെ ഈ പുരാണത്തിലും ക്രൈസ്തവ വേദത്തിലെ സാമ്യ സംഭവങ്ങളുണ്ട്."

"*ഋഗ്വേദ*ത്തിലെന്താണുള്ളത്. അതാരും പറഞ്ഞു കേട്ടിട്ടില്ലല്ലോ." ജോസഫിന്റെ മുഖത്ത് ആകാംക്ഷ ജനിച്ചു. ഒന്നു വായിച്ചറിയുമ്പോൾ അടുത്തതും വായിക്കുവാനുള്ള ജിജ്ഞാസയുണ്ടാവുന്നു. എല്ലാ മതങ്ങളും ഒരേ ചരടിൽ കെട്ടിയിട്ടതുപോലെ. എല്ലാം ഒരു ജലാശയത്തിൽനിന്നും കോരി പല ആകൃതിയിലുള്ള ഭരണിയിൽ നിറച്ച ജലം പോലെ.

"*ഋഗ്വേദ*ത്തിൽ പ്രജാപതിയെക്കുറിച്ചുള്ള വർണ്ണനകൾ കൊണ്ടെത്തിക്കുന്നത് യേശു ക്രിസ്തുവിലാണ്."

"പുരാണം ക്രിസ്തുവിനു മുമ്പെഴുതിയതല്ലേ. അതിനാൽ പുരാണത്തിനല്ലേ കൂടുതൽ ആധികാരികത?" മാധവന്റെ സംശയം ന്യായമാണ്.

"ചരിത്രം ശരിയായി പഠിക്കാത്തതുകൊണ്ടാണ് നമുക്കങ്ങനെ തോന്നുന്നത്. മാധവനറിയാമോ ആര്യന്മാർ എന്ന നമ്പൂതിരിമാർ എന്നാണ് കേരളത്തിലെത്തുന്നതെന്ന്?"

"അതു ക്രിസ്തുവിനും ആയിരം കൊല്ലം മുമ്പല്ലേ?"

"അല്ല. ക്രിസ്തുവിനും അഞ്ഞൂറു കൊല്ലങ്ങൾക്കുശേഷമാണ്. പൊന്നാനി തുറമുഖം വഴി കടൽമാർഗ്ഗവും വിന്ധ്യപർവ്വതം വഴി കരമാർഗ്ഗവും അവരെത്തിയത് അഞ്ചും ആറും ശതകങ്ങളിലാണ്. അന്നു ബുദ്ധരും ജൈനരും യൂദരും നസ്രാണികളും ശൈവ, വൈഷ്ണവ മതസ്ഥരുമായിരുന്നു മലയാള നാട്ടിലുണ്ടായിരുന്നത്. പിന്നെ ഇതിലൊന്നും പെടാത്ത പ്രാകൃതമതക്കാരും."

"അപ്പോൾ അന്നിവിടെ പുരാണങ്ങൾ ഒന്നുമില്ലായിരുന്നോ?"

"ചിലതു ഭാഗികമായുണ്ടായിരുന്നു. എന്നാൽ പ്രാബല്യത്തിലിരുന്നത് ക്രൈസ്തവ വേദഗ്രന്ഥമായിരുന്നു."

"ഇന്നു കാണുന്ന വേദ പുസ്തകം അതുപോലെ..."

"അല്ലല്ല. പഴയ നിയമം, തോമസിന്റെ സുവിശേഷം, ശ്ലീഹന്മാരുടെ നടപടികൾ, പൗലോസിന്റെയും യോഹന്നാന്റെയും എഴുത്തുകളിൽ ചിലവ. പിന്നീട് മാർക്കോസിന്റെയും ലൂക്കോസിന്റെയും സുവിശേഷങ്ങൾ കൂടി ഇവിടെ കൊണ്ടുവരപ്പെട്ടു. ആദിമസഭ അലക്സാന്ത്രിയൻ വൈദിക ശാലയുമായി നിരന്തരം ബന്ധപ്പെട്ടിരുന്നു."

"അതെങ്ങനെ. ആദ്യം പേർഷ്യയുമായും പിന്നീട് അന്ത്യോക്യയുമായല്ലേ സഭ സംസർഗ്ഗത്തിലേർപ്പെട്ടത്?" ജോസഫ് ഇങ്ങനെയാണ് വായിച്ചിട്ടുള്ളത്.

"അല്ല. അതെല്ലാം പിന്നീടുണ്ടായ ബന്ധങ്ങളാണ്. അന്നു മതങ്ങൾ തമ്മിൽ സംവാദത്തിലേർപ്പെട്ടിരുന്നു. ഒരു സംവാദത്തിനായി അലക്സാന്ത്രിയൻ സഭയുടെ ഉപനായകൻ പാന്റനീസ് നൂറ്റിതൊണ്ണൂറാം കൊല്ലത്തിൽ ഇവിടെയെത്തി. അദ്ദേഹം തിരികെ പോകുമ്പോൾ ഇവിടെ പ്രചാരത്തിലുണ്ടായിരുന്ന 'തോമസിന്റെ സുവിശേഷം' കൊണ്ടുപോയതായി ചരിത്രകാരന്മാർ രേഖപ്പെടുത്തിയിട്ടുണ്ട്. ഞാൻ പറഞ്ഞുവന്നത് ആദ്യ അഞ്ചു നൂറ്റാണ്ടുകളിൽ ഇവിടെ വേദഗ്രന്ഥമായി നസ്രാണികളുടേതു മാത്രമേയുണ്ടായിരുന്നുള്ളൂ. ആര്യന്മാരാണ് ചതുർവേദങ്ങൾ ഇവിടെയെത്തിക്കുന്നത്. അതിനുശേഷമാണ് വ്യാസരചനകൾ നടന്നിട്ടുള്ളത്. അതും പലർ. *ഭവിഷ്യ മഹാപുരാണം* എഴുതിയ വ്യക്തി *ബൈബിൾ* വായിച്ചിട്ടുള്ളയാളാണ്. വേദപുസ്തകത്തിലെ ഒട്ടനവധി സംഭവങ്ങൾ ചില മാറ്റങ്ങൾ വരുത്തി എഴുതിയിരിക്കുന്നു. പേരുകളും സാമ്യമുള്ളവയാണ്."

"കുറച്ചു കാര്യങ്ങൾ അപ്പാ പറഞ്ഞു. എന്നാലും കൂടുതലായി സാറിനേ അറിയൂയെന്നു പറഞ്ഞിരുന്നു. കൂടുതൽ ഇതേക്കുറിച്ചറിഞ്ഞാൽ കൊള്ളാം." ജോസഫിന്റെ മുഖം ആകാംക്ഷ വിളിച്ചറിയിച്ചു.

"വേദ പുസ്തകത്തിലെ പല ഭാഗങ്ങളെയും പുരാണത്തിന്റെ ഭാഗമായി വേദവ്യാസൻ അവതരിപ്പിച്ചിരിക്കുന്നത് രണ്ടു ഗ്രന്ഥങ്ങളും വായിച്ചിട്ടുള്ളവർക്ക് അത്ഭുതമുളവാക്കുന്ന കാര്യമാണ്."

"പുരാണങ്ങൾ സംസ്കൃതത്തിലല്ലേ. അപ്പോൾ രണ്ടും വായിച്ചിട്ടുള്ളവർ വിരളമല്ലേ" മാധവൻ സന്ദേഹത്തോടെ നോക്കി.

"ആവാം. ആര്യന്മാരാണ് സംസ്കൃതം ഇവിടെയെത്തിച്ചത്. അവർ കലഹിച്ചിരുന്ന മതങ്ങളെ ഏകോപിപ്പിക്കുവാൻ അവരുടെ വേദപശ്ചാത്തലത്തെ തന്ത്രപൂർവ്വം വിനിയോഗിച്ചു. എല്ലാ മതങ്ങളേയും ഉൾക്കൊള്ളുവാൻ കഴിയുംവിധം അവരുടെ വേദങ്ങളുടെ വ്യാസം വർദ്ധിപ്പിച്ചു. മഴുവും കലപ്പയും ലോഹായുധങ്ങളും കൊണ്ടുവന്ന അവർ കാടുവെട്ടിത്തെളിച്ച് കൃഷി ചെയ്യുവാൻ നേതൃത്വം നല്കി. മികച്ച ഫലം കൊയ്തെടുത്ത് നാടിന്റെ മുഖച്ഛായ തന്നെ മാറ്റി. കൂടുതൽ പേർക്ക് തൊഴിൽ ലഭിച്ചു. സസ്യാഹാര പ്രധാനമായ ജീവിതശൈലി പ്രചാരത്തിലായി."

"അവർ സസ്യാഹാരികളല്ലായിരുന്നോ?"

"അല്ലായിരുന്നു. ബുദ്ധമത സംഹിതകളുടെ സംസർഗ്ഗമാണ് അവരെ സസ്യാഹാരികളാക്കിയത്. ആളുകൾക്ക് സാത്വികമായ ലക്ഷ്യബോധമുണ്ടായതോടെ വളരെപ്പേർ ഈ ഗ്രന്ഥത്തിൽ ആകൃഷ്ടരായി. സ്ഥലവാസികളുടെ മതം മാറ്റമാണ് കറുത്ത നമ്പൂതിരിമാരുടെ ഉദയംകുറിച്ചത്."

"അപ്പോൾ നമ്പൂതിരിമാർ മുഴുവൻ ഇവിടേക്കു വന്നവരല്ലേ."

"അല്ല. ദേശവാസികളും നമ്പൂതിരിമാരായിട്ടുണ്ട്. നമ്മൾ പറഞ്ഞു വന്നത് പുരാണത്തെക്കുറിച്ചാണ്. അതിലേക്കു വരാം."

മത്തായി സാർ താളിയോലയുടെ കെട്ടഴിച്ച് ശ്രദ്ധാപൂർവ്വം ഓലകൾ മറിച്ചുനോക്കി, അതിലൊന്നെടുത്ത് മാധവന്റെ കൈയിൽ കൊടുത്തു വായിക്കാനാംഗ്യം കാട്ടി. സംസ്കൃതം അല്പനേരം വായിച്ചത് ആർക്കും മനസ്സിലായില്ല. മാധവന്റെ സംസ്കൃത പാരായണം നല്ല സ്വരവും ഈണവും എല്ലാവർക്കും ഇഷ്ടമായി.

"ഇതിന്റെ മലയാള പരിഭാഷ മാധവന് പറയാമോ?" ആവശ്യത്തിൽ മാധവൻ ഒന്നു പരുങ്ങി. വായിച്ച ഭാഗം മനസ്സിലായെങ്കിലും അതു മലയാളത്തിലാക്കാൻ പ്രയാസം.

"വേണ്ടാ. ഞാൻ തന്നെ പറയാം. ഞാൻ പറയുന്നത് ജോസഫ് ഒരു കടലാസിൽ കുറിക്കണം." ഇതുപറഞ്ഞിട്ട് മത്തായി സാർ ഓല വാങ്ങി വായിച്ച് മലയാളത്തിൽ പറഞ്ഞുകൊടുത്തു.

"അനന്തരം വിഷ്ണു കർദ്ദമനിൽനിന്ന് ആദമൻ എന്ന പുരുഷനും ഹവ്യവതിയെന്ന സ്ത്രീയും ജനിച്ചു. പ്രദാനമെന്ന നഗരത്തിനു കിഴക്കു ഭാഗത്തായി ഈശ്വരൻ മനോഹരമായതും വിസ്തീർണ്ണമുള്ളതുമായ ഒരു വനം സൃഷ്ടിച്ചു. തനിക്കൊരു പത്നിയെ ലഭിപ്പാനാഗ്രഹിച്ച് ആദമൻ ആ വനത്തിലെ പാപവൃക്ഷച്ചുവട്ടിലെത്തി. സർപ്പരൂപം പൂണ്ട് കലിയും അവിടെയെത്തി. ഭഗവാന്റെ ആജ്ഞ ലംഘിച്ച് സർപ്പത്തിന്റെ നിർദ്ദേശ പ്രകാരം ആദമൻ ആ മരത്തിന്റെ ഫലം ഭക്ഷിച്ചു. ഹവ്യവതിയെ അവിടെ ലഭിച്ചു. അത്തിവൃക്ഷത്തിന്റെ ഇലകൾ അവൾ ഭക്ഷിച്ചു. അവർ ദാമ്പത്യ ബന്ധത്തിലേർപ്പെടുകയും മ്ലേച്ഛസന്തതികൾ ജനിക്കുകയും ചെയ്തു. ഇവരുടെ സന്താനങ്ങളിൽ ശ്രേഷ്ഠൻ ശ്വേതനാമാവ്. അദ്ദേഹത്തിന്റെ പുത്രൻ അനുഹൻ, അവന്റെ പുത്രൻ കിനാശൻ, അവന്റെ പുത്രൻ മഹല്ലലൻ, അവന്റെ പുത്രൻ വിരഭൻ, വിരഭന്റെ പേരിൽ ഒരു പട്ടണം നിർമ്മിച്ചു. അവന്റെ പുത്രൻ ഹനുകൻ വിഷ്ണു ഭക്തനായിരുന്നു."

മത്തായി സാറു പറയുമ്പോൾതന്നെ എല്ലാവർക്കും ബോദ്ധ്യമായെങ്കിലും എഴുതിയ ഖണ്ഡിക ജോസഫ് ഒരു മുറ വായിച്ചു.

"മാധവാ... ഞാൻ പറഞ്ഞുകൊടുത്തതിൽ എന്തെങ്കിലും തിരുത്താനുണ്ടോ"

"ഇല്ല. പദാനുപദ പരിഭാഷയായാണ് എനിക്കു തോന്നിയത്"

"ഇതു നമ്മുടെ വേദ പുസ്തകത്തിലെ ഉല്പത്തിയെക്കുറിച്ചാണെഴുതിയിരിക്കുന്നതല്ലേ.... എന്തു സാമ്യം."

"അതേ. ആദം, ഹവ്വ, രേത്ത്, ഹാനോക്ക് എന്നിവർ യഥാക്രമം ആദ

മൻ, ഹവ്യവതി, ശേതനാമാവ്, ഹനുകൻ എന്നിങ്ങനെ മാറ്റി. സാത്താനു പകരം കലി ഉടലെടുത്തു."

മത്തായി സാർ വീണ്ടും ഓല പരിശോധിച്ച് അതിലൊന്നെടുത്ത് മാധവന്റെ കൈയിൽ കൊടുത്തു. ഉറക്കെ വായിക്കേണ്ടതില്ല അർത്ഥം മനസ്സിൽ വെച്ചാൽ മതിയെന്നു പറഞ്ഞു. അവൻ വായിച്ചശേഷം ആ ഭാഗം മലയാളത്തിലാക്കി.

"ഇത് വേദഗ്രന്ഥത്തിലെ നോഹയുടെ കാലത്തുള്ള പ്രളയ കഥയാണ് ഇത് ഭാരതഭൂവിന് അനുയോജ്യമാംവണ്ണം അവതരിപ്പിച്ചിരിക്കുന്നു." ജോസഫ് ഇപ്രകാരം വായിച്ചു.

"ഹനുകന്റെ പുത്രൻ മനോച്ഛീലൻ, പിന്നെ ലോമകൻ, ന്യൂഹൻ. ന്യൂഹന് മൂന്നു പുത്രന്മാർ. സീമൻ, ശമൻ, ഭാവൻ. വിഷ്ണുഭക്തനായ ന്യൂഹന് ഭഗവാൻ ഒരിക്കൽ സ്വപ്നത്തിൽ പ്രത്യക്ഷനായി ഇപ്രകാരം അരുളി. 'വത്സാ ന്യൂഹാ. ഇന്നു മുതൽ ഏഴാംനാൾ പ്രളയമുണ്ടാകും ബന്ധുക്കളോടുകൂടി ഒരു കപ്പലിൽ അഭയം തേടുക.' ഇതുകേട്ട് ന്യൂഹൻ വലിയൊരു കപ്പൽ നിർമ്മിച്ചു. തന്റെ ആളുകളോടുകൂടി അതിൽ കയറി. ഇന്ദ്രനാൽ പ്രേരിതങ്ങളായ സംവർത്തകങ്ങൾ എന്ന പ്രളയ മേഘങ്ങൾ നാല്പതു നാൾ ഘോരമഴ ചൊരിഞ്ഞു. ഭാരതഖണ്ഡം മുഴുവൻ സമുദ്രം പോലെയായി. നാലു കടലുകളും തമ്മിൽ യോജിച്ചു. എന്നാൽ ബദര്യാശ്രമം മാത്രം അവശേഷിച്ചു. അവിടെ വെള്ളം കയറിയില്ല. അവിടെയുള്ള എൺപത്തി എണ്ണായിരം മഹർഷിവര്യന്മാരും ന്യൂഹനും ബന്ധുജനങ്ങളുമൊഴികെ എല്ലാവരും മരിച്ചു. ന്യൂഹൻ തന്റെ പുത്രന്മാരുടെ പേരുകൾ സിമൻ, ഹാമൻ, യാകൃതൻ എന്നിങ്ങനെ മാറ്റി."

"എന്തു സാമ്യം. ഇതു പകർത്തിയതാണോ. അതോ ആദ്യമെഴുതിയത് ഈ പുരാണമാണോ?"

"ഒരിക്കലുമല്ല. ആദ്യ ദശകങ്ങളിൽ തോമാശ്ലീഹായുടെ പാരമ്പര്യമുള്ള വേദഗ്രന്ഥമല്ലാതെ മറ്റൊന്നും മലയാളക്കരയിൽ ലഭ്യമല്ലായിരുന്നു. ആര്യന്മാരുടെ വരവും അവരുടെ ബുദ്ധിയും സാമർത്ഥ്യവും ദീർഘവീക്ഷണവുമാണ് ഇവിടെ മതങ്ങളുടെ ഏകീകരണത്തിന് സംഗതിയായത്. *ഭവിഷ്യ മഹാപുരാണ*ത്തിൽ ആദമന്റെ പരമ്പരയായ മ്ലേച്ഛവംശം അഭിവൃദ്ധിപ്പെട്ടത് കലിയുഗം രണ്ടായിരം കൊല്ലത്തിലാണ്. ഈ പുരാണത്തിൽ തന്നെ പറയുന്നു. മൂശൻ എന്ന മ്ലേച്ഛാചാര്യനെക്കുറിച്ചും പറയുന്നുണ്ട്. അതു മോശയെപ്പറ്റിയാണ്. സിന്ധുദേശം താണ്ടിയാൽ മ്ലേച്ഛദേശമെന്നും കാണിച്ചിരിക്കുന്നു."

"പഴയ നിയമത്തിൽ നിന്നല്ലാതെ എന്തെങ്കിലും സംഭവങ്ങളോ സൂചനകളോ ഇതിൽ പ്രതിപാദിച്ചിട്ടുണ്ടോ?"

"തീർച്ചയായും. യേശു ക്രിസ്തുവിനെപ്പറ്റി വ്യക്തമായി പറയുന്നുണ്ട്." മത്തായി സാർ വീണ്ടും ഓലകൾ മറിച്ചു. ചിലതു വളരെ പരിതാപാവസ്ഥയിലായിരുന്നു. കൈക്കുഞ്ഞിനെ പരിപാലിക്കുന്ന സൂക്ഷ്മതയോടെ താളിയോലകൾ മറിച്ചുനോക്കി. ഇടയിൽനിന്നും രണ്ടുമൂന്നോ

ലകൾ എടുത്ത് മാധവന് നല്കി. അവനതു വായിച്ചശേഷം തിരികെ ഏല്പിച്ചു. അതിന്റെ ഉള്ളടക്കം പറഞ്ഞുകൊടുത്തതുപോലെ ജോസഫ് പകർത്തി; ഇപ്രകാരം വായിച്ചു.

"ഒരിക്കൽ ശകരാജാവ് ഹിമാലയ ശൃംഗത്തിൽ ചെന്നു. അതു ഹൃൂണദേശത്താണ്. ആ രാജ്യമദ്ധ്യത്തിലെ പർവ്വതത്തിന്മേൽ തേജസ്വിയായ ഒരു പുരുഷൻ നില്ക്കുന്നത് കണ്ടു. വെളുത്ത നിറം. ശുഭ്രവസ്ത്രധാരി. മഹാബലവാൻ. അദ്ദേഹത്തോട് ശകരാജാവ് 'താങ്കൾ ആരാണ്' എന്നു ചോദിച്ചു. താൻ ഒരു കുമാരിയുടെ ഗർഭത്തിൽ ജനിച്ചവനും ദൈവപുത്രനുമാണെന്ന് മറുപടി നല്കി. മ്ലേച്ഛദേശത്ത് 'ഈശാമസി'യെന്ന ഭയങ്കരിയുടെ സ്വാധീനത്തിൽ സത്യവും മര്യാദയും നശിച്ചു. നാം അവളെ മ്ലേച്ഛരൂപത്തിൽ പരാജയപ്പെടുത്തി. എന്നിട്ട് 'മസീഹൻ' എന്ന പേർ സമ്പാദിച്ചു. നാമവിടെ സത്യവും ധർമ്മവും പുനഃസ്ഥാപിച്ചു. ഇപ്രകാരമുള്ള എന്റെ ധ്യാനഫലമായി മസിഹാ വിലയത്തെ പ്രാപിച്ചു. എന്റെ ഹൃദയത്തിൽ സർവ്വമംഗള സ്വരൂപിയായ ഈശൻ പ്രത്യക്ഷപ്പെട്ടു. 'ഈശാമസിഹൻ' എന്നതാണ് എന്റെ പ്രസിദ്ധമായ നാമധേയം."

എല്ലാവരും നിർന്നിമേഷരായി കേട്ടുനിന്നു. എല്ലാം വേദപുസ്തകത്തിലേതുതന്നെ. പശ്ചാത്തലവും പേരുകളും വ്യത്യാസപ്പെടുത്തിയിരിക്കുന്നു. കഥാഗതി ഒന്നുതന്നെ.

"ലോകത്തിൽ എല്ലാ മതങ്ങളും ഒന്നിനോടൊന്നു ബന്ധപ്പെട്ടിരിക്കുന്നു. മറ്റുള്ളതിൽനിന്നും കടമെടുത്തിരിക്കുന്നു. ഏതു പ്രബലമതങ്ങൾ നിരീക്ഷിച്ചാലും ഈ വസ്തുത കാണാം. മതങ്ങളല്ല; മനുഷ്യനും പ്രകൃതിയുമാണ് പ്രധാനം എന്ന വലിയ സത്യമാണിത് വിളിച്ചോതുന്നത്."

ഗീവർഗ്ഗീസിന്റെ ഈ പ്രസ്താവന എല്ലാവർക്കും ബോധിച്ചു. അപ്പോൾ വീടിന്റെ വാതില്ക്കൽ മണി ശബ്ദം കേട്ടു. ഒരു അഞ്ചലോട്ടക്കാരൻ ഓട്ടം നിർത്തി നടന്നുവന്നു. മുണ്ടുതാറുപാച്ചി കാക്കിനിറ കുപ്പായവും അരയിൽ തുകൽ ബെൽട്ടും വേഷം. കൈയിൽ നാലുമണികളുള്ള അഞ്ചൽകുന്തം. അയാൾ തന്റെ തുണി സഞ്ചിയിൽനിന്നും ഒരു എഴുത്തെടുത്ത് ഗീവർഗ്ഗിനു നല്കി. ഗീവർഗ്ഗീസ് അകത്തുകയറി ഒരു കാശെടുത്ത് അയാൾക്കു കൊടുത്തു. അതുവാങ്ങി അയാൾ തന്റെ ഓട്ടം വീണ്ടും ആരംഭിച്ചു.

പതിനാറ്

ഗീവർഗ്ഗീസിന്റെ സുഹൃത്തും അകന്ന ബന്ധുവും വക്കീലുമായ ജോൺ പഴയ സെമിനാരിയിൽ നിന്നയച്ച കത്താണത്. കത്തു പുറത്തെടുത്ത് നിവർത്തി. ഒരു ദീർഘമായ കത്തായിരുന്നു അത്.

മര്യാദയും ഇഷ്ടവും നിറഞ്ഞ ഗീവർച്ചന്,

നമ്മുടെ സഭയുടെ പ്രതിസന്ധികളും പ്രശ്നങ്ങളും അറിയുന്നുണ്ടെന്ന് വിചാരിക്കുന്നു. വളരെ കലാപകലുഷിതമായ അന്തരീക്ഷത്തിലേക്കാണടുക്കുന്നതെന്ന് ഞാൻ ഭയപ്പെടുന്നു. പണ്ടും സഭ, ഇതിനേക്കാൾ ഭീതിതമായ അവസ്ഥയിൽക്കൂടി കടന്നുപോയിട്ടുണ്ടെങ്കിലും അതെല്ലാം ശ്രവിച്ചിട്ടുള്ള സംഭവങ്ങളായിരുന്നതിനാൽ നമുക്ക് വലിയ ധൈര്യത്തിന്റെ ആവശ്യമില്ലായിരുന്നു. ഇപ്പോൾ അനുഭവിക്കേണ്ട സ്ഥിതിവിശേഷം സംജാതമായതിനാൽ അതിന്റെ യാഥാർത്ഥ്യബോധത്താൽ നാം അസ്ഥപ്രജ്ഞരായിത്തീരുമോയെന്ന ഭയം നമ്മെ അലട്ടുന്നു. എങ്കിലും വട്ടശ്ശേരിൽ തിരുമേനിയുടെ മുഖത്തു നിഴലിക്കുന്ന ധൈര്യവും ഒന്നിനെയും കൂസാത്ത വിശ്വാസദൃഢതയും പ്രാർത്ഥനയാൽ ലഭ്യമായ പരിശുദ്ധാത്മ തേജസ്സും പ്രത്യാശയ്ക്ക് വക നല്കുന്നുമുണ്ട്. നമുക്ക് പ്രാർത്ഥിക്കാം. എല്ലാം കാണുന്നവൻ വേണ്ടനേരത്ത് പ്രവർത്തിച്ചുക്കൊള്ളുമെന്നാണ് തിരുമേനി എപ്പോഴും പറയുന്നത്. അബ്ദുള്ളാ ബാവായുടെ ഇഷ്ടമനുസരിച്ച് പ്രവർത്തിക്കാത്തതാണ് ഇപ്പോൾ ഉടലെടുത്ത എല്ലാ പ്രശ്നങ്ങൾക്കും നിദാനം. പാത്രിയാർക്കീസിന് മലങ്കരയിലെ സ്വത്തിന്മേലാണ് ദുഷ്ടലാക്ക്. അദ്ദേഹം വന്നെത്തിയതിനുശേഷം നടന്ന പരുമലപ്പള്ളി പെരുന്നാളിന്റെ ഗണ്യമായ ഭണ്ഡാരവരവ് തനിക്കു ലഭിക്കേണ്ടതാണെന്ന് പറഞ്ഞിരുന്നു. എന്നാൽ ആരുമത് ചെവിക്കൊള്ളാഞ്ഞത് കൂടുതൽ കോപത്തിന് കാരണമായി. എല്ലാ പള്ളിക്കാരും ഉടമ്പടിയെഴുതി നല്കണമെന്നാണ് ആദ്യം

കല്പിച്ചത്. എന്നാൽ റോയൽ കോടതിവിധി അനുകൂലമല്ലാത്തതിനാൽ മെത്രാപ്പോലീത്ത ഉടമ്പടി നല്കിയാൽ കാര്യങ്ങൾ എളുപ്പമാകുമെന്ന ധാരണയിലാണ് ആവശ്യപ്പെട്ടത്. എന്നാൽ വലിയ തിരുമേനി കാലം ചെയ്യുന്നതിനുമുൻപേ വട്ടശ്ശേരിൽ തിരുമേനിയെ വസ്തുതകൾ ബോദ്ധ്യപ്പെടുത്തിയിരുന്നു.

പത്രോസ് പാത്രിയർക്കീസ് വലിയ തിരുമേനിയെ വിരട്ടിനോക്കിയിരുന്നു. നടന്നില്ല. ചെറിയ തോതിൽ മുടക്കു നടത്തുകയും ചെയ്തതാണ്. പക്ഷേ, വലിയ തിരുമേനി അതൊന്നും മുഖവിലയ്ക്കെടുത്തില്ല. അതുകാരണം കുഴപ്പമൊന്നുമുണ്ടായില്ല. എന്നാൽ സ്ഥിതിയിപ്പോൾ അങ്ങനെയല്ല. കൂട്ടുകൈക്കാരന്മാർ ബാവായുടെ കൂടെയാണ്. അതിനും തക്കതായ കാരണമുണ്ടെന്നു നിനയ്ക്കുന്നു. തന്റെ സഹപ്രവർത്തകനും അധികം പ്രായമില്ലാത്തവനുമായ തിരുമേനി തന്റെ മേലധികാരിയായി മലങ്കര മെത്രാപ്പോലീത്തയായി ഉയർത്തപ്പെട്ടപ്പോൾ മുതൽ മനുഷ്യസഹജമായ കിടമത്സരം കോനാട്ട് മാത്തൻ മല്പാനെ ഭരിച്ചിരുന്നു. കൂടെ കുര്യനും ചേർന്നു. തിരുമേനിയെ അധികാര ഭ്രഷ്ടനാക്കേണ്ടത് ഇവരുൾപ്പെടുന്ന എതിരാളികളുടെ ആവശ്യമായിരിക്കുന്നു. അതിനായി ആവശ്യമായ കരുനീക്കങ്ങൾ നടത്തുന്നു. തനിക്കെതിരെ സ്വന്ത രക്തത്തിലുള്ളവർ തന്നെ അണിയറയിൽ ചരടുവലിക്കുന്നത് തിരുമേനിയെ സംബന്ധിച്ച് ഹൃദയഭേദകമായ അനുഭവമാണ്.

ഇതിനിടയ്ക്ക് മാനേജരായ മട്ടക്കലച്ചനെ വിടുതൽ ചെയ്തിരിക്കുന്നതായ ഒരു നോട്ടീസ് കൈക്കാരന്മാർ ചേർന്നയച്ചിരുന്നു. എന്നാൽ അച്ചൻ അതിനെ തൃണവല്ഗണിക്കുകയാണുണ്ടായത്. മാനേജരെ നിയമിക്കുന്നതും നീക്കംചെയ്യുന്നതും മലങ്കര മെത്രോപ്പോലീത്തയിൽ മാത്രം നിക്ഷിപ്തമായിരിക്കുന്ന അധികാരമെന്നും ഈ നോട്ടീസ് തനിക്കു ബാധകമല്ലെന്നും പറഞ്ഞ് അദ്ദേഹമത് ചുരുട്ടിയെറിഞ്ഞു.

ഇതിനകംതന്നെ ബാവാ കക്ഷിയെന്നും മെത്രാൻ കക്ഷിയെന്നും പേരിൽ സഭയിൽ ചേരിതിരിവുണ്ടായി. മെത്രാൻ കക്ഷി മട്ടക്കലച്ചന്റെ പിന്തുണയുമായി നിലകൊണ്ടു. ന്യൂനപക്ഷമെങ്കിലും നീറിന്റെ ശൗര്യം കാട്ടി മറ്റേ കൂട്ടർ. അവർ കേസു കൊടുത്തതിന്റെ അനന്തരഫലമായി ജില്ലാ മജിസ്ട്രേട്ട്, സെമിനാരി ജപ്തി ചെയ്ത് പൊലീസ് അധീനതയിൽ വയ്ക്കുവാനുത്തരവിട്ടു. അങ്ങനെ തിരുമേനിയും ബാവയും ഞങ്ങളും താമസിക്കുന്ന ഏതാനും മുറികളൊഴിച്ച് ബാക്കിയെല്ലാ മുറികളും കമ്മട്ടിമാളികയും ബസ് ഗാസാമുറിയുൾപ്പെടെ ജപ്തിചെയ്ത് മുദ്രവെച്ചു. അപ്പോളവർ വിജയം വരിച്ചവരെപ്പോലെ സന്തോഷിച്ചു. എന്നാൽ തിരുമേനിയും ഞങ്ങളും എത്രമാത്രം വേദനിച്ചുവെന്ന് സദ്ഭാവനയുള്ളവർക്കേ വിഭാവന ചെയ്യാനാവൂ.

ഇതുവരെ കിംവദന്തിയായി പരിണമിച്ചിരുന്ന മുടക്ക് എന്ന വജ്രായുധം പ്രയോഗിച്ചു കഴിഞ്ഞാൽ സഭയുടെ ഭരണരംഗം പൂർണ്ണമായും തങ്ങളുടെ അധീനതയിലാകുമെന്ന് മനക്കോട്ട കെട്ടി കാത്തിരിക്കുകയാ

ണവർ. എന്നാൽ മലങ്കരയിലെ ബഹുഭൂരിപക്ഷത്തിന്റെയും സ്നേഹാദരവുകൾക്ക് പാത്രഭൂതനായിരിക്കുന്ന വട്ടശ്ശേരിൽ തിരുമേനിയെ തൊട്ടു കളിക്കുന്നത് വളരെ സൂക്ഷിച്ചുവേണമെന്ന് അവരിൽ ബുദ്ധിയുള്ളവർ ഉപദേശിച്ചതായറിയുന്നു. എന്നിരുന്നാലും ബാവയ്ക്ക് ലൗകികാധികാരം മുദ്രപ്പത്രത്തിൽ എഴുതി നല്കാത്തപക്ഷം ഇന്നല്ലെങ്കിൽ നാളെ മുടക്കു കല്പനയുണ്ടാവുമെന്നു കരുതാം.

മലങ്കരയെ സംബന്ധിച്ച് ഈ മുടക്കിന് വലിയ പ്രസക്തിയില്ലെന്നും പാത്രിയർക്കീസ് നിയമപരമായി വളരെ പരിമിതമായ അവകാശങ്ങളെയുള്ളുവെന്ന് വിശദീകരിച്ചുകൊണ്ട് *മലയാള മനോരമ*യിൽ കഴിഞ്ഞ ദിനങ്ങളിലും ഇപ്പോഴും വന്നുകൊണ്ടിരിക്കുന്ന മുഖപ്രസംഗ ശൃംഖല വായിക്കുന്നുണ്ടാവുമല്ലോ. ഈ മുഖപ്രസംഗങ്ങൾ മിന്നൽപ്പിണർപോലെ മലങ്കരയിലങ്ങോളമിങ്ങോളം വ്യാപിക്കുന്നുവെന്ന് പ്രത്യേകിച്ചു പറയേണ്ടതില്ലല്ലോ. ആയതിന് ശ്രീമാൻ മാമ്മൻ മാപ്പിളയെ പ്രത്യേകം ശ്ലാഘിക്കേണം. അദ്ദേഹവും മലങ്കര സഭയുടെ ഒരു വീര കേസരിയാണല്ലോ. മുറിമറ്റത്തെ തിരുമേനിയും ഗോവയിലെ തിരുമേനിയുമേ നമ്മുടെ തിരുമേനിക്ക് കൂട്ടായുള്ളൂ. മറ്റു മൂന്നുപേരും ഉടമ്പടി ഒപ്പിട്ടു കൊടുത്തതായാണു കേൾക്കുന്നത്: അതിനു നിയമ സാധുതയില്ലെങ്കിൽ പോലും.

സഭയുടെ അന്തസ്സിനും സ്വാതന്ത്ര്യത്തിനും വേണ്ടി നിലകൊള്ളുന്ന ധീരോത്കൃഷ്ടനായ ഒരു സ്വദേശി മെത്രാനെ സ്വേച്ഛാധികാരം സ്ഥാപിക്കുന്നതിനായി ആവശ്യപ്പെട്ട ഉടമ്പടി എഴുതി നല്കാത്തതിന്റെ പേരിൽ മാത്രം ഒരു പരദേശി ബാവ മുടക്കിയാൽ നമ്മുടെ മനഃസാക്ഷിക്കും അഭിമാനത്തിനും ഉണ്ടാകാവുന്ന മുറിവുകൾ തിരുമേനിയെയും ജനങ്ങളെയും എത്രമാത്രം വിക്ഷോഭിപ്പിക്കുമെന്ന് ഇപ്പോൾ ചിന്തിക്കാനാവില്ല.

കർണ്ണേ ജപന്മാരുടെ പ്രേരണയ്ക്ക് വഴങ്ങി. മലങ്കരയുടെ സ്വാതന്ത്ര്യത്തെ കാംക്ഷിക്കുന്ന എല്ലാവരും സമ്മേളിക്കുന്ന ഒരു കേന്ദ്രമായ വട്ടശ്ശേരിൽ തിരുമേനിയെ മുടക്കിയാൽ തന്നെ അതിന് കാനോനികമായ ഒരു സാധുതയുമില്ലെന്നു മനസ്സിലാക്കുവാൻ 'ഹുദായ കാനോൻ' ഒന്നു മറിച്ചുനോക്കിയാൽ മതി. എന്നാലോ കാനോൻ ബാവായ്ക്ക് അനുകൂലമായ സംഗതികൾ ചേർത്ത് വ്യാജമായി തിരുത്തിയെഴുതുന്നതായി അറിവു ലഭിച്ചിട്ടുണ്ട്. ഇതു കോടതിയെ തെറ്റിദ്ധരിപ്പിക്കുവാനിടയാകുമെന്ന് ഞങ്ങൾക്ക് ഭയമില്ലാതില്ല.

ഇപ്പോൾ വളരെയധികമാളുകൾ ഇവിടെവന്ന് തിരുമേനിയെ സന്ദർശിച്ച് കൈമുത്തി മടങ്ങുന്നത് ഞങ്ങൾക്ക് ധൈര്യം പകരുന്നു. എന്നാൽ ബാവായെ ആദ്യം കാണാനെത്തുന്നില്ലായെന്നുള്ളത് ഞങ്ങളിൽ സന്തോഷം ജനിപ്പിക്കുന്നുവെങ്കിലും ഇതുമൂലം എന്തെങ്കിലും ആപത്ത് പ്രതികാരബുദ്ധ്യാ ചിന്തിക്കുന്ന അവരിൽ നിന്നുണ്ടാകുമോ എന്ന ശങ്ക നിലനില്ക്കുന്നു. എങ്കിലും എല്ലാം, സൃഷ്ടിച്ചവരും പരിപാലിച്ചവനുമായ ത്രിയേകദൈവത്തിൽ അർപ്പിച്ച് ആശ്വാസം തേടുകയാണ് ഞങ്ങൾ. തിരുമേനി രാത്രിയുടെ യാമങ്ങളിൽപ്പോലും ദൈവസന്നിധിയിൽ

കണ്ണീരൊഴുക്കുകയാണ്. അദ്ദേഹത്തിന്റെ ഗുരുവായ പരിശുദ്ധ പരുമല ത്തിരുമേനിയുടെ കബറിടത്തിൽ പോയി പ്രാർത്ഥന നടത്തണമെന്നാഗ്ര ഹമുണ്ടെങ്കിലും ഇവിടെനിന്നു മാറിനില്ക്കുവാൻ കഴിയാത്ത അവസ്ഥാ വിശേഷമാണിപ്പോൾ. ഗീവർച്ചൻ പരുമല പള്ളിയിൽ പോയി തിരുമേനി ക്കുവേണ്ടി തിരികത്തിച്ച് പ്രാർത്ഥിക്കണം. സത്യം നമ്മോടൊപ്പമാണെ ന്നതിനാൽ അല്പം വൈഷമ്യവും ദുർഘടവും നേരിട്ടാലും അതൊക്കെ മാറുമെന്ന് വിശ്വസിക്കാം.

ശീമയ്ക്കു തുല്യമായ മലങ്കരസഭയുടെ പഴക്കം, പാരമ്പര്യം, സ്വാത ന്ത്ര്യം, അഭിമാനം, സാമൂഹ്യ ഉന്നതാവസ്ഥ എന്നിവയെക്കുറിച്ച് ബാവാ യ്ക്ക് ബോദ്ധ്യമുണ്ട്. ഇവിടെയുള്ളവരുടെ മനോചാഞ്ചല്യം നിമിത്തം ഇവി ടുള്ളവൻ ബുദ്ധികെട്ടവരാണെന്ന് പരദേശികൾക്ക് തോന്നുക സ്വാഭാ വികം. എങ്കിലും മക്കൾ, നൈസർഗ്ഗികമായ ബുദ്ധികൂർമ്മതകൊണ്ട് അവ സാനം വിജയശ്രീലാളിതരാവുമെന്ന കാര്യം പാലക്കുന്നത്തു മെത്രാച്ചൻ പണ്ട് പറഞ്ഞത് ഇപ്പോൾ സ്മരണയിലെത്തുന്നു.

ദ്രവ്യമോഹംമൂലം ബാവായുടെ മുൻഗാമിയും മൂന്നു വ്യാഴവട്ട ങ്ങൾക്കുമുമ്പ് ചെയ്തതും ചെയ്യാനാഗ്രഹിച്ചതും ഇദ്ദേഹമിപ്പോൾ പ്രവർ ത്തിക്കാൻ തുനിയുന്നു എന്നു മാത്രം. എന്തായാലും എല്ലാം ദൈവത്തിൽ അർപ്പിക്കുന്നു. നമ്മുടെ പള്ളികളിലെല്ലാം വർത്തമാനമെത്തി കാണുമെന്ന് നിനയ്ക്കുന്നു.

എന്ന് സ്വന്തം ജോൺ

പതിനേഴ്

അടുക്കളയുടെ പിന്നിലായി നില്ക്കുന്ന മുരിങ്ങയിലിരുന്ന് കറുമ്പി ക്കാക്ക വിരുന്നു വിളിച്ചു. വീടിനുള്ളിലെ പല കാതുകളിലും ഈ വിശേഷ നാദം വന്നണഞ്ഞു.

"ഇന്നാരാ വരാനുള്ളത്" മറിയയുടെ സ്വരത്തിൽ ആകാംക്ഷയോ ടൊപ്പം ആരെങ്കിലുമെത്തുമെന്ന പ്രതീക്ഷയുമുണ്ടായിരുന്നു. ചെറുമക്കൾ രണ്ടും അടുക്കളയിലുണ്ട്. ഒരാൾ ഉരലിൻമേലും മറ്റയാൾ ഒരു കൊരണ്ടി യിലും സ്ഥാനം പിടിച്ചിരുന്നു.

തൊമ്മനും മാത്തനും വ്യാപാര സംബന്ധമായ യാത്രയിലാണ്. ഗീവർഗ്ഗീസും ജോസഫും കോട്ടയത്തു പോയിരിക്കയാണ്. മാത്തന്റെ ഭാര്യ പ്രസവത്തിനായി അവളുടെ വീടായ തഴക്കരയിലാണ്. തൊമ്മന്റെ ഭാര്യ അരകല്ലിൽ അദ്ധ്വാനത്തിലാണ്.

മറിയ ഭരണിയിൽനിന്ന് ഓരോ ഉപ്പുമാങ്ങയെടുത്ത് പൈതങ്ങൾക്കു കൊടുത്തു. പഴുത്തമാങ്ങ സമൃദ്ധമായി ലഭിക്കുമ്പോൾ പിന്നീടുപയോ ഗിക്കുന്നതിനായി ഭരണിയിൽ ഉപ്പുംവെള്ളവും ചേർത്ത് സൂക്ഷിക്കും. മാസ ങ്ങൾക്കുശേഷം അതെടുത്ത് അതേപടിയോ കറികളാക്കിയോ ഉപയോ ഗിക്കും. ഉപ്പിന്റെയും പുളിയുടെയും ആധിക്യംമൂലം അതു ഭക്ഷിക്കുന്ന കുട്ടികളുടെ മുഖത്തും അതേ രസങ്ങൾ നിഴലിച്ചു. ഈ കാഴ്ച കണ്ടാ സ്വദിച്ചുനിന്ന മറിയയുടെ വദനങ്ങളിലും അതേ ഭാവങ്ങൾ പ്രതിഫലിച്ചു.

മുറ്റത്ത് ആരോ മന്ദം മന്ദം നടന്നടുക്കുന്ന സ്വരം.

നടക്കുന്ന ആളും നടത്തുന്ന വടിയും പ്രത്യക്ഷപ്പെട്ടു.

ആളെ കണ്ട കുട്ടികളുടെ മുഖം വിടർന്നു.

"മുത്തശ്ശി.... മുത്തശ്ശി." കുട്ടികൾ ആർത്തുവിളിച്ചു.

"മുത്തശ്ശി ഇന്നു കഥ പറഞ്ഞുതരണം. ഇന്നാളു ഞങ്ങളെ പറ്റിച്ചു."

മുത്തശ്ശി അകത്തുവന്ന് നാല്ക്കാലിയിലിരുന്നു.

"കഥ പറയാം. കൊറച്ചു കഴിയട്ടെ.... മറിയക്കൊച്ചേ സ്വല്പം വെള്ളം താ...."

മറിയ കൊടുത്ത ചൂടു കഞ്ഞിവെള്ളം ഓട്ടുപാത്രത്തിൽ അല്പാല്പമായി ഊതികുടിച്ചു. കുട്ടികൾ മുത്തശ്ശിയുടെ രണ്ടു വശത്തുമായി നിന്നു.

"നമുക്ക് തൊടിയിൽ പോയിരുന്ന് കഥ കേൾക്കാം. എനിക്കു കൊറച്ചു പച്ച മരുന്നും പറിക്കാനുണ്ട്."

കുട്ടികളിൽ ഒരാൾ മുത്തശ്ശിയുടെ വടിയെടുത്ത് തോളിൽവെച്ച് മുന്നിലും ഒരാൾ ഇടതുകൈയിൽ പിടിച്ച് ഒപ്പവും തൊടിയിലേക്ക് നടന്നു.

പറമ്പു മുഴുവൻ പുല്ലുവളർന്ന് കാടുപിടിച്ച് കിടക്കുന്നു. നാളുകളായി പെയ്ത മഴയ്ക്ക് ശമനം വന്നിട്ട് കുറച്ചുനാളേയായിട്ടുള്ളൂ. കൃഷികളെല്ലാം ചാഞ്ഞും ചരിഞ്ഞും താറുമാറായി. വടക്കുഭാഗത്തുള്ള കുളംനിറഞ്ഞ് മുകളറ്റം തൊടാനായി വെമ്പിനില്ക്കുന്നു. കരിയിലകളും പുല്ലും നനഞ്ഞുകുതിർന്ന് തൊടി ചതുപ്പുനിലംപോലെ തോന്നിച്ചു. തെക്കുഭാഗത്തുള്ള മുളങ്കൂട്ടത്തിൽ പലതും കാറ്റിലും മഴയിലുംപെട്ട് നമ്രശിരസ്കരായി നിലകൊള്ളുന്നു. അതിന്റെ പരിസരം ഘോരവിപിനത്തെ അനുസ്മരിപ്പിച്ചു.

അല്പനേരം കഴിഞ്ഞപ്പോൾ മുളങ്കൂട്ടത്തിനുള്ളിൽനിന്ന് ഒരു ചെമ്പോത്ത് പറന്നുവന്ന് മണ്ണിലിരുന്നു.

"ഹായ് ഉപ്പൻ" കുട്ടികൾ വിളിച്ചുകൂവി. എല്ലാ പക്ഷികളെയുംപോലെ ഉപ്പനെ അവർക്കിഷ്ടമാണ്.

"ഇന്ന് ഉപ്പന്റെ കഥ പറഞ്ഞാ മതി കേട്ടോ മുത്തശ്ശി."

"വീരന്മാരായി യുദ്ധത്തിൽ മരിക്കുന്നവരുടെ പുനർജന്മമാണ് ചകോരം. ചിലയിടത്ത് ആദിവാസികൾ ഇതിനെ പൂജിക്കുന്നുമുണ്ട്."

"ഉപ്പനതിനു ദൈവമാണോ.... അതോ മാലാകയാണോ?"

"മാലാഖയും ദൈവവും ഒന്നുമല്ല. അതവരുടെ വിശ്വാസമാ... പണ്ട് നമ്മുടെ നാട്ടിലും ഉപ്പനെപറ്റി ധാരാളം കെട്ടുകഥകൾ ഉണ്ടായിരുന്നു."

"അതെന്തവാ മുത്തശ്ശി."

"പറയാം." ഉണ്ണൂലി മുത്തശ്ശി അടുത്ത് വെട്ടിയിട്ടിരുന്ന തെങ്ങിന്റെ മുറിയിൽ ഇരുന്നു. കുട്ടികൾ രണ്ടും അടുത്തടുത്തുള്ള കഷണങ്ങളിലുമിരുന്നു.

"ഈ കിളിക്ക് ചെമ്പോത്തെന്നും പറയും."

"പോത്തോ. അതൊരു മിറുഗമല്ലേ. നമ്മടെ കണ്ടം പൂട്ടാനുമൊക്കെ കൊണ്ടുപോകുന്നത്."

"അതു വെറും പോത്ത്. ഇത് ചെമ്പോത്ത്. ഇതിനു ചില സിദ്ധിവിശേഷങ്ങളുണ്ടെന്ന് വിശ്വസിച്ചിരുന്നു. ഇതു മുട്ടയിട്ട് വിരിഞ്ഞു കഴിയുമ്പോൾ പക്ഷിക്കുഞ്ഞുങ്ങൾ പറക്കമുറ്റുന്നതിന് മുമ്പ് തള്ളപക്ഷിയില്ലാത്ത നേരത്ത് കൂട്ടിൽചെന്ന് വെള്ളിനൂലുകൊണ്ട് കുഞ്ഞുങ്ങളുടെ കാലുകൾ കൂട്ടികെട്ടണം."

"ങേ. അതെന്തിനാ... അതു കഷ്ടല്ലേ. പാവം കുഞ്ഞുങ്ങൾ." കുട്ടികൾ സഹതാപം പ്രകടിപ്പിച്ചു.

"അതിനുശേഷം തള്ളപ്പക്ഷി കുഞ്ഞുങ്ങൾക്ക് തീറ്റയുമായി വരുമ്പോൾ ഇതുകാണും. തീറ്റകൊടുത്തശേഷം ഈ കെട്ടുകൾ കൊത്തിയഴിക്കാൻ നോക്കും."

"അതു കൊത്തിയഴിക്കുമായിരിക്കും. ഇന്നാള് നമ്മുടെ പുള്ളിക്കോഴിയെ അടയിരുന്നേന് അമ്മച്ചി കെട്ടിയിട്ടപ്പോ അതു കൊത്തിയഴിച്ചേച്ച് പിന്നേം പോയി അടയിരുന്നു."

"അഴിച്ചാൽ ഒന്നുമില്ല. പക്ഷേ, കൊത്തിയഴിക്കാനായില്ലെങ്കിൽ കുഞ്ഞുങ്ങടെ കാര്യം കഷ്ടാണേ. അതുകൊണ്ട് ഉപ്പൻ പറന്നുപോയി നീലക്കൊടുവേലിയുടെ ഇലകൊണ്ടുവരും."

"നീലക്കൊടേലിയോ."

"നീലക്കൊടുവേലി ഒരു ദിവ്യൗഷധമാ. അത്ഭുതമരുന്ന്. അത് കൊടുങ്കാട്ടിനുള്ളിലെവിടെയെങ്കിലുമായിരിക്കും. സാധാരണ മനുഷ്യർക്ക് തിരിച്ചറിയാൻ കഴിയില്ല. നീലക്കൊടുവേലിയിലയുമായിട്ടേ ഉപ്പൻ മടങ്ങി വരൂ. ഇലയില്ലാതെ വന്നിട്ട് കാര്യമില്ല. ഇല കണ്ടുപിടിക്കാൻ ഉപ്പനു കഴിവുണ്ട്. അതുകൊണ്ടാണതിനെ ഈശ്വരൻ കാക്കയെന്നും വിളിക്കുന്നത്."

"ഇലകൊണ്ടെന്താന്നിട്ട്."

"പക്ഷിക്കുഞ്ഞുങ്ങളെ കെട്ടിയിരിക്കുന്ന വെള്ളിനൂലിൽ ഉഴിയും. അന്നേരം കെട്ടുകളെല്ലാം താനേയഴിയും. ഇല കൂട്ടിൽ തന്നെയിടും."

"പിന്നെപ്പഴാ ഇലയെടുക്കുന്നത്"

"വീണ്ടും തള്ളപ്പക്ഷി പറന്നുപോകുന്ന സമയത്തുപോയി നോക്കണം. കെട്ടെല്ലാം അഴിഞ്ഞോന്ന്. അങ്ങനെ അഴിഞ്ഞിട്ടുണ്ടെങ്കിൽ ഇല ആ കൂട്ടിൽ കാണും."

"പക്ഷേ, ആ കൂട്ടിൽ ഒത്തിരി കമ്പും എലേം നാരുമൊക്കെ കാണില്ലേ?" പിന്നെങ്ങനെ എലയറിയുന്നേ?"

"ഇല തിരിച്ചറിയാൻ ഒരു മാർഗ്ഗൊണ്ട്. നല്ല ഒഴുക്കുള്ള നീറ്റിൽ ഇലകളെല്ലാം കൊണ്ടിടണം. സാധാരണ ഇലയെല്ലാം ഒഴുക്കിനൊത്ത് ഒഴുകിപോം. പക്ഷേങ്കില്.... നീലക്കൊടുവേലീടെ ഇല മാത്രം ഒഴുക്കിനെതിരെയാവും നീങ്ങുക."

"ഈ എല കൊണ്ടെന്നാ അതിശയമാ കാട്ടുന്നേ?"

"എന്തെങ്കിലും വസ്തുക്കൾ വെച്ചിരിക്കുന്നിടത്ത് ഇലവെച്ചാൽ അതു വർദ്ധിക്കും. എത്രയെടുത്താലും തീരില്ല. അതായത് നമ്മടെ നെല്ലിടുന്ന പത്തായത്തിലിതിട്ടാൽ ലോകാവസാനംവരെ അതീന്ന് നെല്ലെടുക്കാം. അല്ലെങ്കിൽ നിങ്ങടെ അപ്പച്ചന്റെ മടിശീല കണ്ടിട്ടില്ലേ. ചക്രോം, കാശുമൊക്കെയിടുന്ന സഞ്ചി. അതിനകത്തീ ഇലവെച്ചാൽപ്പിന്നെ ലോകം നിറയെ കൂട്ടിയിടാനുള്ള കാശെടുത്താലും പിന്നേം അതിൽ കാണും."

"ചെലപ്പോ അപ്പച്ചൻ കൊലപഴുപ്പിക്കാൻ പത്തായത്തീവെക്കും. അപ്പോ എലയിട്ടാൽ എനിക്കെത്ര വേണേലും പഴം തിന്നാം."

പതിനെട്ട്

പൗർണ്ണമിയിലേക്കുള്ള യാത്രയുടെ ആരംഭദശയിലായിരുന്നു അമ്പിളി. രാത്രിയുടെ രണ്ടാം യാമത്തിലേക്ക് പ്രകൃതിയെ താരാട്ടുപാടി ഉറക്കി രാപ്പാടികൾ. അന്തരീക്ഷം പൊതുവെ നിശ്ചലമായി നിലകൊണ്ടു.

വിഹായസ്സിലേക്ക് തലയുയർത്തി ശ്വാസം കഴിക്കുന്ന മരങ്ങൾക്കും ചലനലേശമില്ല.

തമസ്സിന്റെ മറപറ്റി മൂന്നുപേർ മീനച്ചിലാറും നീന്തിക്കടന്ന് അവരുടെ ലക്ഷ്യത്തിലേക്ക് നിശ്ശബ്ദമായി, എന്നാൽ ജാഗരൂകരായി നീങ്ങിക്കൊണ്ടിരുന്നു. സെമിനാരി കെട്ടിടത്തിന്റെ തെക്കുഭാഗത്തുള്ള കൈതക്കാടുകളിലൂടെ നിരങ്ങി അവർ പുരയിടത്തിൽ പ്രവേശിച്ചു. ഇതിനിടയിൽ ഒരുവന്റെ കൈയിലും ശരീരത്തിലും കൈതമുള്ളുകൾ തറഞ്ഞുകയറിയത് കൈകൾകൊണ്ട് തൂത്തുകളഞ്ഞെങ്കിലും നീറ്റലനുഭവപ്പെട്ടതിനാൽ ചില അവ്യക്തമായ ശബ്ദശകലങ്ങൾ അവനിൽനിന്നും പുറപ്പെട്ടു. മുന്നിൽ നടന്നയാൾ കൈകൊണ്ട് ശബ്ദമുണ്ടാക്കാതിരിക്കുവാൻ ആംഗ്യം കാട്ടി.

കെട്ടിടത്തിനടുത്തുള്ള പേരമരച്ചുവട്ടിൽ മൂവരും എത്തിച്ചേർന്നു. പൊടുന്നനെ പേരമരത്തിന്റെ മുകളിൽ ഒരനക്കം.

മൂവരും അല്പം അങ്കലാപ്പോടെ മുകളിലേക്ക് നോക്കി. ഒന്നും വ്യക്തമല്ല. അല്പസമയത്തിനുള്ളിൽ ഒരു ജന്തു പേരയിൽനിന്നും അടുത്തുനിന്ന മാവിലേക്ക് ചാടി ഇരുളിൽ മറഞ്ഞു.

'അതൊരു വെരുകായിരുന്നെന്ന്' ഒരുവൻ മറ്റുള്ളവരുടെ കാതുകളിൽ മന്ത്രിച്ചു. അവർ കെട്ടിടവും പരിസരവും വീക്ഷിച്ചു. എല്ലായിടവും അന്ധകാരത്താൽ മൂടപ്പെട്ടിരിക്കുന്നു. വടക്കുഭാഗത്തുള്ള പള്ളിക്കുള്ളിൽ വളരെ നേർത്ത വെളിച്ചം ജനൽപ്പാളിക്കിടയിലൂടെ പുറത്തേക്ക് മടിയോടെ പരക്കുന്നു; പള്ളിക്കുള്ളിലെ കെടാവിളക്കിൽ നിന്നാവാം.

കെട്ടിടത്തിന്റെ രണ്ടാം നിലയിലെ ഒരു മുറിയുടെ ജനാലകൾ തുറന്നിട്ടിരിക്കുന്നു. അതിനകത്തുനിന്നും പ്രകാശത്തിന്റെ തരികൾ വെളിയിലേക്കെത്തി നോക്കുന്നുണ്ട്.

ആ ജനാലയുടെ നേരെ എന്തോ ഒന്ന് ചാരിവെച്ചിരിക്കുന്നത് ഒരാളുടെ ശ്രദ്ധയിൽപ്പെട്ടു. വളരെനേരത്തെ സൂക്ഷ്മ നിരീക്ഷണത്തിനും അനുമാനത്തിനുംശേഷം അതൊരേണിയാണെന്ന് ബോദ്ധ്യമായി. ഒറ്റമുളയിൽ വെട്ടിയൊരുക്കിയ ഏണി.

അപ്പോൾ ആരോ നമുക്ക് മുമ്പേ ഇവിടെയെത്തിരിക്കുന്നു. അവന്റെ ലക്ഷ്യവും നമ്മുടേതു തന്നെയാവാം. ഒന്നുകിൽ അവൻ, അല്ലെങ്കിൽ അവർ, തുറന്നുകിടക്കുന്ന ജനാലവഴി അകത്തു കടന്നിരിക്കുന്നു. അകത്തു കടക്കാനായി ചാരിവെച്ചിരിക്കുന്നുവെന്നും നിനയ്ക്കാം. അതുമല്ലെങ്കിൽ വേലക്കാരാരെങ്കിലും പണികഴിഞ്ഞുവെച്ചതുമാകാം.

മൂവരും വളരെ പതിഞ്ഞ സ്വരത്തിൽ രംഗാവലോകനം നടത്തി. എന്തുതന്നെയായാലും കുറച്ചുനേരം നിരീക്ഷണം നടത്തിയവിടെത്തന്നെ ഇരിക്കുവാൻ തീരുമാനിച്ചു. അകത്താരെങ്കിലുമുണ്ടെങ്കിൽ പുറത്തുവരട്ടെ. അവനെന്തെങ്കിലും കവർന്നിട്ടുണ്ടെങ്കിൽ അതപഹരിക്കാൻ വലിയ ബുദ്ധിമുട്ടില്ല. തങ്ങൾ മൂന്നുപേരുണ്ടല്ലോ. അകത്താരുമില്ലെന്നു ബോദ്ധ്യമായാൽ തങ്ങളുടെ പണിയാരംഭിക്കാം.

നിമിഷങ്ങൾ കടന്നുപോയി. ആ പരിസരത്തും മുറിയിലും യാതൊരു ആളനക്കവും ശ്രദ്ധയിൽ പെടാത്തതിനാൽ മറ്റാരുമവിടെയില്ലെന്നു നിരൂപിച്ച് മൂവരും മുന്നോട്ടു നീങ്ങി. ഒരാൾ മുൻവശവും മറ്റു രണ്ടുപേർ ഇരുവശങ്ങളും ശ്രദ്ധിച്ച് നടന്നു.

ഒരുവൻ കെട്ടിടത്തിന്റെ കിഴക്കുതെക്കു മൂലയിൽ ജാഗരൂകനായ പടയാളിയെന്നപോൽ മൂന്നു ദിക്കുകളും ശ്രദ്ധിച്ച് നിലയുറപ്പിച്ചു. മറ്റു രണ്ടുപേർ ഏണിയുടെ ചുവട്ടിലായിനിന്ന് അതിന്റെ ബലം പരിശോധിച്ചു. തുറന്നു കിടന്നിരുന്ന ജനാലയിലൂടെ എന്തെങ്കിലും ദൃശ്യമാകുന്നുണ്ടോയെന്നും വീക്ഷിച്ചു. തുടർന്ന് അതിലൊരുവൻ മെല്ലെ ഏണിയിൽ കാൽവെച്ച് മുകളിലേക്കു കയറുവാൻ തുടങ്ങി. രണ്ടാമൻ ഏണി വീഴാതിരിക്കുവാൻ ബലമായി പിടിച്ചുകൊണ്ടുനിന്നു. മൂന്നുനാലു കവിട്ടകൾ മുകളിലേക്ക് കയറിയപ്പോഴേക്കും ശക്തമായ താഡനമേറ്റ് അയാൾ പിന്നിലേക്ക് മലച്ചു. ഏണിയിൽ ബലമായിപ്പിടിച്ചിരുന്നതിനാൽ ഏണിയും അയാളുടെ ശരീരത്തിലേക്ക് വീണു. അപ്രതീക്ഷിതമായ ആക്രമണമായിരുന്നതിനാൽ താഴെ ഏണി പിടിച്ചുകൊണ്ടുനിന്നവനും നിലംപതിച്ചു. രണ്ടാളും വേദനയിലും ഒരു ശബ്ദവും പുറത്തുവരാതിരിക്കാൻ ശ്രദ്ധിച്ചു. ഏണിയുടെ ഭാഗത്ത് താഴത്തെ നിലയിലെ ജനാലയുടെ മുകളിലായി പണിതിരുന്ന മഴമറയിൽനിന്നും ഒരാൾ വീണുകിടക്കുന്നവരുടെ സമീപത്തേക്ക് ചാടിവീണു. കൈകൾ രണ്ടും ഇരുവശത്തുമായി ഏണിയിൽവെച്ച് ഒരു യോദ്ധാവിനെപ്പോലെ നിലയുറപ്പിച്ചു.

പരിസര നിരീക്ഷണത്തിനായി നിന്നിരുന്നവൻ ഈ രംഗംകണ്ട്

അസ്ഥാളിച്ചുപോയി.

കാവല്ക്കാരനോ?..... പൊലീസോ?..... മറ്റൊരു തസ്കരനോ?....

ഏണി ദേഹത്തുനിന്നു മാറ്റി ചാടിയെഴുന്നേറ്റ് രണ്ടുപേരും എതിരാളിയെ നേരിട്ടു. ഇതുകണ്ട മൂന്നാമനും ഓടിയെത്തി അവരോടൊപ്പം കൂടി. ഒരേനേരത്ത് രണ്ടുപേരും കുതിച്ചെത്തി എതിരാളിയുടെ നെഞ്ചിൽ ആഞ്ഞുചവുട്ടി. അയാൾ മെയ്‌വഴക്കമുള്ള അഭ്യാസിയെപ്പോലെ അനായാസം ഒഴിഞ്ഞുമാറി. അതേ നിമിഷം തന്നെ ഒരുവന്റെ കാലിൽ പിടിച്ച് ചുഴറ്റിയെറിഞ്ഞു. അവൻ ഒരു ഞരക്കത്തോടെ ചരൽവിരിച്ച മുറ്റത്ത് വീണു. മറ്റെയാൾ എഴുന്നേല്ക്കുന്നതിനുമുമ്പ് ചാടി അവന്റെ ശരീരത്തിലേക്കുവീണു. വേദനയുടെ അവ്യക്തസ്വരങ്ങൾ അയാളിൽനിന്നും ഉയർന്നു. ഓടിയെത്തിയ മൂന്നാമൻ അയാളുടെ കഴുത്തുപിടിച്ചു ഞെരിക്കുവാൻ തുടങ്ങി. എന്നാൽ ബലവാനായ അയാളുടെ കഴുത്ത് ബലഹീനമായ തസ്കരന്റെ കൈകൾക്ക് മെരുങ്ങിയില്ല. ഒരു പൂച്ചയെയെടുത്തെറിയുന്ന ലാഘവത്തോടെ അയാൾ അവനെ തള്ളിത്താഴേക്കിട്ടു. ബലിഷ്ഠമായ കാലുകളുടെ ശക്തിയും അവനനുഭവിച്ചു. അപ്പോഴേക്കും മറ്റു രണ്ടുപേർ വീണ്ടുമെത്തി. ഒരുവൻ അരയിൽസൂക്ഷിച്ചിരുന്ന ചെറിയ കത്തി കൈയിൽ ഉയർത്തിപ്പിടിച്ചിരുന്നു.

ഏതൊരു പ്രതികൂലഘട്ടത്തേയും അനായാസേന നേരിടുവാൻ കരുത്തും ധൈര്യവുമുള്ള അയാൾ തന്റെ അരയിൽനിന്നും തോൽബെൽറ്റ് അഴിച്ചെടുത്തു. അതുവീശിയും ചുഴറ്റിയും പ്രത്യേകരീതിയിൽ കറക്കിയും ഒരു കളരിയഭ്യാസി ചുരികയുപയോഗിക്കുന്ന മുറയിൽ മൂവരേയും തറപറ്റിച്ചു. പിടിച്ചുനില്ക്കാനാവില്ലെന്നു ബോദ്ധ്യമായ മൂന്നു ചോരന്മാരും ഓടി രക്ഷപ്പെടാൻ ശ്രമിച്ചു. പിന്നാലെ ഓടിയെത്തി തങ്ങളെ ആക്രമിച്ചേക്കും എന്ന് ഭയന്ന് അവർ ഓടുന്നതിനിടയ്ക്ക് തിരിഞ്ഞു നോക്കുന്നുമുണ്ടായിരുന്നു. ബഹിർഗ്ഗമനത്തിനിടിയിൽ പലയിടത്തും തട്ടി വീണെങ്കിലും പ്രാണരക്ഷാർത്ഥമുള്ള പലായനം ലക്ഷ്യം കണ്ടു.

വിജയശ്രീലാളിതനായ അഭ്യാസി അവരെ പിന്തുടരുന്നതിൽ വിമുഖത കാണിച്ചു. അയാൾ തന്റെ തുകൽ ബെൽറ്റ് അരയിൽ ബന്ധിച്ചു. തുടർന്ന്, ശബ്ദഘോഷങ്ങളിൽ ആരെങ്കിലും ഉണർന്നിട്ടുണ്ടോയെന്ന് നോക്കി.

കുറെ നാളുകളായി നിശീഥിനിയുടെ നിശ്ശബ്ദയാമങ്ങളിൽ അയാൾ ഇവിടെയെത്തുന്നുണ്ടായിരുന്നു. ചിലർ ഏല്പിച്ച ഒരു പ്രധാന ദൗത്യം നിർവ്വഹിക്കാനായി. ഈ ഉദ്യമം ലക്ഷ്യപ്രാപ്തിയിലെത്തില്ലെന്നു ബോദ്ധ്യമായിട്ടും അയാൾ വന്നുകൊണ്ടിരുന്നു.

തുറന്നുകിടന്ന, രണ്ടാമത്തെ നിലയിലെ ജനാലകൾക്കുനേരെ മുളയേണിവെച്ചത് അയാളാണ്. തുടർന്നു നടത്തിയ നിരീക്ഷണത്തിലാണ് മൂന്നുപേർ മീനച്ചിലാർ നീന്തിക്കടന്നവിടേക്ക് പതുങ്ങിയെത്തുന്നത് ശ്രദ്ധയിൽപ്പെട്ടതും സൗകര്യമായി ഒളിച്ചിരുന്നതും.

മുകളിൽ താമസിക്കുന്നയാളിനെ വധിക്കുകയെന്നതായിരുന്നു അയാ

ളിൽ നിക്ഷിപ്തമായിരുന്നത്. പല പ്രാവശ്യം അയാളതിനു ശ്രമിച്ച് പരാജയപ്പെട്ടു. പലപ്പോഴും ഏണിവഴിയായി കയറുമ്പോൾ അദൃശ്യമായ ഒരു ശക്തിയുടെ പ്രയുക്തിയെന്നോണം ഏണി നിലം പതിച്ചിരുന്നു. പലദിനങ്ങളിലും പലരീതിയിലാണ് പതിക്കയുണ്ടായത്. ഓരോ ദിശകളിലേക്കും ആരോ തള്ളിയിടുന്ന പ്രതീതിയാണയാൾക്കനുഭവപ്പെട്ടത്. എന്നാൽ ജനലരികിലോ പരിസരത്തോ ആരേയും കണ്ടിരുന്നുമില്ല.

ആ മുറിയിൽ താമസിച്ചുകൊണ്ടിരിക്കുന്നത് വട്ടശ്ശേരിൽ തിരുമേനിയാണ്. അദ്ദേഹത്തെ വകവരുത്താനുള്ള ദൗത്യമാണ് ഇയാൾ ഏറ്റെടുത്തിരിക്കുന്നത്. തിരുമേനിയെ പലരീതിയിൽ ഉപദ്രവിച്ചിട്ടും എതിർകക്ഷികൾക്ക് അവരുടെ ലക്ഷ്യം സഫലമായില്ല. കോടതി വ്യവഹാരംമൂലവും പാത്രിയർക്കീസ് ബാവാ വഴിയും മറ്റു സമ്മർദ്ദങ്ങൾ ചെലുത്തിയും നോക്കിയെങ്കിലും അദ്ദേഹത്തെ അമർച്ചചെയ്യുവാനോ അവരുടെ കൈക്കീഴാക്കുവാനോ സാധിച്ചില്ല. അതിനാലാണ് അവരിൽ ചിലർ ചേർന്ന് അദ്ദേഹത്തെ വധിക്കുവാൻ വാടകച്ചട്ടമ്പിയായ ഈ മനുഷ്യനെ ഏർപ്പാടാക്കുന്നത്.

വളരെ ബുദ്ധിമുട്ടി ഒരിക്കൽ അയാൾ ആ മുറിയിൽ കടക്കുകയും ചെയ്തു. അയാൾ കണ്ടത് മെഴുകുതിരിയുടെ മങ്ങിയ വെട്ടത്തിൽ മുട്ടിന്മേൽ നിന്ന് കണ്ണുകടച്ച് കൈകൾ കൂപ്പി പ്രാർത്ഥിക്കുന്ന തിരുമേനിയെയാണ്. വാടക കൊലയാളിയെങ്കിലും മുസൽമാനായ അയാൾ ഒരു നിമിഷം ശങ്കിച്ചു. നിസ്കരിച്ചുകൊണ്ടിരിക്കുന്ന ഒരാളെയെങ്ങനെ കൊലപ്പെടുത്തും. താനും നിസ്കരിക്കുന്നവനാണ്. കൈയിലിരുന്ന കത്തി അയാൾ തിരികെ അരയിൽ തിരുകി. അയാൾ തിരുമേനിയെ സൂക്ഷ്മനിരീക്ഷണം നടത്തി. അർദ്ധരാത്രിയുടെ ഏകാന്തതയിൽ ദൈവത്തോടുമുകമായി അപേക്ഷ കഴിക്കയാണ്. അടഞ്ഞിരുന്ന കണ്ണുകളിൽനിന്നും കണ്ണുനീർ ധാരധാരയായി ഒഴുകുന്നു. മെഴുകുതിരിയുടെ പ്രകാശത്തിലും കണ്ണീർച്ചാലുകൾ തിളങ്ങുന്നതയാൾ കണ്ടു. ആ ദൃശ്യം കൊലയാളിയുടെ മനസ്സിന്റെ അകത്തളങ്ങളിൽ ചാലുകൾ കീറി. കൂടുതൽ നേരം അങ്ങനെ നോക്കിനില്ക്കുവാനയാൾക്ക് കഴിഞ്ഞില്ല. അയാൾ ശബ്ദരഹിതനായി പുറത്തിറങ്ങി.

'ഇങ്ങനെയൊരാളെയാണോ താൻ വധിക്കുവാനായി ശ്രമിച്ചത്.' അദ്ദേഹത്തെക്കുറിച്ചധികമൊന്നും അയാൾക്കറിയില്ലായിരുന്നു. ഈ ചുമതലയേല്പിച്ചവർ പറഞ്ഞകാര്യങ്ങൾ തിരുമേനിയുമായി താരതമ്യം നോക്കിയിട്ട് ഒന്നുംതന്നെ യോജിച്ചു വരുന്നില്ല. എന്തുതന്നെയായാലും താനീ ഹീനകൃത്യം ചെയ്യില്ല. പ്രതിഫലം വാങ്ങിയതു മുഴുവനായി തിരികെ നല്കാൻ തന്റെ പക്കലില്ല.

ഈ കാര്യം ചെയ്യുവാൻ ശ്രമിക്കുന്നതുപോലെ നടിക്കുക, താനല്ലെങ്കിൽ വേറൊരുവൻ ഇതിനായി കടന്നുവരാം. അതിനു ഇടവരുത്തരുത്. കഴിവുള്ളിടത്തോളം താനതിന് ശ്രമിക്കുന്നുവെന്നും പലപ്പോഴും ആളുകൾ കാവലുള്ളതിനാൽ സാധിക്കുന്നില്ലെന്നും അവരെ ബോദ്ധ്യപ്പെ

ടുത്താം.

കുറച്ചുനാൾ അങ്ങനെ പോകട്ടെ. പിന്നീട്..... പിന്നീട് പടച്ചോൻ എന്തെങ്കിലും പോംവഴി കാട്ടാതിരിക്കില്ല. ഈയടുത്ത ദിവസങ്ങൾ വെറുതെയാണ് അയാൾ ഇവിടെ വന്നുകൊണ്ടിരുന്നത്. തന്റെ പ്രയോജകരെ തൃപ്തിപ്പെടുത്തുവാൻ അല്ലെങ്കിൽ കബളിപ്പിക്കുവാൻ.

ഏതായാലും തന്റെ വരവുകൊണ്ട് ഗുണമുണ്ട്. മോഷണത്തിനോ ആക്രമണത്തിനോ വന്നവരെ തുരത്തുവാനായല്ലോ.

അയാൾ മെല്ലെ നടന്ന് ഇരുളിൽ മറഞ്ഞു.

അപ്പോൾ അങ്ങകലെ ഒരു പാതിരാക്കോഴി കൂകി.

പത്തൊമ്പത്

ഇടവപ്പാതി ഇടതടവില്ലാതെ പെയ്തിറങ്ങി. എവിടെയും വെള്ളക്കെട്ടുകൾ മാത്രം.

വാഴയിലയും ചേമ്പിലയും ചൂടി പാതയിലൂടെ നനഞ്ഞുക്കുതിർന്ന മനുഷ്യർ. ഓലക്കുടയും ശീലക്കുടയും അങ്ങിങ്ങു കാണപ്പെടുന്നു. ആകാശത്തിന്റെ മുഖം കരിവാളിച്ചിരിക്കുന്നു. എന്നാൽ ഇടവിട്ട് പ്രത്യക്ഷമാകുന്ന മിന്നൽപ്പിണർ ഗഗനത്തിന്റെ രൗദ്രഭാവം വിളിച്ചറിയിക്കുന്നു. കൊയ്ത്തു കഴിഞ്ഞ പാടം തടാക സമാനമായി മാറി. അതിനടുത്തു താമസിച്ചിരുന്നവരുടെയെല്ലാ കുടിലുകളിലും വരുണൻ അതിക്രമിച്ചു കടന്നിരുന്നു. പുഞ്ചപ്പാടത്തിനു സമീപം സ്ഥിതിചെയ്തിരുന്ന ചെന്നിത്തല പള്ളിയിൽ, മഴയെ അവഗണിച്ച് അത്യധികം ആളുകൾ എത്തിക്കൊണ്ടിരുന്നു. ജനങ്ങളെക്കൊണ്ട് പള്ളിയകം നിറഞ്ഞു. സാധാരണ ഞായർ ദിനങ്ങളിലും ഇത്രയധികം പേർ എത്താറില്ല. പെരുനാൾ, വലിയ വെള്ളി പോലുള്ള ദിനങ്ങളിലാണ് ഇതുപോലെയൊഴുക്ക് കാണപ്പെടുക.

ഓട്ടുമണിയുടെ കൂട്ടത്തോടെയുള്ള ഹുങ്കാരനാദമാണ് എല്ലാവരേയും ഇവിടെയെത്താൻ പ്രേരിപ്പിച്ചത്. ഏതെങ്കിലും പ്രത്യേക അവസരങ്ങളിൽ, വളരെ അത്യന്താപേക്ഷിതമായ സന്ദർഭങ്ങളിൽ ഇടവക ജനങ്ങളെ ദേവാലയത്തിലേക്ക് വരുത്തുവാനാണ് കൂട്ടമണിയടിക്കുന്നത്.

ഇന്ന് ഏവരേയും വിളിച്ചുവരുത്തിയതിന്റെ പ്രാധാന്യം ഭൂരിപക്ഷം പേർക്കും അറിവുള്ളതാണ്. അറിവില്ലാത്തവർ മറ്റുള്ളവരോടു ചോദിച്ച് സംഗതി മനസ്സിലാക്കികൊണ്ടിരുന്നു.

പള്ളിയിലെ രണ്ടു കത്തനാർമാരും കൈക്കാരനും കാര്യദർശിയും കമ്മട്ടിക്കാരും അവിടെയെത്തിയിരുന്നു.

തങ്ങളുടെ സ്വന്തം മെത്രാച്ചനെ വിദേശത്തുനിന്നുമെത്തിയ ഒരു

വൈദിക വയോധികൻ മുടക്കിപോലും.

ഇന്നത്തെ *മലയാള മനോരമ* പത്രത്തിൽ ഇതിനെക്കുറിച്ച് വളരെ വിശദമായും വിമർശനാത്മകമായും വാർത്തയും മുഖപ്രസംഗവുമെല്ലാം അച്ചടിച്ചു വന്നിട്ടുണ്ട്. കുറച്ചാൾക്കാർ അതു വായിക്കുകയും ചെയ്തിട്ടുണ്ട്.

"നമ്മടെ അതിതിയായി വന്ന ബാവാക്കെങ്ങനെ നമ്മടെ തിരുമേനിയെ മൊടക്കാനൊക്കും."

"അതു നമ്മളു ചോദിക്കുന്ന ചോദ്യം. മൊടക്കാൻ വേണ്ടിയുള്ള നടപടി ദൂഷിയമൊന്നും തിരുമേനിയിലില്ല. പക്ഷേങ്കി. പുള്ളിക്കാരനല്ലേ മേലാളൻ. അദ്ദേഹത്തിന് എന്നാ വേണോലുമാകാല്ലോ."

"അങ്ങനൊന്നും പറ്റത്തില്ല. മൊടക്കണമെങ്കി ഒത്തിരി നടപടിക്രമങ്ങളൊണ്ടെന്നാ പറേണേ."

"കാനോന്റെ കാര്യമാണോ പറേണേ. എങ്കിലതു ബാവയ്ക്കും അറീല്ലേ?"

"ബാവായ്ക്കറിയാം. എന്നാലതെപറ്റി നമ്മക്കൊന്നും അറിയത്തില്ലെന്നാ ബാവേടേം കൂട്ടുള്ളോരെടേം വിചാരം."

"എന്നാരു പറഞ്ഞു. നമ്മളിൽ നെറയെ പേർക്കറിയാം. തിരുമേനിക്കും നമ്മടെ കത്തനാർമാർക്കും ശരിക്കറിയാം."

"എന്നാൽ പാത്രക്കീസിനു വേണേൽ മൊടക്കാം."

"ഒക്കുകേലാ. കൊറെ കാര്യങ്ങളൊണ്ട്. എന്നുമാത്രമല്ല തിരുമേനി ഒരപരാധോം ചെയ്തിട്ടില്ല. സഭേടെ അവകാശമെഴുതി കൊടുക്കാത്തതിന്റെ പേരിലാണീ കടുംകൈ."

"നമ്മടെ തിരുമേനിയുടെ മോളിലല്ലേ ബാവ?"

"അത് ആൽമീകത്തിൽ മാത്രേയുള്ളു. കാശിലും സമ്പാദ്യത്തിലുമൊന്നും ഒരധികാരോമില്ലെന്ന് രാജാവിന്റെ കോടതി നേരത്തെ തന്നെ ഉത്തരവിട്ടതാ."

മഴ ശമിച്ചിരുന്നതിനാൽ കുറച്ചുപേർ പള്ളിയുടെ പടിഞ്ഞാറ് വശത്ത് പുഞ്ചയിലേക്ക് നോക്കിനിന്ന് വർത്തമാനം പറയുകയാണ്. കടലിന്റെ ചെറുപതിപ്പുപോലെ പാടം കാണപ്പെട്ടു. തകർത്തു പെയ്ത മഴയാൽ വെള്ളം പള്ളിയുടെ സമീപമുള്ള പാതയെ മുക്കിക്കളഞ്ഞിരിക്കുന്നു.

കൈമണിയുടെ ശബ്ദം അവരെയെല്ലാം പള്ളിയുള്ളിലേക്ക് നയിച്ചു. പള്ളിക്കുള്ളിൽ നാല്ക്കാലികളിലും മര ഇരിപ്പിടങ്ങളിലും കത്തനാർമാരും മാന്യന്മാരും ആസനസ്ഥരായി.

കത്തനാരുടെ വാക്കുകളിലൂടെ സംഭവങ്ങൾ ആളുകൾ ശ്രവിച്ചു. എന്നാൽ തുടർന്നുസംസാരിച്ച ഗീവർഗ്ഗീസിന്റെയും മത്തായി സാറിന്റെയും സ്വരങ്ങളിൽനിന്നും ബഹിർഗമിച്ച മഞ്ഞുതുള്ളികൾ തങ്ങളുടെ ശരീരത്തിൽ സഭാ സ്നേഹത്തിന്റെ രോമാഞ്ച കഞ്ചുകമണിയിക്കുന്നവർ അറിഞ്ഞു...

ദേശീയതയുടെ മിന്നൽപ്പിണരുകൾ ഓരോരുത്തരുടേയും സിരക

ളിലൂടെ പാഞ്ഞുകൊണ്ടിരുന്നു.

അതിഥിയായും വാണിക്കനായും വന്ന് തങ്ങളുടെ നാടിന്റെ ഉടയവനായ വെള്ളക്കാരുടെ പ്രവൃത്തികളോടു തുലനം ചെയ്താണ് യോഹന്നാൻ സംസാരിച്ചത്. അത് കേൾവിക്കാരിൽ സ്വാതന്ത്ര്യബോധത്തെക്കുറിച്ചും സഭാ സ്നേഹത്തെപ്പറ്റിയും വേണ്ട അവബോധം ഉളവാക്കാൻ പര്യാപ്തമായിരുന്നു. അവിടുണ്ടായിരുന്നവരുടെയെല്ലാം മനസ്സൊന്നായി മാറി. തങ്ങളുടെ തിരുമേനിയോടൊപ്പം സഭയ്ക്കുവേണ്ടി എന്തു ത്യാഗത്തിനും ഏതു സമരത്തിലും തങ്ങൾ ഒരുമയോടെ പ്രവർത്തിക്കുമെന്ന് അവർ പ്രതിജ്ഞയെടുത്തു.

തീരുമാനങ്ങൾ എഴുതി എല്ലാവരും കൈയൊപ്പിട്ട് ഒരു പ്രതി ബാവായ്ക്ക് സമർപ്പിക്കാൻ നിശ്ചയിച്ചു. പ്രശ്നങ്ങളെല്ലാം താമസം വിനാ തീർക്കേണമേയെന്ന് നിലവിളിച്ച് പ്രാർത്ഥിച്ച് യോഗം പിരിഞ്ഞു.

പാത്രിയർക്കീസിന് നിയമപരമായി വളരെ പരിമിതമായ അധികാരമേ മലങ്കരയിൽ ഉള്ളൂവെന്നും ചക്രത്തിനു വേണ്ടിയുള്ള ആർത്തിയാണ് ഇങ്ങനെയൊക്കെ കാട്ടിക്കൂട്ടുവാൻ ആ വന്ദ്യവയോധിക മഹാപുരോഹിതനെ ഇടയാക്കുന്നതെന്നും ദൈവത്തിന്റെ പരിശുദ്ധ റൂഹാ വളരെ വേഗം പ്രവർത്തിച്ച് അദ്ദേഹത്തിന് സൽബുദ്ധി നല്കുമെന്ന് വിശ്വസിക്കാമെന്ന കത്തനാരുടെ സ്വരവീചികൾ അവരുടെ അന്തരംഗത്തിൽ അലയടിച്ചുകൊണ്ടിരുന്നു.

സഭയിൽ, ഓരോ ശതാബ്ദത്തിലും ഇതുപോലെയോരോ പ്രതിസന്ധികൾ കടന്നുവരികയും അതുമൂലം അല്പമായോ അധികമായോ ദുർഘടങ്ങൾ വന്നുചേർന്നാലും ഒടുക്കം അതെല്ലാം ജലരേഖയായി പരിണമിക്കും എന്നവർ ആശ്വസിച്ചു.

ഇരുപത്

പാപ്പി എന്ന വിളിപ്പേരുള്ളവർക്ക് വർഗ്ഗീസ്.

ഗജവീരനേയും അടക്കാൻപോന്ന കായബലവും പലതരം അഭ്യാസമുറകൾ സ്വായത്തമാക്കിയതിനാലും ആനപാപ്പി എന്ന അപരനാമധേയത്തിൽ അറിയപ്പെടുന്ന നസ്രാണി കേസരി.

ഇപ്പോൾ വട്ടശ്ശേരിൽ മെത്രാച്ചന്റെ പ്രധാന അംഗരക്ഷകൻ.

മുടക്ക് ഉദ്ദേശിച്ച രീതിയിൽ ഫലപ്രാപ്തിയിലെത്താതെ വന്നതിനാൽ തിരുമേനിയെ സെമിനാരിയിൽനിന്നും നിഷ്കാസിതനാക്കുവാൻ കൈയുക്കിന്റെ മുറയാൽ പല ശ്രമങ്ങളും നടക്കയുണ്ടായി. അദ്ദേഹത്തെ അപായപ്പെടുത്തുവാൻ, വേണ്ടിവന്നാൽ ഭൂമുഖത്തുനിന്ന് തുടച്ചുമാറ്റുവാൻ വരെ എതിരാളികൾ അരയും തലയും മുറുക്കി അണിയറയിൽ കരുക്കൾ നീക്കി. ഇതിനെ പ്രതിരോധിക്കുവാനും തിരുമേനിയെ സംരക്ഷിക്കുവാനുമായി പല പള്ളികളിൽനിന്നും അരോഗദൃഢഗാത്രരും ധൈര്യശാലികളുമായവർ സമയക്രമം പാലിച്ച് എത്തിക്കൊണ്ടിരുന്നു.

തിരുവാങ്കാവൻ കൊച്ചുഞ്ഞ്, കാരായ്മ കൊച്ചിട്ടി, ആറ്റുപുറത്ത് വർക്കി വർഗ്ഗീസ് തുടങ്ങിയവർ ഇതിൽ പ്രധാനികളാണ്. നിരണം പള്ളിക്കാരാണ് പാപ്പിയെ അയച്ചത്.

ആജാനബാഹുവും മഹാമല്ലനും സർവ്വോപരി തിരുമേനിയോട് ആരാധനാ മനോഭാവം കാത്തുസൂക്ഷിക്കുന്നവനുമായ പാപ്പി സഭയ്ക്കുവേണ്ടി സന്നദ്ധ ഭടനായത് ആരുടെയും നിർബ്ബന്ധത്തിനു വഴങ്ങിയായിരുന്നില്ല.

പാപ്പിയുടെ സാന്നിദ്ധ്യമുള്ളപ്പോൾ മെത്രാച്ചനെ ഒന്നും ചെയ്യാനോ അവിടെ നിന്നോടിക്കാനോ കഴിയില്ലെന്ന് ബോദ്ധ്യംവന്ന എതിരാളികൾ അയാളെ വകവരുത്താനാണ് പിന്നീടു ലക്ഷ്യം വെച്ചത്. ഇതിനായി അവർ പലതവണ വിഫലശ്രമം നടത്തുകയും ചെയ്തു. ഒരു സന്ധ്യക്ക് അപ്രതീക്ഷിതമായ അടിയേറ്റ് താഴെവീണ പാപ്പി, മനസ്സാന്നിദ്ധ്യം വീണ്ടെടുത്ത്

ചാടിയെഴുന്നേറ്റ് തന്നെ ആക്രമിച്ചവരെ നിഷ്പ്രയാസം കീഴടക്കി; അവർ അഞ്ചു പേരുണ്ടായിട്ടും പിടിച്ചുനില്ക്കാനാവാതെ ഓടി രക്ഷപ്പെട്ടു. എന്നാൽ ഒരാളുടെ ഇടതുകൈ രണ്ടുമാസത്തോളം ഒരു കർമ്മത്തിനും ഉപയുക്തമായിരുന്നില്ല. ബാക്കിയുള്ളവരുടെ ശാരീരികസൗഖ്യം വീണ്ടെടുക്കാൻ പല ആഴ്ചവട്ടങ്ങൾ തന്നെ വേണ്ടിവന്നു.

ഈ സംഭവം തിരുമേനിയറിയാതിരിപ്പാൻ എല്ലാവരും ശ്രദ്ധിച്ചിരുന്നെങ്കിലും അദ്ദേഹമതറിഞ്ഞു. തനിക്കുവേണ്ടി മറ്റുള്ളവർ കഷ്ടപ്പാടനുഭവിക്കുന്നതും ആക്രമിക്കപ്പെടുന്നതും തിരുമേനിയിൽ വേദനയുളവാക്കി. പാപ്പിയോട് സൂക്ഷിച്ചു നടക്കണമെന്നും തനിച്ച് യാത്ര ചെയ്യരുതെന്നും ഉപദേശിക്കാൻ അദ്ദേഹം മറന്നില്ല. ഒപ്പം എല്ലാം സർവ്വേശ്വരനിൽ അർപ്പിച്ച് പ്രാർത്ഥിക്കുകയും ചെയ്തുവന്നു.

കുശിനിക്കാരനായ താരു അലമുറയിട്ട് ഓടിവരുന്നത് കണ്ട് ചാപ്പലിന്റെ മുന്നിൽനിന്ന ആൾക്കാർ അമ്പരന്നു. സന്ധ്യാ പ്രാർത്ഥന ആരംഭിക്കാറായ സമയം.

“എന്താ. താരൂ.... എന്താ.” ഒരാൾ അയാളെ പിടിച്ചുനിർത്തി ചോദിച്ചു. പ്രേതത്തെ ദർശിച്ചപോലെ അയാൾ വിവർണ്ണനായിരിക്കുന്നു. അയാളുടെ തൊണ്ടയിൽ ശബ്ദം കുരുങ്ങിനിന്നു.

എന്തോ ഭീകരമായത് നടന്നിരിക്കുന്നു. എല്ലാവരും ഭയന്ന് രണ്ടാം നിലയിലെ തിരുമേനിയുടെ മുറിയുടെ ഭാഗത്തേക്ക് നോക്കി. തിരുമേനി പ്രാർത്ഥനയ്ക്കായി നടന്നുവരുന്നു. ഒപ്പം ശെമ്മാശനും.

തിരുമേനിയെ കണ്ടതും അവർക്ക് വലിയ ആശ്വാസം തോന്നി. താരുവിന്റെ നിലവിളിയും പാരവശ്യവും വിളറി വെളുത്ത രൂപവും കണ്ടപ്പോൾ അവർ വേറെ എന്തൊക്കെയോ ചിന്തിച്ചുപോയിരുന്നു. ശ്വാസം വീണ്ടെടുത്ത് താരു വിക്കി വിക്കി പറഞ്ഞതുകേട്ട് അവിടെ നിന്നവർ അക്ഷരാർത്ഥത്തിൽ ഭയന്നു ഞെട്ടി.

തിരുമേനിയുടെ അംഗരക്ഷകനായ പാപ്പിയെ ഇരുപതിലധികം പേർ ചേർന്ന് മാരകായുധങ്ങളുമായി ആക്രമിച്ച് മൃതപ്രായനാക്കി വിട്ടേച്ച് പോയിരിക്കുന്നു.

മീനച്ചിലാറ്റിൽ തന്റെ സായാഹ്നത്തിലെ മുങ്ങിക്കുളിയും കഴിഞ്ഞ് തിരികെ വരാനൊരുമ്പെടുമ്പോളാണ് കയ്യാലയിലും മറ്റും പതുങ്ങിയിരുന്ന ചട്ടമ്പികൾ ഉൾപ്പെടെയുള്ളവർ അപകടപ്പെടുത്തിയത്. നാലഞ്ചു പേരെ തൂക്കിയെടുത്ത് ആറ്റിലേക്കെറിഞ്ഞു. ഒരുവൻ ചൂരൽ ലാത്തി കൊണ്ട് തലയിലടിച്ചു. ലക്ഷ്യം തെറ്റി പുറത്താണ് പതിച്ചത്. പുറം നന്നായി വേദനിച്ചെങ്കിലും വടിയിൽ പിടിത്തമിട്ട് അതു കരഗതമാക്കി. പിന്നീടതുകൊണ്ടായിരുന്നു പ്രകടനം. പലരും വീഴുകയും നിലവിളിച്ച് ഓടുകയും ചെയ്തു. പക്ഷേ, കൂടുതലാളുകൾ ആയുധങ്ങളുമായി എത്തി. എങ്കിലും പാപ്പി പിടിച്ചുനിന്നു. ഒരുത്തന്റെ ഉലക്ക കൊണ്ടുള്ള പ്രഹരം നെറ്റിയിൽ മാരകമായ മുറിവുണ്ടാക്കിയപ്പോൾ ഇനിയും അവിടെ നിന്നെതിരിടുന്നത് ബുദ്ധിയല്ലെന്ന് മനസ്സിലാക്കി ഓടുവാൻ തുടങ്ങി.

അടുക്കളയുടെ അരികിലെ പേരമരത്തിൽനിന്നും പേരയ്ക്കാ പറിച്ചു കൊണ്ടു നില്ക്കുമ്പോഴാണ് ആറ്റുതീരത്തെ ഘോഷങ്ങൾ താരുവിന്റെ ശ്രദ്ധയിൽപ്പെട്ടത്. അവിടെനിന്നു നോക്കിയിട്ട് തെളിവായി ഒന്നും കാണാത്തതിനാൽ പേരമരത്തിൽ കയറി അവിടേക്ക് നോട്ടമയച്ചു.

അപ്പോൾ കണ്ട കാഴ്ച ഓടുന്ന പാപ്പിയുടെ പുറകെയെത്തി ഒരുവൻ നീളമുള്ള കത്തികൊണ്ട് നരിയാണിയിൽ വെട്ടുന്നതാണ്. പാപ്പി മണ്ണിലേക്ക് മറിഞ്ഞു വീഴുന്നതും ചുറ്റുമുണ്ടായിരുന്നവർ അയാളുടെ സമീപത്തേക്ക് കൂട്ടത്തോടെ അടുക്കുന്നതും കണ്ട താരു മരത്തിൽനിന്നും അങ്കലാപ്പോടെ ചാടിയിറങ്ങി പുഴവക്കിലേക്കോടി.

ദൂരെനിന്നും താരു ഓടിവരുന്നത് കണ്ട് മരണാസന്നനായ പാപ്പിയെ പൂഴിമണലിലുപേക്ഷിച്ച് അക്രമികൾ കളംവിട്ടു. പൈശാചിക കർമ്മം കണ്ട് അന്ധാളിച്ച താരു അവരുടെ മുഖങ്ങൾ തിരിച്ചറിയുവാൻ തക്കവണ്ണം ശ്രദ്ധിച്ചില്ല. ശിരസ്സു മുതൽ പാദം വരെ ശരീരമാസകലം മുറിവേറ്റും നുറുങ്ങിയും കിടന്ന ആ മനുഷ്യനിൽനിന്ന് നേർത്ത ഒരു ഞരക്കം മാത്രമേ അവശേഷിക്കുന്നുണ്ടായിരുന്നുള്ളു. അത്യന്തം ബീഭത്സമായ ഈ രംഗം വീക്ഷിച്ച താരു, ബോധരഹിതനായി വീണുപോകാഞ്ഞതെന്താണെന്ന് എത്രയാലോചിച്ചിട്ടും മനസ്സിലാക്കാനായില്ല.

പാപ്പി കിടന്നിരുന്നയിടം നിണമണിഞ്ഞ് ഒരു ചെറു യുദ്ധക്കളം പോലെ കാണപ്പെട്ടു. പാപ്പിയുടെ ഞരക്കം കണ്ട് അയാൾക്ക് ജീവനുണ്ടെന്ന് ബോദ്ധ്യം വന്ന് ആസ്പത്രിയിലെത്തിക്കാനായി ആൾക്കാരെ അറിയിക്കുവാനോടി വന്നതായിരുന്നു.

ഗോല്ല്യാത്തിന്റെ ഗാത്രവും ദാവീദിന്റെ മനോധർമ്മവുമുണ്ടായിരുന്ന വർക്കി വർഗ്ഗീസിനെ ഫെലസ്ത്യമാനസരായ സ്വന്തമാളുകൾ നിഷ്കരുണം മരണകരമായി മുറിവേല്പിച്ചിരിക്കുന്നു. ദാരുണമായും ഭയാനകമായും പീഡിപ്പിക്കപ്പെട്ട തലയോട്ടി ചിന്തി തലച്ചോർ ചിതറിയ അവസ്ഥയിൽ വീണുപോയ ആ യുവ കേസരിക്ക് അടുത്ത സൂര്യോദയം വരെയേ തന്റെ ജീവിതയാത്ര തുടരുവാനായുള്ളു.

ഭയാനകമായ നരബലി നടത്തിയവർ പലരും അണിയറയിലേക്ക് പിൻവാങ്ങി. കോട്ടയം പൊലീസ് ഇൻസ്പെക്ടറുടെ നേതൃത്വത്തിലുള്ള അന്വേഷണത്തിൽ പതിനെട്ടോളം പേരെ കൊലക്കേസ് പ്രതികളായി വിലങ്ങുവെയ്ക്കുകയുണ്ടായി. ഇതിൽ പതിനാറുപേർ സ്വന്തസഭയിലുൾപ്പെട്ടവരും വട്ടശ്ശേരിൽ തിരുമേനിയുടെ കൈമുത്തിയിട്ടുള്ളവരുമാണ്. അതിലൊരുവൻ ചട്ടമ്പിയും തസ്കരനുമായ ഒരു തീയനായിരുന്നു. മറ്റൊരാൾ എന്തിനും പോന്ന അഭ്യാസിയായ മുഹമ്മദീയനായിരുന്നു. അയാളുടെ പേര് കമലുദ്ദീൻ എന്നാണ്. ഇയാളാണ് രാത്രിയുടെ മറവിൽ സെമിനാരിയിൽ എത്തിക്കൊണ്ടിരുന്നത്. ഇപ്പോൾ നടന്ന ദാരുണ കൃത്യത്തിൽ നിശ്ശബ്ദ സഹായിയായി നില്ക്കേണ്ടിവന്നതിനാൽ പൊലീസിന്റെ കുറ്റകൃത്യ രേഖകളിൽ ഇയാൾ ഇടംപെട്ടിരുന്നതിനാലും വധശ്രമത്തിന് ഇയാൾക്ക് പണം നല്കിയതായി തെളിഞ്ഞതിനാലും ഈ കേസിൽ പൊലീസ് ഒന്നാം പ്രതിയാക്കിയത് ഇയാളെയായിരുന്നു.

ഇരുപത്തി ഒന്ന്

വർക്കി വർഗ്ഗീസിന്റെ നരബലിയോടെ സെമിനാരി പരിസരത്ത് അനല്പമായ സമാധാനാന്തരീക്ഷം സംജാതമായി. പോരാളികളായ എതിരാളികൾ കുറെപ്പേർ തടവറയിലായി. മറ്റുള്ളവർ ഭയന്ന് കലഹത്തിനായി ഒരുങ്ങിയില്ല. എന്നാലിതിനിടയിൽ അവിടുത്തെ വസ്തു ആദായം കൈക്കലാക്കി അധികാരം കൈയാളാൻ വിമതക്കൈക്കാരന്മാർ ശ്രമിക്കാതിരുന്നില്ല. എന്നാലതും ലക്ഷ്യപ്രാപ്തിയിലെത്തിയില്ല. ശ്രമത്തിൽ ഇളിഭ്യരാവുകയും തിരുമേനിയിൽനിന്ന് വൈദികകൈക്കാരന് ചൂരൽപ്രയോഗം ഏല്ക്കേണ്ടതായും വന്നു.

മറ്റൊരവസരത്തിൽ ഒരു തുകലൻ സംസാരത്തിനിടയ്ക്ക് ക്ഷോഭിച്ച് തന്റെ കോട്ടിനുള്ളിൽ സൂക്ഷിച്ചിരുന്ന കൈത്തോക്കെടുത്ത് തിരുമേനിയെ വെടിവെക്കുമെന്ന് ഭീഷണിപ്പെടുത്തി. തോക്കിനു മുമ്പിൽ പതറാതെ നെഞ്ചും വിരിച്ചുനില്ക്കുന്ന തിരുമേനിയെ കണ്ടും, “നീ വെറും തുകലനാണ്. നിനക്കതിനുള്ള നെഞ്ചുറപ്പുമില്ല” എന്ന വാക്കു കേട്ടും വെളുത്ത് വിറങ്ങലിച്ച് അയാൾക്ക് ഇറങ്ങിപ്പോകേണ്ടിവന്നു. എങ്കിലും ചിലരുടെയും അവർ കൂലിക്കെടുത്ത തെമ്മാടികളുടെയും അധിക്ഷേപ പ്രകടനങ്ങൾ തുടർന്നു.

സെമിനാരിയിൽ താമസിച്ചു പഠിച്ചിരുന്നവരെ ഭയപ്പെടുത്തുകയും ഉപദ്രവിക്കുകയും വൈദികർ അവിടേക്കുവരുമ്പോൾ വഴിയിൽവെച്ച് ആയുധധാരികളായ ചട്ടമ്പികൾ അവരെ വാഹനത്തിൽനിന്നും പിടിച്ചിറക്കുകയും അധിക്ഷേപിക്കുകയും ചെയ്തുകൊണ്ടിരുന്നു. അങ്ങനെ വീണ്ടും ഭീകരമായ രംഗങ്ങൾ സൃഷ്ടിക്കാനവർ മുതിർന്നുകൊണ്ടേയിരുന്നു. വട്ടശ്ശേരിൽ തിരുമേനിയെ അപായപ്പെടുത്തുവാൻ കൂടുതൽ കൂലിത്തെമ്മാടികളെ അവർ കണ്ടെത്തി. ഇവർ പലവട്ടം ശ്രമിച്ച് അപജയ

ത്തിന്റെ സ്വാദറിഞ്ഞു.

തിരുമേനി താമസിച്ചിരുന്ന പടിഞ്ഞാറേ കെട്ടിടത്തിന്റെ രണ്ടാം നിലയിലെ വടക്കേമുറിയിലേക്ക് തമസ്വിനിയുടെ അന്ധകാരയാമങ്ങളിൽ പ്രവേശിക്കുവാൻ ശ്രമിച്ചവരെല്ലാം ആ ഉദ്യമത്തിൽ പരാജയമടയുകയാണുണ്ടായത്. അദൃശ്യമായ തേജോശക്തിയുടെ ഇടപെടൽ നടന്നതിനാലാണങ്ങനെ സംഭവിച്ചതെന്ന് പരാജിതർക്ക് ബോദ്ധ്യമുണ്ടായിരുന്നു.

അങ്ങനെയിരിക്കെ പാലാഴി മഥനത്തിൽ അമൃത് ലഭ്യമായതിനു സമാനമായി അന്ത്യോക്യയിലെ സീനിയർ പാത്രിയർക്കീസായ അബ്ദേശ് മശിഹായിൽനിന്നും കമ്പി സന്ദേശവും പുറകാലെ വിശദമായ എഴുത്തും മലങ്കരയിലെത്തി.

"അബ്ദുള്ളയുടെ മുടക്ക് വ്യർത്ഥമെന്നും തിരുമേനിയും ജനങ്ങളും അനുഗ്രഹിക്കപ്പെട്ടവരെന്നും" ആയിരുന്നു സന്ദേശം.

യഥാർത്ഥ പാത്രിയർക്കീസ് അബ്ദേശ് മശിഹായാണ്. തുർക്കിയിലെ ഭരണയിടപെടീൽ കൊണ്ടാണ് അദ്ദേഹത്തിന് സ്ഥാനത്തിനൊത്തവണ്ണം പ്രവർത്തിക്കാനാവാത്ത സ്ഥിതിവിശേഷമുണ്ടായതെന്ന് മുമ്പ് വിശദീകരിച്ചിട്ടുള്ളതാണ്.

മലങ്കരയിൽ സംജാതമായ സംഭവങ്ങൾ വ്യാപാരികളായ സഞ്ചാരികൾ മുഖേന മനസ്സിലാക്കിയാണ് ബാവാ മലങ്കരയെ ധൈര്യപ്പെടുത്തി കമ്പിസന്ദേശമയയ്ക്കുന്നത്. തുടർന്ന് വിശദമായ എഴുത്തും അയച്ചുതന്നു. ഈ എഴുത്തിലാണ് മലങ്കരയിൽ കാതോലിക്കേറ്റ് എന്ന ശ്ലീഹായ്ക്കടുത്ത സ്ഥാപനം സ്ഥാപിക്കുവാൻ സഹായകമായത്.

മാർത്തോമ്മായാൽ ഉളവായ തിഗ്രീസിലെ കാതോലിക്കേറ്റ് പലവിധത്തിലുള്ള മതമർദ്ദനത്താൽ അന്യാധീനമായിരുന്നു. ദീർഘനാളുകളായി അത് മലങ്കരയിലേക്ക് മാറ്റി പ്രതിഷ്ഠിക്കുവാൻ ശ്രമിക്കുകയായിരുന്നു. അങ്ങനെയൊന്ന് സ്ഥാപിതമായാൽ പിന്നെ ആത്മീയമായ ആവശ്യങ്ങൾക്ക് മറ്റാരേയും ആശ്രയിക്കേണ്ടതില്ല.

മലങ്കരമക്കളുടെ കൂട്ടായ അഭ്യർത്ഥന പ്രകാരം അബ്ദേദ് മശിഹ പാത്രിയർക്കീസ് മലയാളത്ത് എഴുന്നള്ളുകയും കാതോലിക്കേറ്റ് എന്ന ദീർഘകാല സ്വപ്നം പൂവണിയുകയും ചെയ്തു. അപ്പോഴേക്കും ബാവാ കക്ഷിക്കാർ സഭയിൽനിന്ന് പിരിഞ്ഞ് പുതിയ സഭയ്ക്ക് രൂപംകൊടുത്തു. എങ്കിലും സഭയുടെ സ്വത്തിന്മേൽ കടുത്തരീതിയിൽ ഉടമസ്ഥത ഉന്നയിച്ച് പല ദേവാലയങ്ങളിൽ കലഹങ്ങളും കോടതി വ്യവഹാരങ്ങളും വിതച്ച് മലങ്കരയെ ശിഥിലതയുടെ വക്കിലെത്തിച്ചു.

ഇരുപത്തി രണ്ട്

അവിടെ കുടിവന്നയെല്ലാവരുടേയും വദനങ്ങൾ പ്രസന്നവും മനസ്സുകൾ ആനന്ദതുന്ദിലങ്ങളുമായിരുന്നു. വളരെനാളത്തെ പ്രക്ഷുബ്ദ്ധമായ അന്തരീക്ഷത്തിൽനിന്നും മോചനം നേടിയ ആശ്വാസം അവരുടെ സംസാരത്തിലും നടത്തയിലും പ്രകടമായിരുന്നു.

മഠത്തിലേത്ത് ഭവനത്തിന്റെ പൂമുഖം ആളുകളെക്കൊണ്ട് നിറഞ്ഞിരുന്നു. പാകസ്ഥാനത്തിൽ മറിയയും മരുമക്കളും വേലക്കാരികളും ചായയും പലഹാരങ്ങളും തയ്യാറാക്കുന്ന തിരക്കിലായിരുന്നു. ഇതെല്ലാം നോക്കിക്കൊണ്ട് കുട്ടികൾ ഒതുങ്ങിനിന്നു. അവരുടെ മുഖത്ത് ആശ്ചര്യവും സന്തോഷവും നിഴലിച്ചുനിന്നു. പാകപ്പെടുത്തുന്ന പലഹാരങ്ങളിൽനിന്നും തങ്ങൾക്കു ലഭ്യമാകുന്ന പങ്കിനെക്കുറിച്ചുള്ള ചിന്തയിൽനിന്നും ചിതറുന്ന ആനന്ദത്തിന്റെ ബഹിർസ്ഫുരണങ്ങളാണവരുടെ മുഖത്ത് പ്രകാശിക്കുന്നത്. ചെന്നിത്തല പള്ളിയിലെ കത്തനാരും പ്രമുഖ നേതാക്കളും അടങ്ങുന്ന ഒരു സംഘമാളുകൾ തങ്ങളുടെ സന്തോഷം പങ്കുവെയ്ക്കാനായി കൂടിവന്നിരിക്കയാണ്. വളരെ നാളായി തങ്ങളും തങ്ങളുടെ പൂർവ്വികരും ആഗ്രഹിച്ചിരുന്നത് കരഗതമായിരിക്കുന്നു. മലങ്കരയിൽ കാതോലിക്കേറ്റ് എന്ന ശ്ലീഹായുടെ സിംഹാസനം സ്ഥാപിതമായിരിക്കുന്നു. ഇനിമേൽ ഒന്നിനും ആരേയും ആശ്രയിക്കേണ്ട ഗതികേടുണ്ടാവില്ല. ആർക്കും അധീശത്വം അടിച്ചേല്പിക്കാനുമാവില്ല. അപ്പോസ്തോലിക പൈതൃകം സ്വായത്തമായ ഒരു സ്വതന്ത്ര ദേശീയ സഭയായി മാറിയിരിക്കുന്നു മാർത്തോമ്മായാൽ സ്ഥാപിതമായ മലങ്കരസഭ.

നിഷ്കളങ്കരും സാധുക്കളുമായ പൂർവ്വികരെ ചൂഷണം ചെയ്ത് കബളിപ്പിച്ച് പലരും പലതും നേടിയതുപോലെ ഇനി സംഭവിക്കുകയില്ല. ഉമ്മൻ ഗീവർഗ്ഗീസ് കത്തനാർ വളരെ ലഘുവും ലളിതമായും നടന്നവ വിശദീ

കരിച്ചു. മത്തായി സാറിന്റെ വാക്കുകളിലൂടെ എല്ലാവർക്കും കാര്യങ്ങൾ വ്യക്തമായി.

സഭയുടെ ആചാരങ്ങളെന്നപോലെ ചരിത്രവും കാനോനിക്ക പ്രമാണങ്ങളും സാധാരണ ജനബുദ്ധിക്ക് അഗ്രേചരമാണ്. ഇത് മനസ്സിലാക്കുവാനും വളരെ ബുദ്ധിമുട്ടാണ്. ആയതിനാൽ ചിലയാളുകൾ അവരുടെ അറിവും രീതിയും അവലംബിച്ച് ഇതിനെ നിർവ്വചിക്കാൻ ശ്രമിക്കുന്നതിനാലാണ് ഇവിടെ പല പക്ഷക്കാർ ഉണ്ടാവുന്നത്. ഭക്ഷണം പാകം ചെയ്യുവാൻ നമ്മുടെ വീട്ടിൽ തീകെട്ടുപോയതിനാൽ അടുത്തവീട്ടിൽനിന്നും തീ വാങ്ങി ഊണും കറികളും പാകംചെയ്തു കഴിയുമ്പോൾ ആ വീട്ടിലെ ഗൃഹനാഥൻ എത്തി, 'ഇതെല്ലാം എന്റെ തീകൊണ്ട് പാകം ചെയ്തതിനാൽ എനിക്കവകാശപ്പെട്ടതാണെ'ന്ന് വ്യവഹരിക്കുന്നതുപോലെയാണു മലങ്കരയിലെ പ്രശ്നങ്ങൾ എന്ന് അദ്ദേഹം സരസമായും എല്ലാവർക്കും ഹൃദിസ്ഥമാകത്തക്കരീതിയിലും വിശദമാക്കി.

മാർത്തോമ്മായാൽ തന്നെയുളവായ തിഗ്രീസിലെ സഭാ സിംഹാസന കേന്ദ്രമാണ് ഇവിടേക്ക് മാറ്റി സ്ഥാപിച്ചത്. മുസ്ലീം അധിനിവേശത്തെത്തുടർന്ന് നൂറ്റാണ്ടുകളോളം അനാഥമായിരുന്നു ഇത്. ശ്ലീഹായ്ക്കടുത്തതും ദേശീയമായി സ്വാതന്ത്ര്യം പ്രാപിച്ചതുമായ ഈ പൗരാണിക സമൂഹം കാലാകാലങ്ങളായി ഓരോ പ്രതിസന്ധികളേയും അതിജീവിച്ച് അഭംഗുരം പ്രശോഭിച്ചുകൊണ്ടിരിക്കുന്നുവെന്ന് ഗീവർഗ്ഗീസ് തന്റെ പ്രസംഗത്തിന്റെ സമാപനത്തിൽ പറഞ്ഞു. യോഗത്തിനുശേഷം കാപ്പി സൽക്കാരത്തിലും പങ്കെടുത്ത് കുറെപ്പേർ പിരിഞ്ഞു. ഗീവർഗ്ഗീസിന്റെ അടുത്ത സുഹൃത്തുക്കളും അയൽക്കാരും അവിടെ ഇരുന്നിരുന്നു. അവരിൽ പലർക്കും തങ്ങളുടെ ഗ്രാമത്തിലും ഒരു ദേവാലയം വേണമെന്ന ആഗ്രഹം മനസ്സിൽ സൂക്ഷിക്കുന്നവരാണ്. നിരണത്തും പരുമലയിലും മാവേലിക്കരയിലും ചെന്നിത്തലയിലും ദേവാലയമുണ്ട്. എന്നാൽ തങ്ങളുടെ നാടായ കുട്ടൻ പേരൂരിൽ ഒരു പള്ളിയില്ല. ഗീവർഗ്ഗീസിനോട് പലരും ഈ ആവശ്യമുന്നയിച്ചിട്ട് കുറച്ചുകാലമായി. ചെന്നിത്തലയിൽ ദേവാലയം നിർമ്മിച്ചിട്ട് അരനൂറ്റാണ്ട് പിന്നിട്ടിരിക്കുന്നു. അതിനും വേണ്ടിവന്ന ബദ്ധപ്പാടുകൾ ചില്ലറയൊന്നുമല്ലെന്ന് ഗീവർഗ്ഗീസിനെപ്പോലെ പലർക്കുമറിയാം.

"നമ്മുടെ വീടിനടുത്ത് ആരാധനയ്ക്ക് സൗകര്യമൊരുക്കുകയെന്നത് നല്ല കാര്യമാണ്. എന്നാൽ നമ്മുടെ നാട്ടുകാർക്ക് അതു വലിയ ബാദ്ധ്യതയാകും. അതിനായി ഇടം കണ്ടെത്തണം. അതാരെങ്കിലും നേർച്ചയായി നല്കിയാൽത്തന്നെ; കെട്ടിടം പണിതുയർത്താനും കത്തനാർക്കും മറ്റും വേണ്ടിവരുന്ന ചെലവും ഒക്കെ ഭാരിച്ചതായിരിക്കും. അല്പം നടക്കണമെന്നല്ലേയുള്ളൂ. ഇപ്പോഴുള്ള സ്ഥിതിതന്നെയാണഭികാമ്യമായി എനിക്കു തോന്നുന്നത്."

"എന്നാലും നമ്മുടെ നാട്ടിൽ ഒരു പള്ളിയില്ലാത്തത് ഒരു പോരായ്മ തന്നെയാണ്." ചാക്കോ തന്റെ നൈരാശ്യം വെളിപ്പെടുത്തി. ഗീവർഗ്ഗീസ് ഒരുനിമിഷം ആലോചനയിൽ മുഴുകി. തുടർന്ന് മറുപടി നല്കി. "കാര്യ

ങ്ങളൊക്കെ നിങ്ങൾക്കെല്ലാവർക്കും അറിവുള്ളതാണ്. ഈ പള്ളിയുണ്ടാകുന്നതിനുമുൻപ് നാമെല്ലാം കൂടിനടന്നത് നിരണത്തായിരുന്നു. ഒരിക്കൽ ഒരാളുടെ ശവസംസ്കാരത്തിന് വള്ളത്തിൽ അവിടേക്ക് പോകുമ്പോൾ വള്ളം മറിഞ്ഞ് ശവം കാണാതായി. കുറച്ചുനാൾ കഴിഞ്ഞാണാ ശവം അഴുകിദ്രവിച്ച് ലഭിക്കുന്നത്. പിന്നീടത് അടക്കം ചെയ്തെങ്കിലും ആ സംഭവം നമ്മുടെ ആൾക്കാർക്ക് ഒരു നീറ്റലായി ഉള്ളിലുണ്ടായിരുന്നു. അങ്ങനെയാണ് ചെന്നിത്തല പള്ളി വയ്ക്കുവാൻ ഗൗരവമായി ചിന്തിക്കുന്നതും പല ദുർഘടസന്ധികൾ തരണം ചെയ്തതു പണിയുന്നതും."

"അതെല്ലാം ശരിയാണ്. നമുക്ക് സൗകര്യത്തിനും സമീപത്തും ദേവാലയമുള്ളതാണ് നല്ലത്. ആവാത്തവർക്കും പള്ളിയിൽ പോവാനാവും."

"പള്ളി പണിയുകയെന്നു പറയുമ്പോൾ എല്ലാ നാട്ടുകാരുടേയും സഹായം വേണം."

"അങ്ങനെയെല്ലാവരുടേയും സമ്മതം വാങ്ങിവയ്ക്കേണ്ട കാര്യമില്ല."

"അങ്ങനല്ല. നാട്ടുകാരായ മറ്റു സഹോദരങ്ങളുടെയും അറിവും സമ്മതവുമുള്ളതു തന്നെയാണ് നല്ലത്. ചെന്നിത്തല പള്ളിക്കായി ആദ്യം ഇടം കണ്ടെത്തിയത് ഈ പ്രധാനപാതയുടെ ഓരത്തു തന്നെയായിരുന്നു. എന്നാൽ പുത്തുവിള ഭഗവതിക്ഷേത്രത്തിന്റെയും കാരാഴ്മ ക്ഷേത്രത്തിന്റെയും മദ്ധ്യേയായതിനാൽ അവർക്കതു പ്രയാസമാകുമെന്നറിയിച്ചതിനാലാണ് ഇപ്പോൾ നില്ക്കുന്നിടത്തേക്ക് ഇടം മാറ്റിയത്."

"എല്ലാവരുമായി സഹവർത്തിത്വത്തിൽ കഴിയുന്നതാണ് ക്രൈസ്തവനുചിതം." മത്തായിസാർ ഗീവർഗ്ഗീസിനെ പിന്തുണച്ചു.

"നമ്മുടെ നാട്ടിൽ മറ്റു മതസ്ഥരുമായി കലഹത്തിനു നാം പോകാറില്ല. പോകാനും പാടില്ല. നമ്മുടെയിടയിൽ ജാതിമത സ്പർദ്ധയുണ്ടായ ചരിത്രമില്ല. തിരുവല്ലായിലെ പാലിയേക്കരപള്ളി പണ്ടു ചിലയാളുകൾ ചേർന്ന് തീവെച്ചു നശിപ്പിച്ചു. അതെല്ലാവരുടേയും അറിവോടല്ല. ചുരുക്കം ചിലരുടെ പ്രവർത്തിയാണ്. അന്നത്തെ റാണി ഗൗരിപാർവ്വതി ഭായിയുടെ കല്പന പ്രകാരം എല്ലാവരും പിരിവിട്ട് പിഴയടയ്ക്കുകയും ചെയ്തതാണ്. ഇവിടെ കുട്ടൻ പേരൂരിലും നമുക്ക് ദേവാലയമുണ്ടാകേണ്ടതാവശ്യമാണ്. കാലമാകുമ്പോൾ ദൈവം അതും സാദ്ധ്യമാക്കും."

മത്തായി സാറിന്റെ വിശദീകരണം എല്ലാവരും കേട്ടു. അല്പനേരം അവരുടെയിടയിൽ മൗനം കൂടുകെട്ടി. അവറാനാണ് ആ കൂടുപൊട്ടിച്ച് ഒരു സംശയമുന്നയിച്ചത്.

"എന്റെ കുറെ നാളത്തെ സംശയമാ. എങ്ങനാ നമ്മുടെ നാടിന് കുട്ടൻ പേരൂർ എന്ന പേരുവന്നത്?... ഈ കുട്ടൻ ആരാ...?"

"പലരും പലതും പറഞ്ഞുകേട്ടിട്ടുണ്ട്. സാറിനറിയാമോ?" ഗീവർഗ്ഗീസ് സന്ദേഹത്തോടെ മത്തായി സാറിനെ നോക്കി.

"പണ്ടുള്ളതു പലരും പറഞ്ഞുകേട്ടിട്ടുള്ളതാണ്. ഓരോരുത്തർ അവരവരുടെ ചിന്താഗതിയിൽ വിവക്ഷിക്കും. ഏതാണ് വാസ്തവം എന്നു സമർത്ഥിക്കുവാൻ തെളിവുകളില്ല. എന്നാൽ കാര്യകാരണങ്ങളെ വിവേ

ചിക്കുമ്പോൾ വാസ്തവവുമായി യോജിച്ചുവരുന്നതിനെ സ്വീകരിക്കാനേ തരമുള്ളൂ."

"നമ്മുടെ രാജാക്കന്മാരുടെ പൂർവ്വികരായിരുന്നു ചേരരാജവംശം. അവർ ഭരിച്ചിരുന്ന പ്രദേശങ്ങൾ ചേരളമെന്നും കാലക്രമേണ കേരളമെന്നും അറിയപ്പെട്ടു. ആ വംശത്തിലെ പ്രഗത്ഭനും പ്രജാക്ഷേമ തല്പരനുമായ രാജാവായിരുന്നു ചേരമൻ ചെങ്കുട്ടവൻ. ഇദ്ദേഹം നസ്രാണികളോട് വളരെ അനുഭാവപൂർവ്വം ഇടപെട്ടയാളാണ്. പല ദേവാലയങ്ങളിലും കുർബ്ബാനയിൽ പങ്കെടുത്തിട്ടുണ്ട്. ഇദ്ദേഹത്തിന്റെ കാലശേഷം പലനാടുകളും ഊരുകളും അദ്ദേഹത്തിന്റെ പേരിട്ട് ജനങ്ങൾ വിളിക്കാൻ തുടങ്ങി. നമ്മുടെ കുട്ടൻ പേരൂരും സമീപത്തുള്ള കുട്ടനാടും ഇതിൽപ്പെടും. കൊല്ലത്തിൽ കുറച്ചുനാൾ അദ്ദേഹവും പരിവാരങ്ങളും നമ്മുടെ നാട്ടിൽ വന്നു താമസിക്കുമായിരുന്നു. പള്ളിയറ കാവിന് ആ പേരു വന്നത് ഇതിനാലാണ്. അതിനടുത്തായി അദ്ദേഹത്തിന്റെ താല്ക്കാലിക വസതിയുണ്ടായിരുന്നു. രാജാവിന്റെ അനുചരന്മാർക്കും പടയാളികൾക്കും താമസിക്കുവാനും ഭക്ഷണം പാകം ചെയ്തുകഴിക്കുവാനും പണിത കെട്ടിടം നിന്ന സ്ഥലമാണ് ഇന്ന് ഊട്ടുപറമ്പ് എന്നറിയപ്പെടുന്നത്. നമ്മുടെ പള്ളിക്കൂടം നില്ക്കുന്നയിടവും അതിന്റെ പരിസരവും. പിന്നീട് കായംകുളം രാജാവും ഇവിടെവന്ന് നാളുകൾ ചെലവിടുമായിരുന്നു. മാർത്താണ്ഡവർമ്മ മഹാരാജാവിന്റെ പടയോട്ടത്തോടെ കായംകുളം രാജാവ് തോല്പിക്കപ്പെടുകയും ഇവിടെമെല്ലാം വീണ്ടും തിരുവിതാംകൂർ ഭരണത്തിൻകീഴാവുകയും ചെയ്തു."

"അപ്പോൾ നമ്മുടെ നാടിന്റെ പേരിലുള്ള കുട്ടൻ ചില്ലറക്കാരനൊന്നുമല്ല. അല്ലേ?"

ഈ സമയം മാന്നാർ കമ്പോളത്തിൽ മലഞ്ചരക്കു കച്ചവടം നടത്തുന്ന ദാനിയേൽ മാപ്പിള വളരെ ധൃതിയിൽ അവിടേക്കുവരുന്നതുകണ്ട് ഗീവർഗ്ഗീസ് വെളിയിലേക്കിറങ്ങി. ദാനിയേലിന്റെ മുഖഭാവം എന്തോ വിപത്ത് വിളിച്ചറിയിക്കുന്നുണ്ടായിരുന്നു.

ദാനിയേലിൽനിന്നും സന്ദേശം ശ്രവിച്ച ഗീവർഗ്ഗീസ് അകത്തു കയറി തന്റെ മടിശീലയെടുത്ത് അരയിൽ തിരുകി വെളിയിലെത്തി. ആകാംക്ഷയോടെ നിന്നവരോട് കാര്യമറിയിച്ചു.

"പരുമലയാറ്റിൽ വഞ്ചിമറിഞ്ഞു. പള്ളിയിലേക്ക് പോവുകയായിരുന്ന നാലഞ്ചുപേർ പമ്പയാറ്റിൽ മുങ്ങി. മൂന്നു സ്ത്രീകളുമതിലുണ്ടായിരുന്നു. എന്തായാലും ഇതുകണ്ട് അടുത്ത് ആളുണ്ടായിരുന്നതിനാൽ അവർ ആറ്റിലേക്ക് ചാടി നീന്തിയെല്ലാവരേയും കരയ്ക്കെത്തിച്ചു. ഞങ്ങടെയൊരു ബന്ധക്കാരനുമതിലൊണ്ടായിരുന്നു. ഞാനവിടെവരെ ഒന്നു പോയിട്ടുവരാം. നിങ്ങളിരിക്ക്."

"അല്ല ഞങ്ങളും ഇറങ്ങുവാ.."

ഇരുപത്തി മൂന്ന്

തിരുവോണത്തെ വരവേല്ക്കാനായി ആകാശത്തിൽ വെള്ളിമേഘങ്ങൾ സംഘംചേർന്ന് അണിനിരന്നു.

പഞ്ഞംപിടിച്ച, ഇരുണ്ടുമൂടിയ, മലവെള്ളം ആർത്തലച്ച കള്ളക്കർക്കടകം പടിതാണ്ടി അപ്രത്യക്ഷമായി.

ധരണിയും തന്റെ ഉറക്കച്ചടവിൽനിന്നും മെല്ലെ ഉണർന്നു തുടങ്ങി. ചെടികളിൽ അങ്ങിങ്ങായി വിരിഞ്ഞ പൂക്കൾ പുഞ്ചിരി തൂകി. ആ പുഞ്ചിരിയിൽ ആകൃഷ്ടരായ പൂമ്പാറ്റകളും തേനീച്ചകളും അടയ്ക്കാകുരുവികളും ആർത്തിയോടെ പറന്നടുത്തു.

കുയിലുകളുടെയും മറ്റു പക്ഷിഗണങ്ങളുടെയും കളകൂജനം അന്തരീക്ഷത്തിൽ സംഗീതവിരുന്നൊരുക്കി.

പങ്കപ്പാടിന്റെയും പൈദാഹത്തിന്റെയും നീർച്ചുഴി നീന്തിക്കടന്ന് കരയെത്തുന്ന ആശ്വാസം പലരിലും കാണാം.

കൈത പൂത്ത ഗന്ധം തേടി ചകോരങ്ങൾ ചാടിയും പറന്നും നടന്നു. ചെന്നിത്തല പുഞ്ചയിലെ വെള്ളത്തിൽ ധാരാളം ആമ്പലുകൾ വളർന്ന് ആമ്പൽപൊയ്കയായി കാണപ്പെട്ടു. അതിനിടയിലൂടെ കൊതുമ്പുവള്ളം തുഴഞ്ഞെത്തി ബാലകർ ആമ്പൽപ്പൂക്കൾ പൊട്ടിച്ചെടുത്തുകൊണ്ടിരുന്നു. മഠത്തിലേത്ത് വീടിന്റെ പൂമുഖത്ത് അബ്ദുൾ റഹ്മാൻ അക്ഷമയോടെ നില്ക്കുകയാണ്. ഗീവർഗ്ഗീസിനെ കാണാനാണയാൾ നില്ക്കുന്നത്. ഗീവർഗ്ഗീസ് എന്തോ ആവശ്യത്തിനു പോയിരിക്കുകയാണെന്നും അകത്തു കയറിയിരിക്കാനും മറിയ പറഞ്ഞെങ്കിലും അയാൾ അകത്തുവരുവാൻ കൂട്ടാക്കിയില്ല. ഗീവർഗ്ഗീസ് എത്തിയശേഷമാണ് അയാൾ അകത്തേക്ക് പ്രവേശിച്ചത്. കിണ്ടിയിൽനിന്നും ജലം പകർന്ന് കാലുകഴുകി ഗീവർഗ്ഗീസും അകത്തുവന്നു.

അബ്ദുൾ റഹ്മാന്റെ മുഖഭാവത്തിൽനിന്നും ഏതോ മനോവ്യഥ അയാളെ അലട്ടുന്നതായി തോന്നിച്ചു.

ഗീവർഗ്ഗീസ് അകത്തേക്ക് നോക്കി "വെള്ളം കൊണ്ടു വരൂ" യെന്ന് പറഞ്ഞശേഷം കിടപ്പുമുറിയിലെത്തി കുപ്പായമൂരി അയയിലിട്ടു. തോർത്തിനാൽ മുഖവും ശരീരവും തുടച്ചശേഷം തിരികെയെത്തി.

"എന്താ റഹ്മാന്റെ മുഖത്തൊരു പ്രയാസം?"

ഗീവർഗ്ഗീസിന്റെ ഇരിപ്പിടത്തിനടുത്തുള്ള നാല്ക്കാലിയിൽ അയാളും ഇരുന്നു.

"എന്തു പറയാനാ വർക്കിച്ചാ. ആകെയൊള്ള മോനാ. അവനാ ഞങ്ങടെ വിചാരം മുഴുവൻ. അവൻ പഠിച്ച് ഉദ്വേഗത്തിനുപോയി ഞങ്ങളെ പോറ്റുമെന്നായിരുന്നു ഞങ്ങടെ ആശ."

"അതിനിപ്പം എന്തുണ്ടായി? അവൻ ഉദ്യോഗത്തിനല്ലേ മദിരാശീ പോയിരിക്കുന്നേ. അവനെന്തെങ്കിലും വ്യാധി...?"

"ഇല്ലില്ല സൂക്കേടൊന്നുമില്ല. വല്ലവന്റേയും കൈയും കാലും പിടിച്ചാ അവന് മദിരാശിയിൽ ജോലി തരമായത്. ഇപ്പോ അറിയുന്നു അവൻ സ്വാതന്ത്ര്യസമരത്തിൽ കേറീന്ന്. വേലചെയ്ത് കൂലീം വാങ്ങി സന്തോഷത്തോടെ കഴിയാനൊള്ളേന് കണ്ണീച്ചോരയില്ലാത്ത വെള്ളക്കാർക്കെതിരെ. തോക്കും പീരങ്കീമൊക്കെയുള്ള അവരോടെതിരിട്ടാൽ ജീവൻ ബാക്കി കാണുമോ. ഞങ്ങളനാഥരായീന്ന് പറഞ്ഞാമതി."

"റഹ്മാൻ വിഷമിക്കാതെ. ഇത് നമുക്ക് പ്രയാസമായി തോന്നാം. അതു നമ്മൾ തിരുവിതാംകൂറിൽ ഒരുവിധം സമാധാനത്തോടെ ജീവിക്കുന്നതിനാലാണ്. എന്നാൽ ഇതിനുപുറത്ത് ഭാരതത്തിലാകമാനം എന്തെല്ലാം പ്രശ്നങ്ങളും കുഴപ്പങ്ങളുമാണെന്ന് പത്രം വായിക്കുന്നവർക്കറിയാം. യൗവനക്കാർക്ക് നമ്മുടത്രേം സൗമ്യത കാണുമോ? അല്ലെങ്കിൽ തന്നെ അവരെ കുറ്റം പറയാനാവില്ല സാഹചര്യമതാണ്. നമ്മളവിടെയാണെങ്കിൽ ഇതുതന്നെ സംഭവിക്കും. മാതൃരാജ്യത്തിനുവേണ്ടി പോരാടുന്നതിനെക്കാൾ വലിയതായി എന്തുണ്ട്?"

"ആകെയൊന്നേയുള്ളു. അതും കൂടിയില്ലാതായാൽ പിന്നെന്തിനാ ജീവിക്കുന്നത്."

"അവിടുള്ള നമ്മുടെ ഈപ്പനും ഇതുപോലെ വെള്ളക്കാരോടു സമരത്തിലാണെന്നു കേൾക്കുന്നു."

"ആര്, നമ്മുടെ മത്തായി സാറിന്റെ മകനോ?"

"അതേ. അവനും ഉദ്യോഗത്തിലിരിക്കെയാണ് സമരത്തിനിറങ്ങിയത്."

"പക്ഷേ, നമ്മുടെ നാട്ടിൽ ഇതിന്റെ ഒരു ലക്ഷണവുമില്ലല്ലോ."

"അതറിയാത്തത് ഒന്നാമത് നമ്മുടെ മഹാരാജാവിന്റെ ഗുണംകൊണ്ടാണ്. രണ്ടാമത് ബ്രിട്ടീഷ് ഭരണത്തിൻകീഴിലാണ് തിരുവിതാംകൂർ രാജാവ്. എന്നാലും ജനങ്ങളുടെ ക്ഷേമത്തിന് പ്രാധാന്യം കൊടുക്കുന്ന ഭരണംകൊണ്ടാണ് ഇവിടെ കുഴപ്പമില്ലാത്തത്. പക്ഷേ, പല പ്രശ്നങ്ങ

ളെയും നാം അഭിമുഖീകരിക്കുന്നുണ്ട്."

"നമുക്ക് ബാധിക്കാത്തിടത്തോളം നാമീ സമരത്തിനും ഏറ്റുമുട്ടലിനുമൊന്നും പോകേണ്ടന്നാണെന്റെ അഭിപ്രായം. കാദറിന്റെ കാര്യമറിഞ്ഞപ്പം മൊതല് അവളും വല്യ വിഷമത്തിലാ."

"നിങ്ങളു വിഷമിക്കാതെ എല്ലാം ശരിയാകും."

"നമ്മള് പടച്ചോന് നിരക്കാത്തതൊന്നും ചെയ്തിട്ടില്ല. എന്നിട്ടും എനിക്കിങ്ങനെ. അവന്റെ മോളില് മൂന്നെണ്ണത്തിനെയാ ജ്വരം ബാധിച്ച് പടച്ചോൻ വിളിച്ചത്. ഇപ്പോൾ ഇവൻ ഇങ്ങനെം."

ആ പിതാവിന്റെ വ്യസനം കണ്ട് ഗീവർഗ്ഗീസിനും അനല്പമായ സങ്കടം മനസ്സിലുളവായി. തനിക്ക് വെറും വാക്കാൽ ആശ്വസിപ്പിക്കാനല്ലേ കഴിയൂ.

അബ്ദുൾ റഹ്മാന്റെ കണ്ണുകൾ പുത്രദുഃഖത്താൽ നിറയുന്നതും അയാൾ അതിലേക്ക് ഊർന്നിറങ്ങുന്നതും കണ്ട് നിർന്നിമേഷനായി നോക്കിനില്ക്കാനേ ഗീവർഗ്ഗീസിനു കഴിഞ്ഞുള്ളൂ.

കുറച്ചുനേരം നിശ്ശബ്ദതയുടെ വേലിയേറ്റം അവർക്കിടയിൽ ആശ്വാസത്തിന്റെ ഓളങ്ങൾ തീർത്തു.

ആരോ വളരെ ധൃതിയിൽ ഓടിവരുന്ന ശബ്ദമാണിരുവരേയും ഇതിൽ നിന്നുണർത്തിയത്. രാഘവൻ രംഗപ്രവേശം ചെയ്തു. ചെളി നിറഞ്ഞ തോർത്തുമുണ്ട് വേഷം. കൈകാലുകൾ ചെളിയാൽ അഭിഷേകം ചെയ്യപ്പെട്ടിരിക്കുന്നു. ശരീരഭാഗങ്ങളിലും തെറിച്ചു വീണ ചേറ് പറ്റിപ്പിടിച്ചിരിക്കുന്നു.

"കണ്ടത്തിൽ മുട്ടൻ ബഹളം." കിതപ്പിൽ അയാൾക്ക് ശ്വാസംമുട്ടി.

"എന്താ പ്രശ്നം? ആരൊക്കെയാ?"

"അച്ചും പിള്ളാച്ചനും മത്തായി സാറും. പിള്ളാച്ചൻ ചീത്ത പറയേം വഴക്കിടുകേം. വിത്തിടാൻ സമ്മതിക്കുന്നില്ല. അറേം ചക്രോം മറിച്ചിട്ടു." ഗീവർഗ്ഗീസിനു സംഗതി മനസ്സിലായി. മത്തായി സാർ അച്യുതൻപിള്ളയുടെ വിരിപ്പുകണ്ടം ഒറ്റിക്കെടുത്തിട്ടുണ്ട്; മൂന്നുകൊല്ലം കാലാവധിയിൽ. അച്യുതൻപിള്ള പറയുന്നത് കഴിഞ്ഞ കൊല്ലത്തോടെ അതു കഴിഞ്ഞെന്നാണ്. സാറിന്റെ കണക്കുപ്രകാരം ഇനിയും ആറുമാസമുണ്ട്. കൊല്ലക്കണക്കു പറയുമ്പം അച്യുതൻപിള്ള പറയുന്നത് ശരിയാകാം. എന്നാൽ ഒരു കൊല്ലമെന്നത് പന്ത്രണ്ടു മാസങ്ങളായതിനാൽ ഇനിയും ആറുമാസം കൂടിയുണ്ട്. ഒരു കൃഷികൂടിയിറക്കാൻ സമയമുണ്ട്. അതാണ് വാസ്തവം.

വേലക്കാരെ നിർത്തി വയലെല്ലാം വൃത്തിയാക്കി, ഉഴുതു കഴിഞ്ഞപ്പോഴാണ് അയാളിതു പറഞ്ഞ് കലഹമുണ്ടാക്കിയത്. മത്തായി സാറതു വകവെച്ചു കൊടുത്തില്ല. കാര്യങ്ങൾ പറഞ്ഞു മനസ്സിലാക്കാൻ ശ്രമിച്ചു. എന്നാൽ പിള്ളാച്ചനതു കേട്ടപാടില്ല. അറയും ചക്രവും വെച്ച് വയലിലെ വെള്ളം തോട്ടിലേക്ക് ചവുട്ടിയിറക്കികൊണ്ടിരിക്കുമ്പോഴാണ് അയാളുടെ ആഗമനവും കലഹവും പുകിലും.

രാഘവന് അയാളുടെ വക ഒരടിയും കിട്ടി. അറയും ചക്രവും അയാൾ മുറിച്ചിട്ടു. ചവിട്ടിയിറക്കിയ വെള്ളം വീണ്ടും വയലിൽനിറഞ്ഞു. മത്തായി സാറെത്തിയപ്പോൾ അവർ തമ്മിലായി വാക്കുതർക്കം. ഗീവർഗ്ഗീസ് രാഘവനെ ശങ്കരൻ നായരുടെ വീട്ടിലേക്ക് പറഞ്ഞുവിട്ടു. അയാളും അബ്ദുൾ റഹ്മാനും കൂടി പ്രസ്തുത വയലിലേക്ക് വേഗത്തിൽ നടന്നു.

"ഇനി ഇയാളെന്റെ കണ്ടത്തിൽ കാലുകുത്തിയാൽ ആ കാലു ഞാൻ വെട്ടും" എന്ന അച്യുതൻപിള്ളയുടെ ആക്രോശം കേട്ടുകൊണ്ടാണ് അവർ അവിടെയെത്തിയത്.

മത്തായി സാർ ലവലേശം കുലുക്കമില്ലാതെ നില്ക്കുന്നു. ശങ്കരൻ നായർ എത്തിയപ്പോൾ അവരെല്ലാംകൂടി സമാധാനം പറഞ്ഞ് അച്യുതൻപിള്ളയെ അനുനയിപ്പിച്ചു. അവർ അയാളെയും കൂട്ടി അയാളുടെ വീട്ടുവളപ്പിൽ പ്രവേശിച്ചു. കലഹം കണ്ടു രസം പിടിച്ചു നിന്നിരുന്നവർ അല്പം വൈഷമ്യത്തോടെ പിൻവാങ്ങി.

ഗീവർഗ്ഗീസും ശങ്കരൻനായരും കൂടി ഒറ്റികൊടുത്ത തീയതി ചോദിച്ചറിഞ്ഞ് അതിന്റെ കണക്ക് എഴുതി കാണിച്ചു ബോദ്ധ്യം വരുത്താൻ ശ്രമിച്ചു. ആദ്യമൊന്നും അതംഗീകരിക്കുവാൻ അയാൾ കൂട്ടാക്കിയില്ല. ഗീവർഗ്ഗീസും അബ്ദുൾ റഹ്മാനും ശങ്കരൻനായരും ചേർന്ന് വളരെ നേരം സംസാരിച്ച് വസ്തുതകൾ ഗ്രഹിച്ച ശേഷമാണ് അയാൾ സമ്മതഭാവം പ്രകടിപ്പിച്ചത്.

അയാളുടെ സഹധർമ്മിണി വിശാലാക്ഷി കൊണ്ടുവന്ന സംഭാരം കുടിച്ച് സന്തോഷത്തോടെയാണവർ പിരിഞ്ഞത്. കൃഷിയിടത്തിൽ മനഃക്ലേശത്തോടെ നിന്നിരുന്ന രാഘവനും ഇതുകണ്ടപ്പോൾ സമാധാനമായി. ഒരടി കിട്ടി. നാഴികകൾ ചക്രം ചവിട്ടിയിറക്കിയ വെള്ളം മുഴുവൻ വയലിൽ തിരികെയെത്തി. അറയും ചക്രവും തോട്ടിൽ കിടക്കുന്നു.

ഇനി അറ വരമ്പപ്പിലുറപ്പിക്കണം അതിൽ ചക്രമിറക്കിവെച്ച് അനേക നാഴിക ചവിട്ടി വേണം പഴയനിലയിലാക്കാൻ. വെള്ളം മുഴുവനിറങ്ങിയാൽ മടയടച്ച് നിലം ഭദ്രമാക്കാം. ഉഴുത് വിത്തും വിതയ്ക്കാം. താൻ വെറും കൂലിക്കാരനാണ് എന്നാലും കൃഷിചെയ്യുകയെന്നതിനേക്കാൾ സന്തോഷവും സംതൃപ്തിയും നല്കുന്ന മറ്റൊന്നില്ല.

അയാൾ ബദ്ധപ്പെട്ട് തന്റെ തൊഴിലിൽ വ്യാപൃതനായി. അയാൾ തന്റെ മനസ്സിൽ വിതച്ച വിത്തുകൾ വളർന്ന് കതിർമണികളുമായി അയാളുടെ മുമ്പിൽ ചിരി തൂകിനിന്നു.

ഇരുപത്തി നാല്

തസ്കരവീരനായ കോലപ്പൻ പൊലീസിന്റെ കൈയിലകപ്പെട്ടിരിക്കുന്നു. ഇന്നത്തെ *മലയാള മനോരമ*പത്രത്തിലെ പ്രധാനവാർത്തകളിലൊന്നാണിത്. മാവേലിക്കരയിലെ ഒരു പ്രമുഖ നായർ ഭവനത്തിൽ മോഷണം നടത്തുന്നതിനിടയിലാണ് ഇയാൾ പിടിയിലായത്. വീട്ടിലുണ്ടായിരുന്നവർ തന്നെ ബലപ്രയോഗത്തിലൂടെ മോഷ്ടാവിനെ കീഴടക്കി പൊലീസിനു കൈമാറുകയായിരുന്നു. ഇതോടെ ഈ പ്രദേശത്തു നടന്ന പല കളവുകൾക്കും ഉത്തരം ലഭിച്ചതായി പൊലീസ് ഇൻസ്പെക്ടർ രാമയ്യൻ അറിയിച്ചു. അഞ്ചുകൊല്ലം മുൻപ് നിരണത്ത് പള്ളിയിൽനിന്നും സ്വർണ്ണ കുരിശു കവർന്നതും ഇയാൾ തന്നെയാണെന്ന് സ്ഥിരീകരിച്ചു. അതിനെത്തുടർന്നു നടന്ന തിരച്ചിലിൽ കുരിശിന്റെ ഒരു ചെറിയ ഭാഗം കണ്ടെടുക്കുകയുണ്ടായി. ബാക്കി ഭാഗങ്ങൾ പലപ്പോഴായി മുറിച്ച് പലയിടങ്ങളിൽ വില്പന നടത്തിക്കഴിഞ്ഞിരുന്നു.

കൂടുതൽ വെളിപ്പെടുത്തലുകൾ തുടർന്നുണ്ടാവുമെന്നും അതിനു തക്ക കൈകരുത്ത് ഇൻസ്പെക്ടർ രാമയ്യനുണ്ടെന്നും ജനങ്ങൾ കരുതുന്നു.

“ഒരു കള്ളന്റെ ശല്യം ഇനിയേതായാലും കുറെക്കാലത്തേക്കുണ്ടാവില്ല. പക്ഷേ, നമ്മടെ തങ്കകുരിശു മുഴുവൻ അവൻ ചൊരണ്ടി വിറ്റുകളഞ്ഞല്ലോ.”

“കുരിശു മോട്ടിച്ചാലും കൊറെനാളു കഴിഞ്ഞു തിരിച്ചുകിട്ടുമെന്ന് വെചാരിച്ചതാ. അതുംപോയി. ഓരോ നിമിത്തങ്ങളാ....”

“കർത്താവിനെന്തിനാ പൊന്നും വെള്ളീം. കർത്താവിന്റെ കുരിശ് മരമാണ്.”

“അതല്ലടാ... കുരിശു കർത്താവിന്റെ ചിന്നമാ. അതു പൊന്നിൽതന്നെ

വേണം. നമ്മുടെ തിരുമേനി വിചാരിച്ചാ എത്ര പൊൻകുരിശു വേണമെങ്കിലും ഒണ്ടാക്കാം."

ഇവരുടെ സംഭാഷണത്തിന് വിഘാതം സൃഷ്ടിച്ചുകൊണ്ട് ഇൻസ്പെക്ടർ രാമയ്യനെയും വഹിച്ചുകൊണ്ട് ഒരു അശ്വീയം അതുവഴിയായി കടന്നു പോയി. ഒറ്റനോട്ടത്തിൽത്തന്നെ സാധാരണ ജനങ്ങളിൽ ഭയം ജനിപ്പിക്കുവാനുള്ള ആകാരവും ക്രൗര്യ വദനവും കൊണ്ടയാളാണ് രാമയ്യൻ. ഭയങ്കരൻ പിള്ളയെന്ന അപരനാമധേയത്തിൽ അറിയപ്പെടുന്ന മറ്റൊരു പൊലീസുകാരനും പലപ്പോഴും അയാളോടൊപ്പമുണ്ടാകും. ഇൻസ്പെക്ടർ അശ്വാരൂഢനായും കീഴ്സ്ഥാനി നടന്നുമായിരിക്കും വരവ്. വന്യത സ്ഫുരിക്കുന്ന ചുവന്ന കണ്ണുകളും കൊമ്പൻമീശയും വസൂരിക്കലകളും ഒത്തുചേർന്ന് ഭയാനകമായ ഭാവം നിഴലിക്കുന്ന മുഖമാണ് ഭയങ്കരൻപിള്ളയുടേത്. അയാളുടെ കോപദൃഷ്ടിയിൽ മൂത്രക്ഷാളനം നടത്തിയ ധാരാളം പേർ ഈ നാട്ടിലുണ്ട്. മാന്നാത്തമ്പലത്തിൽ മോഷണത്തിനെത്തി പിടിയിലായ കറുപ്പൻ തങ്കൻ, ഭയങ്കരൻ പിള്ളയുടെ കരപ്രയോഗത്തിന്റെ ജീവിക്കുന്ന രക്തസാക്ഷിയായി അവർക്കു മുമ്പിലുണ്ട്.

അതുപോലെ ഈ ഭയങ്കരനെ അടിച്ചു ബോധം കെടുത്തി നെയ്ച്ചേരി കവലയിലെ ആൽമരത്തിൽ ബന്ധിച്ച സമർത്ഥരുമുണ്ട്. മഴയുള്ള ഒരു രാത്രിയിൽ വീട്ടിലേക്കുള്ള മടക്കയാത്രയിലാണത് സംഭവിച്ചത്. നെയ്ച്ചേരി കവലയിലെ കിഴക്കോട്ടുള്ള ഇടവഴിയിലേക്ക് തിരിയുമ്പോൾ തലയ്ക്ക് അടിയേറ്റയാൾ താഴെ വീണു. വീഴ്ചയിൽ പ്രതിയോഗിയെ മിന്നായം പോലെ കണ്ടെങ്കിലും വ്യക്തമായില്ല. ദേഹമാസകലം കരിപുരട്ടി മുഖം മറച്ച ഒരു കൗപീനധാരി. കണ്ണൊഴികെ മുഖം തുണിയാൽ മൂടപ്പെട്ടിരുന്നു. പിന്നീടയാൾക്ക് ഓർമ്മവരുമ്പോൾ ഒരു കയറിനാൽ ആലിനോടു ചേർത്ത് ബന്ധിച്ചിരിക്കയാണ്. അനങ്ങാൻ കഴിയാത്ത അവസ്ഥ.

അതിരാവിലെ പശുവിനെ കറക്കാൻ പോയ മാധവനാണീ രംഗം ആദ്യം കാണുന്നത്. അയാൾ ആ കാഴ്ച കണ്ട് പരിഭ്രമിച്ചു. അയാൾ ഓടിപ്പോയി മൂന്നാലുപേരെ വിളിച്ചുണർത്തി കൊണ്ടുവന്നാണ് ഭയങ്കരൻ പിള്ളയെ സ്വതന്ത്രനാക്കിയത്. അവർക്കതു കൺകൊള്ളാ കാഴ്ചയായിരുന്നു.

'ആരോടും ഇവിടെ നടന്നത് ഉരിയാടി പോകരുതെന്ന്' അമർച്ചയായി ഉത്തരവിട്ടശേഷമാണ് ഭയങ്കരൻപിള്ള പോയത്. എന്നാലക്കാര്യം പരസ്യമായ രഹസ്യമായി. ഇത് നടക്കണമെന്ന് പലരും മനസ്സിൽ ആഗ്രഹിച്ചിരുന്നെന്നു വ്യക്തം. പലരുടെയും വിമ്മിട്ടം ഇതൊന്നു നേരിൽ കാണാനായില്ലല്ലോയെന്നതാണ്.

കർണ്ണാ കർണ്ണികയാ സർവ്വജനങ്ങളും ഈ വർത്തമാനം ഗ്രഹിച്ചു. എല്ലാവരിലും അനല്പമായ ആനന്ദമുളവായെങ്കിലും ആരുമത് പ്രകടിപ്പിക്കുവാൻ ധൈര്യപ്പെട്ടില്ല.

ഭയങ്കരൻ പിള്ളയദ്ദേഹത്തിന് നേരിട്ട് പ്രഹരം ലഭിച്ച ഒരു സംഭവവും കുറച്ചുനാൾ മുമ്പുണ്ടായി; കൊല്ലങ്ങൾക്കു മുമ്പ്. പക്ഷേ, ഇതിന് ദൃക്സാ

ക്ഷികളായി ആരുമുണ്ടായിരുന്നില്ല. അർദ്ധശരീരനായ ശശിയുടെ മങ്ങിയ നിലാവുള്ള ഒരു രാവ്. ഭയങ്കരൻപിള്ള ഡ്യൂട്ടിയിൽ ഏകനായി റോന്തു ചുറ്റുന്ന നേരം. കൈയിലുള്ള വലിയ ചൂരൽ വടിയും ചുഴറ്റിയാണ് നടപ്പ്. പരുമല പള്ളിയിലേക്ക് തിരിയുന്ന കടവിലെ വഴിയിലൂടെ എതിരെ ഒരാൾ കടന്നു വന്നു.

അതികായനായ ഒരു യുവാവ്. ശുഭ്രവസ്ത്രധാരി.

"നിക്കടാ അവിടെ. എവിടെ പോവ്വാ?"

അയാൾ നിന്നു. ആ മുഖം ഗൗരവം പൂണ്ടതാണെന്ന് മങ്ങിയ വെളിച്ചത്തിൽ പിള്ള കണ്ടു. തന്നെ കണ്ടിട്ടും ബഹുമാനമോ ഭയമോ കാട്ടാതെ ധൈര്യവാനായി നില്ക്കുന്നവനെ കണ്ടപ്പോൾ അയാളിൽ കോപത്തിന്റെ തിരമാലകൾ അലയടിച്ചുയർന്നു.

"എന്താടാ കക്കാനിറങ്ങിയതാണോ. അതോ വല്ലോം കട്ടേച്ചു വരുവാണോ?"

"കക്കാനോ? അതിന്റെ ആവശ്യമെനിക്കില്ല. ആവശ്യത്തിലധികം എന്റെ വീട്ടിലുണ്ട്. ധാരാളം വേലക്കാരുമുണ്ട് വീട്ടിൽ."

കൂസലില്ലാതെയും ധിക്കാരപരമായും നടത്തിയ പ്രതിവാദം പൊലീസുകാരന്റെ കോപം ശതഗുണീഭവിക്കൽ കാരണമായി.

"ടാ... എന്നോടു തർക്കുത്തരം പറയുന്നോ...." ആഗതന്റെ കുപ്പായത്തിൽ പിടിച്ച് നിലത്തുവീഴ്ത്തുവാൻ ശ്രമിച്ചു. എന്നാൽ അഭ്യാസിയായ ആ യുവാവ് തന്റെ ബലിഷ്ഠമായ കരങ്ങളാൽ അയാളെ തള്ളി കൈതക്കാട്ടിലേക്ക് മറിച്ചിട്ടു.

കൈതോലകൾക്കിടയിൽനിന്ന് വേഗമെഴുന്നേറ്റു വരുവാൻ അയാൾക്ക് കഴിഞ്ഞില്ല. മുഖത്തും കൈകാലുകളിലും കൈതമുള്ളുകൾ തറച്ചുകയറി. വളരെപ്പണിപ്പെട്ടാണ് അയാൾ അതിൽനിന്നും രക്ഷപ്രാപിച്ച് എഴുന്നേറ്റത്. അപ്പോഴേക്കും ആ യുവാവ് നടന്നകന്നിരുന്നു.

അയാൾ വർക്കി വർഗ്ഗീസെന്ന നസ്രാണി യുവാവായിരുന്നുവെന്ന് *മലയാള മനോരമ*യിൽവന്ന ചിത്രത്തിൽ നിന്നുമാണ് ഭയങ്കരൻപിള്ള തിരിച്ചറിഞ്ഞത്.

വർക്കി വർഗ്ഗീസിന്റെ കൊലപാതകവുമായി ബന്ധപ്പെട്ട വാർത്തയോടു ചേർത്തായിരുന്നു ആ ചിത്രം അച്ചടിച്ചുവന്നത്.

വാർത്ത വായിച്ച് അയാളുടെ മനസ്സിലുണ്ടായിരുന്ന വൈരാഗ്യം അലിഞ്ഞില്ലാതായി. ഒരിക്കല്ലെങ്കിലും തന്റെ കണ്ണിലവൻ പെടുമെന്നും അന്നവന്റെ അന്ത്യമായിരിക്കുമെന്നും പ്രതിജ്ഞയെടുത്തിരുന്നു അയാൾ.

ഇരുപത്തി അഞ്ച്

മീനമാസത്തിലെ താപത്താൽ വിവശരായ മനുഷ്യരും മൃഗങ്ങളും പക്ഷികളും. വൻവൃക്ഷങ്ങൾപോലും ക്ഷീണിച്ച് തലകുനിച്ചു നിന്നു. പുൽച്ചെടികൾ ഉണങ്ങിക്കരിഞ്ഞു.

പുഴകളുടെയും സംഗീതം നിലച്ച മട്ടാണ്.

വരണ്ട് വിണ്ടുകീറിയ പാടങ്ങൾ. ഉണങ്ങി ദാഹിച്ച് കുളങ്ങൾ. വേഴാമ്പലിന്റെ ദീനരോദനം ഇടയ്ക്ക് ഉയരുന്നു.

വറ്റാത്ത ചില കിണറുകളുടെ ചുവട്ടിൽ വെള്ളത്തിനായി മൺകുടങ്ങളുമേന്തിയവരുടെ ബഹളങ്ങൾ. എല്ലാ കിണറുകളുടെ സമീപത്തും ആളുകളില്ല. എല്ലായിടത്തും എല്ലാവർക്കും പ്രവേശിക്കുവാനാവില്ലല്ലോ.

മത്തായി സാറിന്റെ ഭവനത്തിലെ കിണറ്റിൽ ജലമുണ്ട്. അവിടെ നിന്നും എല്ലാവരും വെള്ളം കോരും. ജാതിവ്യത്യാസമോ അയിത്തമോ അവിടെയില്ല. അതുപോലെ ഗീവർഗ്ഗീസിന്റെ ഭവനവും. ധാരാളമാളുകൾ അവിടെനിന്നും വെള്ളം സംഭരിക്കാറുണ്ട്. കൂടുതലും താഴേക്കിടയിലുള്ളവർ. വെള്ളമെടുക്കാൻ അമ്മമാരോടൊപ്പമെത്തിയ ബാലകരിൽ ചിലർ അടുത്തുള്ള മാവിൽ കയറി പച്ചമാങ്ങാ പറിക്കയും താഴെനില്ക്കുന്നവർക്ക് കൊടുക്കുകയും ചെയ്യുന്നു. മുതിർന്ന സ്ത്രീകൾ കുട്ടികളെ ഇതിൽനിന്നു പിന്തിരിപ്പിക്കുവാൻ ശകാരവർഷം നടത്തുന്നുണ്ട്.

എന്നാലവരുണ്ടോ ചെവിക്കൊള്ളുന്നു. പച്ചമാങ്ങയെങ്കിലും കഴിച്ചു വയറു നിറയ്ക്കാനായതിൽ അവർ ആശ്വാസംകൊള്ളുന്നു. ശകാരമോ അടിയോയൊന്നും വിശപ്പിനു മുമ്പിൽ എന്തുള്ളു.

വീട്ടുടമസ്ഥൻ തങ്ങളോടു കോപിക്കുകയോ ഇതുകാരണം വെള്ളം കോരുവാൻ സമ്മതിക്കാതിരിക്കുമോയെന്ന ഭയമാണവർക്ക്. എന്നാൽ ഇതൊന്നും കാണാൻ വീട്ടുകാർ അവിടെങ്ങുമില്ല. അവർ ഗൃഹാന്തത്തിൽ

ഗൗരവമായ ഒരു വിഷയത്തിനുള്ളിൽക്കിടന്ന് ചുറ്റിത്തിരിയുകയാണ്.

കാര്യം വല്ലാത്ത പ്രശ്നങ്ങൾ സൃഷ്ടിക്കുന്നയൊന്നാണ്. ഇതുവരെ ഈ നാട്ടിലെങ്ങും ഇങ്ങനെയൊന്ന് കേട്ടുകേഴ്‌വി പോലുമില്ല.

ഒരു നസ്രാണി പെൺകൊടിയും അന്യമതസ്ഥനായ ഒരുവനെയും പ്രണയിക്കുകയോ വിവാഹം ചെയ്കയോ ചെയ്തിട്ടുള്ളതായി അറിയില്ല.

മാധവന് കുഞ്ഞന്നയോടുള്ള പ്രണയം വീട്ടിൽ എല്ലാവരും അറിഞ്ഞിരിക്കുന്നു. അവർ തമ്മിൽ സംസാരിക്കുന്നത് യാദൃച്ഛികമായി ശ്രവിച്ച മറിയ ഈ കാര്യം ഗീവർഗ്ഗീസിനോടും മക്കളോടും അറിയിച്ചു. തൊമ്മനും മാത്തനും ഇതറിഞ്ഞ് കലികയറി കുഞ്ഞന്നയെ പ്രഹരിക്കുവാൻ ശ്രമിച്ചിരുന്നു. ഗീവർഗ്ഗീസിന്റെ ഇടപെടീലാണ് കുഞ്ഞന്നയെ സഹോദരന്മാരുടെ കൈക്കരുത്തിൽനിന്നും രക്ഷപ്പെടാൻ സഹായകമായത്. അയാളുടെ അനുനയിപ്പിക്കലിൽ മക്കളുടെ കോപതാപങ്ങൾക്ക് കുറച്ചയവുണ്ടായി.

“ഓരോരുത്തരെ നിർത്തേണ്ടിടത്ത് നിർത്തണം. അല്ലെങ്കിൽ ഇങ്ങനൊക്കെ നടക്കും.”

“ഇതുപോലൊക്കെയാവുമെന്നാരാണ്ട് കണ്ടോ? അവൻ മാന്യനാണെന്നാ കരുതീത്.”

“അവനതിന് മാന്യതവിട്ട് പെരുമാറിയിട്ടില്ലല്ലോ. കുട്ടികളായാൽ അന്യോന്യം ഇഷ്ടം തോന്നിയേക്കാം. എന്നുവെച്ച് അതിനപ്പുറമൊന്നും സംഭവിച്ചില്ലല്ലോ.”

“അങ്ങനെ പറഞ്ഞിട്ട് കാര്യമൊണ്ടോ. നമ്മുടെയേതേലും കുടുംബത്ത് ഇങ്ങനെ നടന്നതായി കേട്ടിട്ടൊണ്ടോ. പെൺകൊച്ചുങ്ങൾക്ക് കല്യാണപ്രായമാകുമ്പോ അപ്പനാണ് അവർക്ക് ചെറുക്കനെ കണ്ടെത്തി കല്യാണം നടത്തുന്നത്. അവരടഭിപ്രായംപോലും ചോദിക്കില്ല. നല്ല പിള്ളാരെയല്ലേ അപ്പൻ മക്കൾക്കായി കണ്ടുപിടിക്കു.”

“ഇത് വെളിയിലാരുമറിയാതെ നോക്കണം. ഇതങ്ങനെ പെരിപ്പിച്ച് കാണണ്ടാ.”

“എന്നാലും ആരേലുമറിഞ്ഞാ വല്യമാനക്കേടാ.” മറിയയ്ക്ക് വേവലാതി അതായിരുന്നു.

കാര്യം ഗൗരവമുള്ളതു തന്നെ. നസ്രാണി പ്രമുഖന്റെ മകൾ പുറജാതിയിൽപ്പെട്ട ഒരാളോട് പ്രണയമാണെന്ന് നാലാളറിഞ്ഞാൽ പിന്നെ നാട്ടിൽ തലയുയർത്തി നടക്കാനാവുമോ; അയാൾ എത്ര സവർണ്ണനായിരുന്നാലും.

ഇപ്പോൾ ബഹുമാനിക്കുന്നവർ കണ്ടും കാണാതെയും പരിഹസിക്കും. ഏതു കൊട്ടാരത്തിലുള്ളവനായാലും നസ്രാണിയല്ലാത്ത ഒരുവന് തങ്ങളുടെ മകളെ നല്കുവാൻ ആഢ്യത്വം സമ്മതിക്കില്ല.

മത്തായി സാറിന്റെ ആഗമനത്തോടെ എല്ലാവരും മൗനമായി. മദ്ധ്യവേനലവധിയായതിനാൽ അദ്ദേഹം ബന്ധുഭവന സന്ദർശനം കഴിഞ്ഞ് തിരികെവരുന്ന വഴിയായിരുന്നു. ഗീവർഗ്ഗീസ് സുഹൃത്തിനോട് ഒന്നും മറച്ചുവെച്ചില്ല. അദ്ദേഹത്തെപ്പോലെയൊരാളുടെ ഉപദേശവും അഭിപ്രാ

യവും ഈ കാര്യത്തിൽ അഭികാമ്യമെന്ന് ഗീവർഗ്ഗീസിനു തോന്നി. എന്നു മാത്രമല്ല അദ്ദേഹം ഈ സംഗതി ഗോപ്യമായി സൂക്ഷിക്കുകയും ചെയ്യുമെന്ന വിശ്വാസവുമുണ്ട്. മറിയ അടുക്കള വാതിലിനു പിന്നിലേക്ക് ഒതുങ്ങി.

ഇതുമായി ബന്ധപ്പെട്ട അനുമാനങ്ങളും സംഭവ്യങ്ങളും അവരുടെ സംഭാഷണങ്ങളിൽ നിറഞ്ഞുനിന്നു. മത്തായി സാറിന്റെ ആശ്വാസവചനങ്ങൾ അവരിൽ കുളിർകാറ്റായി വീശിയടിച്ചു.

മാധവനെ കാര്യങ്ങൾ പറഞ്ഞ് ഇതിൽനിന്നു പിന്തിരിപ്പിക്കുന്ന ചുമതല മത്തായി സാർ ഏറ്റെടുത്തു. കുഞ്ഞന്നയുടെ മനംമാറ്റത്തിനായി ജോസഫും മറിയയും അനുനയത്തിൽ ഇടപെടാനും മത്തായി സാർ ഉപദേശിച്ചു.

ഇരുപത്തി ആറ്

ദിനേശന്റെ പ്രഭാവത്തെ ഭാഗികമായി പിടിച്ചുകെട്ടിക്കൊണ്ട് കാർമേഘങ്ങൾ ക്രുദ്ധരായി നീങ്ങുന്നു.

ഇടവപ്പാതിയുടെ ഇടവേള കഴിഞ്ഞെത്തിയ സുരോത്തമനെയാണ് വീണ്ടും വർഷമേഘങ്ങൾ കെണിയിൽപ്പെടുത്താനുദ്യമിക്കുന്നത്.

മാരിക്രീഢാലാസ്യത്തിൽ ലയിച്ചിരിക്കുന്ന ധരണി.

ശകുന്തങ്ങളുടെ കുജനങ്ങളാൽ മുഖരിതമായ പ്രകൃതിയെ പുണരാനുള്ള ആസക്തിയിൽ കരിമേഘങ്ങളിൽനിന്നും കുതറിയെത്തിയ പകലോൻ തന്റെ താപശക്തി വർദ്ധിപ്പിക്കുന്നു. ഇതിനാൽ ക്ഷിതിയിലുള്ള ചരാചരങ്ങൾക്ക് ഉണർവ്വുണ്ടായി.

എന്നാൽ ഒന്നിനു പുറകേ ഒന്നായി യുദ്ധസന്നദ്ധരായ യോദ്ധാക്കളെ പോലെ കടന്നുവന്ന കാർമുകിലുകൾ വീണ്ടും പകലോനെ കറുപ്പുടയാടയണിയിക്കാനുദ്യമിച്ചു കൊണ്ടിരുന്നു.

ഉണ്ണൂലി മുത്തശ്ശിയുടെ കുടിലിനു ചുറ്റും ആളുകൾ കൂടിനിന്നിരുന്നു. ശോകവർണ്ണങ്ങൾ അവർ തങ്ങളുടെ ആനനങ്ങളിൽ അണിഞ്ഞിരുന്നു. കുടിലിനുള്ളിലെ ചാണകം മെഴുകിയ തറയിൽ അവരുടെ നിശ്ചലമായ ശരീരം വെള്ള പുതപ്പിച്ച് കിടത്തിയിരുന്നു. തലയ്ക്കൽ ചെറിയ നിലവിളക്ക് കത്തിനില്ക്കുന്നു; ജീവിച്ചിരുന്നപ്പോൾ തിളങ്ങിയ മുത്തശ്ശിയുടെ നയനങ്ങൾ പോലെ.

സമീപവാസികളായ സകലമാന ജനവും വന്നുപൊയ്ക്കൊണ്ടിരുന്നു. അവരാരും മുത്തശ്ശിയുടെ മക്കളല്ല. ബന്ധുക്കളുമല്ല. എന്നാൽ നിഷ്കളങ്കമായ പുഞ്ചിരിയിലും ശുഭ്രമാനസത്തിലും ജനിച്ചവരായിരുന്നു. സന്താനങ്ങളില്ലാത്ത ആ വൃദ്ധയുടെ പ്രിയപുത്രരായിരുന്നു ഏവരും.

സംസ്കാരത്തിനായി ശരീരം നാട്ടുകാർ ചേർന്നെടുത്തപ്പോൾ അതു

ദർശിക്കുവാനുള്ള ത്രാണിയില്ലാതെ സൂര്യൻ തന്റെ തല അടുത്തു കണ്ട മേഘക്കൂട്ടങ്ങളിൽ പൂഴ്ത്തി.

ഉണ്ണൂലി മുത്തശ്ശിയുടെ അകാലമൃത്യുവിന് കാരണഭൂതമായ ഒരു പരുക്ക് അവരുടെ നെഞ്ചിലുണ്ടായിരുന്നത് ആരുടേയും ശ്രദ്ധയിൽപ്പെട്ടില്ല. അത് ഒരു കുതിരവണ്ടിയുടെ പുറകിലായി ഘടിപ്പിച്ചിരുന്ന പിച്ചള ദണ്ഡിന്റെ മർദ്ദനത്തിൽനിന്നും ഉളവായതായിരുന്നു. അതിന്റെ ആഘാതത്തിൽ പിന്നിലേക്ക് മലച്ച അവർ പിന്നെ ചലിച്ചില്ല.

എന്നാൽ കുതിരവണ്ടിക്കാരൻ ഇത് കണ്ടില്ലെന്ന് നടിച്ച് വണ്ടി വേഗത്തിൽ ഓടിച്ചു പോകുകയാണുണ്ടായത്. കുതിരവണ്ടിയിലുണ്ടായിരുന്നത് ഒരു യുവാവും യുവതിയുമാണ്. അവൻ ആരുമറിയാതെ അവിടെയെത്തി മുൻ നിശ്ചയിച്ച പ്രകാരം അവളെ കൂട്ടിക്കൊണ്ടുപോകയാണുണ്ടായത്. എന്നാൽ ആളൊഴിഞ്ഞ ആ മൺപാതയിലൂടെ നടന്നുവരികയായിരുന്ന ഉണ്ണൂലി മുത്തശ്ശി ആ രംഗം കണ്ടു. തനിക്ക് പ്രിയപ്പെട്ട ഭവനത്തിലെ പെൺകുട്ടിയെ കുതിരവണ്ടിയിൽ കൈപിടിച്ചു കയറ്റുന്ന ആ യുവാവിനെയും കണ്ടു തിരിച്ചറിഞ്ഞു. കഥകളറിഞ്ഞിട്ടുള്ള അവർക്ക് അവിടെ നടക്കുന്നത് ഊഹിക്കുവാൻ സാധിച്ചു.

ഈ സാഹസം വിലക്കുവാനായി അവരാൽ കഴിയുന്ന വേഗത്തിൽ ഓടിയെത്തുന്നതു കണ്ട സാരഥി കുതിരവണ്ടി വേഗത്തിൽ തിരിച്ച് ഓടിച്ചു പോകുന്ന നേരത്താണ് വണ്ടിയുടെ പിൻഭാഗം മുത്തശ്ശിയെ വീഴ്ത്തുന്നത്. കുതിരവണ്ടിയുടെയും അതിലുണ്ടായിരുന്ന മണിയുടെയും ശബ്ദത്താൽ വണ്ടിക്കു പുറത്തുള്ള ആർത്തനാദം വണ്ടിക്കുള്ളിൽ ഇരുന്നവർ ശ്രവിച്ചില്ല. അവർ മാധവനും കുഞ്ഞന്നയുമല്ലാതെ മറ്റാരുമായിരുന്നില്ല.

പരിഭ്രമവും അങ്കലാപ്പും നിഴലിച്ച മാധവന്റെ മുഖത്തുനോക്കി കുഞ്ഞന്ന പുഞ്ചിരി പൊഴിച്ചു. അവളുടെ മുഖത്ത് യാതൊരു ഭയമോ പ്രയാസമോ കാണാത്തതിൽ മാധവന് ആശ്ചര്യമുണ്ടായി. ധൈര്യവാനായ തനിക്ക് ദയവിഹ്വലതമൂലം ഇരിപ്പുറയ്ക്കുന്നില്ല. വസ്ത്രങ്ങളടങ്ങിയ തുണിസഞ്ചി ഒരു കൈയിലൊതുക്കി പിടിച്ച് മറുകൈയാൽ മാധവന്റെ കൈയിൽ മുറുകെപ്പിടിച്ച് അവളിരുന്നു.

കൊട്ടാരത്തിലേക്ക് ഇവളേയുംകൊണ്ട് തനിക്ക് പ്രവേശിക്കാനാവില്ല.

നസ്രാണിപ്പെണ്ണിനെയുംകൂട്ടി കൊട്ടാരമുറ്റത്ത് കാലുകുത്തിയാലുണ്ടാകാവുന്ന ഭവിഷ്യത്തുകളെക്കുറിച്ച് മാധവൻ ബോധവാനാണ്. അതിനാൽ കുഞ്ഞന്നയെയുംകൊണ്ട് മദിരാശിയിലേക്ക് പോകാനാണയാൾ തീരുമാനിച്ചുറച്ചത്. അതിനവൻ നേരത്തേതന്നെ കോപ്പു കൂട്ടിയിരുന്നു. അവിടുള്ള ഒരകന്ന ബന്ധുവിനെയയാൾ എഴുത്തു മുഖാന്തരം ബന്ധപ്പെട്ടിരുന്നു. മദിരാശിയിലെത്തിയാൽ തങ്ങൾ രക്ഷപ്പെടും. വിദ്യാസമ്പന്നനായ തനിക്ക് ആ പട്ടണത്തിൽ ഒരു ഉദ്യോഗം തരപ്പെടുത്തുവാൻ പ്രയാസമുണ്ടാകില്ല. അതുവരെ കഴിയാനുള്ള കാശ് കൈവശവുമുണ്ട്.

ജോസഫിന്റെ മുഖമോർത്തപ്പോൾ അയാൾക്ക് മനസ്സിൽ വല്ലാത്ത കുറ്റബോധം തോന്നി. ജോസഫിനോടു പറഞ്ഞിട്ടു കാര്യമില്ലെന്നവന

റിയാം. അവരൊന്നും തങ്ങളുടെ വിവാഹത്തിനു സമ്മതിക്കില്ല. യാഥാസ്ഥിതിക നസ്രാണി കുടുംബത്തിൽപ്പെട്ടവർക്ക് ഇത് ചിന്തിക്കാനേ കഴിയില്ല. അവർക്കു മാത്രമല്ല; നാട്ടുമ്പുറത്ത് ഇത്തരം സംഗതികളൊന്നും കിംവദന്തിയായി പോലും കേട്ടിട്ടുള്ളതല്ല.

'ഇഷ്ടപ്പെടുന്നത് തെറ്റായ കാര്യമല്ലല്ലോ.' അയാൾ സ്വയം ആശ്വസിക്കുവാൻ ശ്രമിച്ചു. അയാൾ കുഞ്ഞന്നയെ നോക്കി. അവൾ വീണ്ടും ഹൃദ്യമായി മന്ദസ്മിതം പൊഴിച്ചു. അതോടെ അയാളുടെ മനസ്സിന് ഒരയവു ലഭിച്ചു.

മാർത്താണ്ഡത്തെത്തിയാൽ തീവണ്ടി കയറി മദിരാശിയിലെത്താമെന്നാണ് ഉദ്ദേശിച്ചിരിക്കുന്നത്. കുതിരവണ്ടിയിൽ അവിടെ വരെയുള്ള യാത്ര അതീവ ശ്രമകരമായിരുന്നു. ദുർഘടങ്ങളായ പാതയിലൂടെ സമർത്ഥനായ വണ്ടിക്കാരന്റെ കഴിവുകൊണ്ട് അപകടം കൂടാതെയെത്താനായി.

കുഞ്ഞന്ന തന്റെ പിതാവിന്റെ ധനശേഖരത്തിൽനിന്നും സ്വർണ്ണനാണയങ്ങളുള്ള ഒരു മടശ്ശീലയെടുത്ത് തന്റെ സഞ്ചിക്കുള്ളിൽ സൂക്ഷിച്ചിരുന്നു. പണ്ട് പ്രചാരത്തിലിരുന്ന, അച്ചെന്നും അടവി രാശിപണമെന്നും അറിയപ്പെട്ടിരുന്ന പതിനാറു വരാഹൻ മേനിമൂല്യമുണ്ടായിരുന്ന തങ്കപൂവരാഹന്റെ ഒരു കിഴിക്കെട്ടാണത്. എന്തെങ്കിലും അത്യാവശ്യം വരുമ്പോൾ ഉതകുമെന്ന ധാരണയിൽ കരുതിയ ഇതിനെക്കുറിച്ച് മാധവൻ അജ്ഞനായിരുന്നു.

ഇരുപത്തി ഏഴ്

മദിരാശിയിലെ ഹിമകണങ്ങളാൽ നനഞ്ഞ ഉഷസ്സ്.

തെരുവോരത്തെ വീടുകളിൽ തമിഴ് വനിതകൾ അങ്കണം അടിച്ചു വൃത്തിയാക്കുകയും വെള്ളം തളിക്കുകയും ചെയ്യുന്നു. അതിനിടയിലും അവർ കലപില കൂടുന്നു. മഞ്ഞുകൊണ്ടുള്ള ആവരണം അവരെ മൂടിയിരുന്നെങ്കിലും അവരതു ലവലേശം വകവയ്ക്കുന്നില്ല. നാലഞ്ചുപേർ വീടിന്റെ വാതില്ക്കൽ കുനിഞ്ഞിരുന്ന് കൈയിലുള്ള പാത്രത്തിൽനിന്നും കോലമാവ് എന്ന വെളുത്ത പൊടിയാൽ തറയിൽ മനോഹരങ്ങളായ കളങ്ങൾ തീർക്കുന്നു.

കോലമിടുകയെന്നാണവർ അതിനു പറയുക. അതിരാവിലെ വീടും പരിസരവും വൃത്തിയാക്കി വെള്ളം തളിച്ച് കോലമിട്ടാൽ അതിർഷ്ട ലക്ഷ്മി കടന്നുവരുമെന്നാണവരുടെ വിശ്വാസം. വൃത്തിയിലും വെടിപ്പിലും കണിശക്കാരാണെങ്കിലും വീഥികളിലും തെരുക്കോണുകളിലും പ്രായഭേദമെന്യേ വിസർജ്ജനം നടത്തുന്നതിൽ അവർക്ക് യാതൊരു മടിയുമില്ല.

മദിരാശിയിലെ എഗ്മോർ റെയിൽ നിലയത്തിൽ എത്തിച്ചേർന്ന കമിതാക്കൾ ഒരു കുതിരവണ്ടിയിൽ തന്റെ സുഹൃത്തിന്റെ വാസസ്ഥലം തേടി അവിടെയാഗതരായി. വാഹനത്തിൽ നിന്നിറങ്ങി കൂലിയും നല്കി തങ്ങളുടെ സഞ്ചികളുമെടുത്ത് അവർ കോലമിടുന്ന അംഗനമാരുടെ സമീപേയെത്തി. മാധവൻ തന്റെ കാൽ ശരായിയുടെ കീശയിൽനിന്നും സ്നേഹിതന്റെ വിലാസം കുറിച്ച കടലാസെടുത്ത് അതിലൊരുവളോടു ചോദിച്ചു.

“ഈ പട്ടാഭിരാമൻ തെരുവ് എവിടെയാണ്?”

അവർ അതുകേട്ട മട്ടില്ല. മാധവൻ ശബ്ദമുയർത്തി ഒരിക്കൽക്കൂടി ചോദിച്ചു. അതു കേട്ടിട്ടെന്നപോലെ ആ സ്ത്രീ നിവർന്നു.

“എന്നാ? എന്ന കേട്ടീങ്കേ?”

മാധവൻ ചോദ്യം ആവർത്തിച്ചു.

"അത് ഇന്തതെരു താൻ. ഉങ്കളുക്ക് യാരേ പാക്കണം?"

അവർ പറഞ്ഞത് മുഴുവൻ മനസ്സിലായില്ലെങ്കിലും അയാൾ തന്റെ ചങ്ങാതിയുടെ പേരു പറഞ്ഞു.

"വിശ്വാസ മേനോൻ."

അവർ അല്പനേരം ആലോചിച്ചുനിന്നിട്ട് തന്റെ വേലയിൽ ഭംഗം വരുത്തിയതിന്റെ നൈരാശ്യത്തോടെ ശബ്ദം പുറപ്പെടുവിച്ചു.

"അപ്പടിയാരുമിങ്കേ ഇരുക്ക്റതാ തെരിയില്ല. അന്ത മൂന്നാമത് വൂട്ടില് മലയാളത്താളു താൻ തങ്ങിയിറുക്കേ. അന്താളുക്കിട്ടേ കേട്ടുപാർ?" ഇത്രയും പറഞ്ഞിട്ട് അവർ വീണ്ടും കുനിഞ്ഞ് തന്റെ വേലയിൽ മുഴുകി. അവർ പറഞ്ഞതിൽനിന്നും അർത്ഥം ഗ്രഹിച്ചെടുത്ത് മൂന്നാമത്തെ വീട്ടിലേക്കു പോകുവാൻ അയാൾ തീരുമാനിച്ചു. എന്തായാലും ഇവിടെയൊരു മലയാളിയുണ്ടല്ലോ. അത്രയ്ക്കാശ്വാസം.

തന്റെ സാധനങ്ങളുമെടുത്ത് മാധവൻ നടന്നു. ഒപ്പം കുഞ്ഞന്നയും. ഓടുമേഞ്ഞ വീടിനു മുന്നിൽ അവരെത്തി. വീട് അടഞ്ഞുകിടന്നിരുന്നു. 'വീട്ടുകാരെ ഉണർത്തണമോ' അയാൾക്ക് സങ്കോചം തോന്നി. അല്പനേരം വരാന്തയിലിരുന്നാലോ. വീട്ടുകാർ ഉണരട്ടെ. അതാണു നല്ലത്. രണ്ടു പേരും വരാന്തയിലെ ഇരിപ്പിടത്തിൽ ചാഞ്ഞിരുന്നുറങ്ങിപ്പോയി. എത്ര നേരമങ്ങനെയിരുന്നുറങ്ങിയെന്നു നിശ്ചയമില്ല. ആരോ തോളിൽ തട്ടി വിളിച്ചപ്പോൾ മാധവൻ ഞെട്ടിയുണർന്നു. അയാളെ ചാരിയിരുന്നുറങ്ങിയ കുഞ്ഞന്നയും.

"യാര്?... എന്ന ഇങ്കേ ഉക്കാണ്ടിറുക്കേൻ?"

"എനിക്ക്.... വിശ്വനാഥ മേനോന്റെ വീട്ടിൽ പോവ്വാനാ. എവിടാ?"

"ഓഹോ.. മലയാളിയാണല്ലേ. വിശ്വനാഥ മേനോന്റെ വീട് ഈ തെരുവിന്റെ അവസാനമാണ്."

അയാൾ പറഞ്ഞ ലക്ഷണം നോക്കി നടന്ന് വീട് കണ്ടുപിടിച്ചു. അയാൾ മുറ്റത്ത് തന്നെ നില്പുണ്ടായിരുന്നു. അവരെ കണ്ടതും അയാളോടിയെത്തി വീടിനുള്ളിലേക്കാനയിച്ചു.

രണ്ടു വലിയ മുറികളും ഒരു ചെറിയ മുറിയുമുള്ള ഒരു വീടായിരുന്നു അത്. അതിലൊരു മുറി അവർക്കായി അയാൾ ഒരുക്കിയിരുന്നു. പ്രഭാതകൃത്യങ്ങൾ കഴിഞ്ഞ് അവരെയെത്തിയപ്പോഴേക്കും പ്രാതൽ അയാൾ തയ്യാറാക്കിയിരുന്നു.

വിശ്വനാഥ മേനോൻ അവിവാഹിതനാണ്. മുപ്പതിനുമേൽ പ്രായം. ഗവൺമെന്റ് കോളേജിൽ അദ്ധ്യാപകൻ. തിരുവനന്തപുരം ജന്മനാട്. മാധവന്റെ ഒരമ്മാവന്റെ സംബന്ധ വഴിയുള്ള ബന്ധം. പണ്ടേ അവർ സുഹൃത്തുക്കൾ.

ഒമ്പതു മണിയോടെ മേനോൻ ഒരുങ്ങിയിറങ്ങി. തെരുവുകൾ ഉണർന്ന് തിരയിൽ ഊളിയിട്ടു കഴിഞ്ഞിരുന്നു. രാവിലെ ദൃശ്യമായിരുന്ന ശാന്തത എങ്ങോ പോയ്മറഞ്ഞു. ആളുകളുടെ സംസാരവും ധൃതിയി

ലുള്ള സഞ്ചാരവും കോലാഹലങ്ങളുംകൊണ്ട് അവിടെമാകെ മുഖരിതമായി.

അതിനിടയ്ക്ക് ഒരുപറ്റം ആളുകൾ ഉറക്കെ എന്തൊക്കെയോ വിളിച്ചു പറഞ്ഞുകൊണ്ട് അതുവഴി കടന്നുപോയി. മുമ്പിൽ നടക്കുന്ന ഒരാൾ ഉച്ചത്തിൽ ഒരു വാക്യം വിളിച്ചുപറയും. തുടർന്ന് ബാക്കിയുള്ളവർ അതേറ്റു പറയും. ബ്രിട്ടീഷ് സർക്കാരിനെതിരെയുള്ള പ്രതിഷേധമാണീ കൂട്ടായ്മയെന്ന് മാധവന് മനസ്സിലായി. കുഞ്ഞന്ന ഈ കാഴ്ച കൗതുകത്തോടെ നോക്കിനിന്നു. എന്നാൽ മാധവന്റെ ഉള്ളത്തിൽ ഉൽക്കണ്ഠ ഉടലെടുത്തു. തങ്ങളുടെ നാട്ടിലേതുപോലെ സമാധാനപരമായി ഇവിടെ ജീവിതം നയിക്കാനാവുമെന്നത് സംശയമാണ്.

ഭാരതത്തിൽ ഏതാണ്ടെല്ലാ നാട്ടുരാജ്യങ്ങളും ബ്രിട്ടൻ കൈവശമാക്കി കഴിഞ്ഞു. അതിനെതിരെ അരനൂറ്റാണ്ടിലേറെയായി സമരവും ലഹളകളും നടന്നുവരികയാണ്; സ്വാതന്ത്ര്യത്തിനായി. തിരുവിതാംകൂറിൽ ഇത്തരം സമരങ്ങളെപ്പറ്റി ആർക്കുമറിയില്ല. അവിടെ ശാന്തമായ അന്തരീക്ഷം സൃഷ്ടിക്കുവാൻ ഭരിക്കുന്നവർ ശ്രദ്ധിക്കുന്നുമുണ്ട്. അവിടുത്തെ സ്ഥിതിയല്ല മറ്റു പലയിടത്തും. കേരള നാടിന്റെ വടക്കു പ്രദേശങ്ങളിൽ, കോഴിക്കോട്ടും മറ്റും സമരം ആരംഭിച്ചു കഴിഞ്ഞു. മറ്റു പല പ്രവിശ്യകളിലും യുവകേസരികൾ ആയുധമെടുത്തുള്ള സമരമുറകളും ആരംഭിച്ചു കഴിഞ്ഞു. ധാരാളം ബ്രിട്ടീഷ് പട്ടാളക്കാരും ആക്രമണത്തിനിരയാവുകയും മരിക്കുകയും ചെയ്യുന്നു. അപ്പോൾ പട്ടാളം പ്രതികാര നടപടികളുമായി രംഗത്തിറങ്ങും. നിരപരാധികൾപോലും ഇരകളാകും. വളരെയധികമാളുകൾ ഇപ്പോൾ ജയിലിനുള്ളിലാണ്. സ്വാതന്ത്ര്യത്തിനായുള്ള മുറവിളി ഭാരതമൊന്നാകെ ഉയർത്തുന്നു.

ഈ സമയത്താണ് യൂറോപ്യൻ രാജ്യങ്ങളായ ജർമ്മനിയും ബെൽജിയവും തമ്മിൽ യുദ്ധമാരംഭിക്കുന്നത്. അവർ തമ്മിലുണ്ടായിരുന്ന ശത്രുത പുകഞ്ഞ് തീനാളമായി. വളരെക്കാലമായി അതു പുകഞ്ഞുകൊണ്ടിരിക്കയായിരുന്നു. ഇപ്പോഴത് ആളിപ്പടർന്ന് വലിയ തീഗോളമായി മാറി. മറ്റു പല രാജ്യങ്ങളും ഈ രണ്ടു രാജ്യങ്ങളുടെയും പിന്നിലായി അണിനിരന്നു. ലോകരാഷ്ട്രങ്ങളിൽ ഒട്ടുമിക്കവയും ഈ കളിക്കളത്തിലേക്ക് വലിച്ചിഴയ്ക്കപ്പെട്ടു. മത്സരം കാണാനെത്തിയ കാണികൾ ആവേശത്താൽ ഗോദയിലിറങ്ങി മത്സരിക്കുന്നതുപോലെ പല രാജ്യങ്ങളും ഉത്സാഹം പൂണ്ട് യുദ്ധത്തിൽ അണിചേർന്നു. വിജയം ആരുടെ ഭാഗത്താകുമെന്ന് നിരീക്ഷണം നടത്തി അവസരോചിതമായി യുദ്ധമുഖത്തേക്ക് കുതിച്ചെത്തുന്ന വിരുതുള്ള രാജ്യങ്ങളുമുണ്ടായിരുന്നു. ബ്രിട്ടൻ ആ കൂട്ടത്തിലുള്ളതായിരുന്നു. മുപ്പതിലധികം രാജ്യങ്ങൾ ഇരുചേരിയിലുമായിനിന്ന് പോരിലേർപ്പെട്ടു. ഇത്രയും വിശാലമായ യുദ്ധം ഈ ഭൂമുഖത്ത് നടാടെയായിരുന്നു. ഈ ആഗോള യുദ്ധത്തെ മഹായുദ്ധമായി വർത്തമാന പത്രങ്ങളും ബുദ്ധിജീവികളും പേർ ചൊല്ലി.

യുദ്ധഭൂമികയിൽനിന്നും വളരെയകലെ സ്ഥിതിചെയ്യുന്ന ഭാരത

ത്തിലെ ജനങ്ങൾക്ക് ഇതിൽ താല്പര്യമില്ലായിരുന്നു. ബ്രിട്ടനും യുദ്ധത്തിൽ പങ്കാളിയായതിനാൽ ഇന്ത്യയും ഇതിൽ പങ്കുചേരുമെന്ന വിചിത്രമായ വാദഗതി സർക്കാരുയർത്തി. ദേശീയ നേതാക്കൾ ഈ വാദത്തെ ശക്തിയുക്തം എതിർക്കയുണ്ടായി. സ്വാതന്ത്ര്യകാംക്ഷികളായ ചെറുരാജ്യങ്ങൾക്കായാണ്, അവരുടെ മോചനത്തിനായാണ് തങ്ങൾ പടച്ചട്ടയണിയുന്നതെന്ന് ബ്രിട്ടൻ പ്രഖ്യാപിച്ചു. ഈ പ്രഖ്യാപനം വഴി യുദ്ധാനന്തരം ഭാരതത്തിന് സ്വാതന്ത്ര്യലബ്ധി ലഭിക്കുമെന്ന പ്രതീക്ഷ പലരിലുമുണ്ടായി.

മഹായുദ്ധത്തിൽ സഹായിച്ചാൽ യുദ്ധസമാപനത്തിൽ മോചനം നല്കാമെന്ന പ്രതീക്ഷ നല്കി ഭാരതീയരെ ഇതിൽ പങ്കെടുപ്പിക്കാനുള്ള അവരുടെ കുശാഗ്രബുദ്ധി ഫലിച്ചു. യുദ്ധത്തിൽ പങ്കെടുത്ത ആ ഭാരതീയരിൽ ഭൂരിഭാഗവും മടങ്ങിയെത്തിയില്ല. പ്ലാവില കാട്ടി ആടിനെ മുന്നോട്ടു നടത്തുന്നതുപോലെ സ്വാതന്ത്ര്യമെന്ന വാഗ്ദാനം നല്കി കൂടുതലാളുകളെ രണഭൂവിലേക്കവർ ആനയിച്ചു.

കോൺഗ്രസിലെ തീവ്രവാദിയായിരുന്ന ബാലഗംഗാധര തിലകൻ ഹോംറൂൾ പ്രസ്ഥാനമെന്ന നവമുന്നേറ്റവുമായി മുന്നോട്ടുവന്നു. ബ്രിട്ടൻ സ്വാതന്ത്ര്യമനുവദിക്കുമെന്ന പ്രതീക്ഷയിൽ തിലകൻ യുദ്ധസേവനത്തിന് ഇന്ത്യക്കാരെ പ്രോത്സാഹിപ്പിച്ചു. മദിരാശിയിൽ ഈ പ്രസ്ഥാനത്തിന് തുടക്കംകുറിച്ചത് ആനിബസന്റ് എന്ന ഇംഗ്ലീഷ് വനിതയാണ്. പണ്ഡിതയും ഉജ്ജ്വല വാഗ്മിയുമായ ഇവർ ഭാരതത്തെ മാതൃരാജ്യമായി കണ്ട് പ്രവർത്തിച്ചു. രാജ്യത്തിന്റെ ഒരറ്റം മുതൽ മറ്റേയറ്റംവരെ ആദ്ധ്യാത്മിക പ്രഭാഷണം നടത്തി യാത്ര ചെയ്തു. അവർക്ക് ഭാരതത്തോടും ആദ്ധ്യാത്മിക കാര്യങ്ങളോടും പ്രതിപത്തിയുണ്ടാവാൻ കാരണക്കാരൻ സ്വാമി വിവേകാനന്ദനായിരുന്നു. ചിക്കാഗോയിൽവെച്ച് അവർ പരിചയപ്പെട്ടിരുന്നു. ഹിന്ദുമതത്തെക്കുറിച്ചുള്ള അദ്ദേഹത്തിന്റെ പ്രഭാഷണത്തിൽ അവർ ആകൃഷ്ടയായി. ഹിന്ദുമതത്തെക്കുറിച്ച് കൂടുതൽ പഠിക്കുവാനുള്ള താല്പര്യപ്രകാരമാണവർ ഭാരതത്തിലെത്തുന്നത്. ഇരുപത്തിനാലു കൊല്ലങ്ങൾക്കുമുമ്പ് അവർ പൗരത്വം സ്വീകരിച്ചു. മദിരാശിയിൽ പ്രവർത്തിച്ചിരുന്ന തിയോസഫിക്കൽ സൊസൈറ്റിയുമായും അവർ ബന്ധപ്പെട്ടു പ്രവർത്തിച്ചു. കുറെ കൊല്ലങ്ങൾക്കുമുമ്പ് ഇതിന്റെ അദ്ധ്യക്ഷപദവിയും അലങ്കരിച്ചു. സ്വാതന്ത്ര്യസമര മുഖങ്ങളിൽ അവർ തനതായ പ്രവർത്തനം കാഴ്ചവെച്ചു. കോൺഗ്രസിലെ മിതവാദികളെയും തീവ്രവാദികളെയും ഒരുമിച്ചണിനിരത്തി സംഘടന ശക്തിപ്പെടുത്താനവർ ശ്രമിച്ചു. ഇത്തരുണത്തിലാണവർ തിലകനുമായി ബന്ധപ്പെട്ട ഹോംറൂൾ പ്രസ്ഥാനമാരംഭിക്കുന്നത്. ഇതിലൂടെ ജനങ്ങളിൽ കൂടുതൽ സ്വാധീനമുണ്ടാക്കാൻ അവർ അക്ഷീണം പ്രയത്നിച്ചു. കൂടുതലാളുകൾ സ്വാതന്ത്ര്യ സമരത്തിലേക്ക് കടന്നുവന്നു; വളരെയധികം സ്ത്രീകളും.

ഭാരതത്തിന്റെ സ്വയംഭരണത്തിനുവേണ്ടിയും യുദ്ധത്തിനെതിരായും അവർ നാടുനീളെ പ്രസംഗിച്ചു നടന്നു. ഇതിനകം തമിഴ്ഭാഷ സ്വായത്തമാക്കിയത് അവർക്ക് വളരെ പ്രയോജനം ചെയ്തു. യുദ്ധത്തിനെതിരെ

പ്രചാരവേല നടത്തിയതിനാൽ അവരെ അറസ്റ്റ് ചെയ്ത് ജയിലിലടച്ചു. കോൺഗ്രസ് പ്രതിഷേധിക്കുകയും അവരെ വിട്ടയയ്ക്കാൻ എങ്ങും പ്രക്ഷോഭം നടത്തുകയും ചെയ്തു. നാടെങ്ങും സ്ത്രീകളും കുട്ടികളുമുൾപ്പെടെ ജനങ്ങൾ ഈ പ്രക്ഷോഭത്തിൽ പങ്കെടുത്തു. അതിന്റെ ഭാഗമായ ഒരു സമരജാഥയാണ് രാവിലെ ഇതുവഴി കടന്നുപോയത്.

വിശ്വനാഥ മേനോൻ അതു വിശദീകരിച്ചപ്പോഴാണ് മാധവനതു ബോദ്ധ്യമായത്. മേനോൻ തന്റെ ജോലിയോടൊപ്പം സംഘടനാ പ്രവർത്തനവും നടത്തുന്നതായി അറിയിച്ചു. ഹോംറൂൾ പ്രസ്ഥാനത്തിന്റെ നേതൃനിരയിൽ അയാൾ പ്രവർത്തിച്ചുവരുന്നു. സ്വാതന്ത്ര്യസമരത്തിൽ പങ്കെടുക്കുകയും പലരേയും പങ്കെടുക്കാൻ പ്രേരിപ്പിക്കുകയും അവർക്കാവശ്യമായ സഹായങ്ങൾ ചെയ്തുകൊടുക്കുകയും ചെയ്യുന്നതോടൊപ്പം പൊലീസോ മറ്റുദ്യോഗസ്ഥരോ ഇതറിയാതിരിക്കാൻ ശ്രദ്ധിക്കുന്നുമുണ്ട്. എല്ലാവരും ജയിലിലായാൽ പ്രസ്ഥാനം തന്നെയില്ലാതാകുമെന്നതിനാലാണത്.

ഇരുപത്തി എട്ട്

മദിരാശിയിലെ ഇരവും പകലും അതിശീഘ്രം കൊഴിഞ്ഞു വീണു കൊണ്ടിരുന്നു. ഇണകൾക്ക് ഈ കാലഘട്ടം സന്തോഷത്തിന്റെയും കൗതു കത്തിന്റെയും പുതുമയുടെയും നാളുകളായിരുന്നു.

വിശ്വനാഥ മേനോനെന്ന സുഹൃത് ബന്ധുവിന്റെ പിൻബലം വളരെ സഹായകമായി. ആദ്യദിനങ്ങളിൽ ചോറ്റുകടയിൽനിന്നും ഭക്ഷണം വാങ്ങി ആഹരിച്ചെങ്കിലും കുഞ്ഞന്ന വീട്ടിൽ ഭക്ഷണം പാകം ചെയ്തു തുടങ്ങി. കുഞ്ഞന്നയിലെ പക്വമതിയായ സ്ത്രീ ഉണർന്നു പ്രവർത്തിച്ചു. നസ്രാണിയടുക്കളയിലെ രുചിഭേദങ്ങൾ അവർക്കുനന്നേ ബോധിച്ചു. മേനോനെ സംബന്ധിച്ചിടത്തോളം ഇതു പുതിയ സ്വാദിമയായിരുന്നു.

ഉദ്യോഗത്തിനു മുമ്പായി ഭാഷാ പഠനത്തിനുള്ള ഒരുക്കംപോലെ മാധ വനെ മേനോൻ തന്റെ പ്രവർത്തനങ്ങളിൽ പങ്കാളിയാക്കി കൂടെക്കൂട്ടി. സ്വാതന്ത്ര്യ സമരത്തിന്റെ വിവിധ മുഖങ്ങൾ മാധവൻ ദർശിച്ചു. രഹസ്യ മായി പ്രവർത്തിച്ചിരുന്ന ചില സംഘടനകളിൽ സന്ധ്യക്കുശേഷം അവർ ഭാഗഭാക്കായി. അതിലൊന്ന് ന്യൂഭാരത് മാതാ അസോസിയേഷൻ. ഇതി നെക്കുറിച്ച് മേനോൻ വിശദമായി മാധവന് പറഞ്ഞുകൊടുത്തിരുന്നു. അതീവരഹസ്യമായി പ്രവർത്തിക്കുന്ന ഒരു പ്രസ്ഥാനമാണിത്. ഭാരതയു വതയുടെ പട്ടാളമെന്നിതിനെ വിശേഷിപ്പിക്കാം. ഇതിന്റെ പ്രവർത്തക രെല്ലാം യുവകേസരികൾ. മാതൃരാജ്യത്തിനായി സ്വജീവൻ കൂടി അർപ്പി ക്കുവാൻ മടിയില്ലാത്ത ധീരദേശാഭിമാനികൾ. രക്തം ചൊരിയാതെ സ്വാതന്ത്ര്യം നേടാനാവില്ലെന്നു വിശ്വസിക്കുന്ന ചാവേർപ്പോരാളികൾ. ദ്രോഹികളായ ബ്രിട്ടീഷ് ഉദ്യോഗസ്ഥരെ തെരഞ്ഞ് പിടിച്ച് ഉന്മൂലനാശം വരുത്താൻ അരയും തലയും മുറുക്കി പുറപ്പെട്ടവർ.

കുറച്ചുകൊല്ലങ്ങൾക്കുമുമ്പ് വാഞ്ചി അയ്യരുടെ നേതൃത്വത്തിൽ മികച്ച

പ്രവർത്തനം നടത്തിവരികയായിരുന്നു. അന്ന് തിരുനെൽവേലി കളക്ടറായിരുന്ന റോബർട്ട് ആഷേയെ വെടിവെച്ചു കൊന്നതോടെ ഇതിൽ പ്രവർത്തിച്ച എല്ലാവരേയും പൊലീസ് തെരഞ്ഞ് പിടിച്ച് ജയിലിലിലടച്ചു. കൊടൈക്കനാലിലേക്ക് ഉല്ലാസയാത്ര ചെയ്ത റോബർട്ടിനെയും കുടുംബത്തെയും രഹസ്യമായി അനുഗമിച്ച വാഞ്ചി അയ്യർ, മണിയാച്ചി ജങ്ഷനിൽവെച്ച് തന്ത്രപൂർവ്വം വെടിവെച്ചു കൊല്ലുകയായിരുന്നു. റോബർട്ടിന്റെ ഭാര്യക്കും വെടിയേറ്റിരുന്നു. അവരുടെ നിലവിളി കേട്ടോടിവന്ന പൊലീസുകാരിൽനിന്നും രക്ഷപ്പെട്ടോടിയ വാഞ്ചിയെ പിന്തുടർന്നു പിടിക്കുമെന്ന സ്ഥിതിവന്നപ്പോൾ അയാൾ റെയിൽവേ നിലയത്തിലെ ശൗചാലയത്തിൽ കയറി വാതിലടച്ചു. എന്നാൽ വാതിൽപ്പൊളിച്ച് അയാളെ പിടികൂടാൻ ശ്രമിക്കുമ്പോൾ ആ ധീര സേനാനി സ്വയം നിറയൊഴിച്ച് മരണത്തെ പുല്കി. നിണമണിഞ്ഞു കിടന്ന ജഡത്തിന്റെ കീശയിൽനിന്നും കണ്ടെടുത്ത ചെറിയ ഡയറിയിലെ കുറിപ്പുകൾവെച്ച് ആ സംഘടനയിലെ മറ്റു കൂട്ടാളികളുടെ വിവരങ്ങൾ പൊലീസിനു ലഭിച്ചു. അതിൻപ്രകാരം മദിരാശി, ചെങ്കോട്ട, തിരുവനന്തപുരം, പുനലൂർ എന്നീ സ്ഥലങ്ങളിൽനിന്നും ഒമ്പതുപേരെ പിടികൂടി. ഇതിൽ പ്രവർത്തിക്കുന്നവർ ബ്രിട്ടീഷുകാരെ വകവരുത്താൻ പ്രതിജ്ഞയെഴുതിയൊപ്പുവയ്ക്കുന്നത് സ്വന്തരക്തത്തിൽ തൂലിക മുക്കിയായിരുന്നു.

കുറ്റവാളികളായി അന്നു പിടിക്കപ്പെട്ടവർക്കുവേണ്ടി വാദിക്കാൻ കോടതിയിലെത്തി വക്കാലത്തുമായി ഹാജരായത് ആന്ധ്രാകേസരി ടി പ്രകാശമാണ്. പ്രതികളാക്കപ്പെട്ടവരിൽ രണ്ടുപേർ മാപ്പുസാക്ഷികളായി. ബാക്കിയുള്ളവർ വിവിധ കാലങ്ങളിൽ ശിക്ഷിക്കപ്പെട്ടു. അതിൽ ചിലരെ നാടുകടത്തുകയും ചെയ്തു. അങ്ങനെ ആ പ്രസ്ഥാനം കുറെ കൊല്ലങ്ങൾ അന്യം നിന്നുപോയി. ഇപ്പോഴിതിന്റെ പ്രവർത്തനങ്ങൾ കാര്യക്ഷമമായി നടക്കുന്നു.

തണുപ്പൻ പ്രയോഗങ്ങൾകൊണ്ടും പഴഞ്ചൻ സമരമുറകൊണ്ടും സ്വാതന്ത്ര്യം നേടാനാവില്ലെന്നും സായുധ വിപ്ലവം കൊണ്ടേ പാരതന്ത്ര്യത്തെ തച്ചുടയ്ക്കാനാവു എന്നും ഉറച്ചുവിശ്വസിക്കുന്ന ഒരു സംഘം യുവാക്കൾ ഈ പ്രസ്ഥാനത്തെ തലയിലേറ്റി. തമിഴ്നാട്ടുകാരെ കൂടാതെ മലയാളികളായ അനന്തൻ നായർ, അബ്ദുൾ ഖാദർ, ഈപ്പൻ തുടങ്ങിയവരും ലക്ഷ്മിയെന്ന ഡോക്ടറും ഇതിലുൾപ്പെടുന്നു. ലക്ഷ്മി അടുത്തിടെയാണ് തന്റെ വൈദ്യപഠനം പൂർത്തീകരിച്ചത്. ഇപ്പോളവർക്ക് മലേഷ്യയിൽ ജോലി തരപ്പെട്ടിരിക്കുന്നു. അവിടേക്ക് പോകാനവർ നിർബ്ബന്ധിതയായിരിക്കുകയാണ്.

അബ്ദുൾ ഖാദർ മാന്നാർ സ്വദേശിയും കുഞ്ഞന്നയുടെ അയൽവാസിയുമാണ്. എന്നാൽ മാധവനെ പരിചയമില്ല. കുഞ്ഞന്നയുമായുള്ള വിവാഹത്തെക്കുറിച്ചും അയാൾക്കറിവില്ല. അതുപോലെ ഇതിലുള്ള ഈപ്പൻ മത്തായി സാറിന്റെ മകനാണ്. ഈപ്പനും കുഞ്ഞന്ന മദിരാശിയിലെത്തിയതോ വിവാഹിതയായതോ അറിയില്ല. ഒരിക്കൽ മേനോനോടൊപ്പം മാധ

വനെ കണ്ട് സംസാരിച്ചിരുന്നു. എന്നാൽ വിശദമായി സംസാരിച്ചിട്ടില്ലാത്തതിനാൽ പരസ്പരം അറിഞ്ഞില്ല.

വിശ്വനാഥ മേനോനോടൊപ്പം കൂടിയ മാധവന്റെ അന്തരംഗത്തിലും ദേശസ്നേഹത്തിന്റെ വിത്തുകൾ കിളിർക്കാനാരംഭിച്ചു. അസ്വാതന്ത്ര്യത്തിന്റെ ഇരുട്ടറ ഭേദിക്കുവാനുള്ള യോധസംരാവം സമാരംഭിക്കുവാനുള്ള ശംഖൊലി അവന്റെ കർണ്ണപുടങ്ങളിൽ പ്രതിദ്ധ്വനിക്കുവാൻ തുടങ്ങി. മാതൃരാജ്യത്തെ കാല്ക്കീഴിലാക്കി ചവിട്ടിമെതിക്കുന്ന ബ്രിട്ടീഷുകാരന്റെ പാദങ്ങൾ തച്ചുടയ്ക്കാനുള്ള ആവേശം ഭുജങ്ങളിൽ അഗ്നിയായി പടരുന്നത് അയാളറിഞ്ഞു.

പീഡകന്റെ അടിമനുകത്തിൻകീഴിൽ ചോരച്ചാലുകളൊഴുക്കി പിടയുന്ന ജനനീഭൂവിന്റെ ദീനരോദനം അയാളുടെ നിദ്രകളിൽ വിഘ്നങ്ങൾ സൃഷ്ടിച്ചു.

ഉഷസ്സന്ധ്യകളിൽ അടർന്നുവീഴുന്ന ഹിമകണങ്ങൾ ഒരു പുതുയുഗത്തിന് നാന്ദിയായി അയാളിൽ നവോന്മേഷം പകർന്നു. ഓരോ പ്രഭാതവും നവംനവങ്ങളായ സമരമുഖങ്ങളിലേക്ക് അയാളെ ആനയിച്ചു. ഉദയസൂര്യന്റെ പ്രഭാകിരണം എല്ലാ ഉഷസ്സുകളിലും അയാൾക്ക് വർദ്ധിതമായ പോരാട്ടവീര്യം നല്കി.

ന്യൂഭാരത് മാതാ അസോസിയേഷന്റെ മുന്നണിപ്പോരാളിയായ അയാൾ ഏറ്റവും അപകടകരമായ ഒരു ദൗത്യം തനിച്ച് ഏറ്റെടുക്കാൻ തയ്യാറായി. അയാൾക്ക് സഹായത്തിന് രണ്ടുപേരെ കൂടി അയയ്ക്കാൻ സംഘടന തീരുമാനമെടുത്തെങ്കിലും ഏതെങ്കിലും കാരണത്താൽ അതു പരാജയമടഞ്ഞാൽ എല്ലാവർക്കും ഹാനിയുണ്ടാവാതിരിക്കുവാൻ ഏകനായി തന്നെ കൃത്യം നിർവ്വഹിക്കുവാൻ തയ്യാറായി. താനും കൂടെവരുന്നതിന് മേനോൻ നിർബ്ബന്ധിച്ചെങ്കിലും അയാൾ വഴങ്ങിയില്ല. വല്ല പിഴവും സംഭവിച്ചാൽ അതോടെ തന്റെ ജീവിതം അവസാനിക്കുമെന്നയാൾക്ക് നന്നായറിയാമായിരുന്നു. കുഞ്ഞന്നയെക്കുറിച്ചോർത്തപ്പോൾ അയാളുടെ ശരീരം തളരാൻ തുടങ്ങി.

എന്നാൽ അവളെപ്പോലെ കോടിക്കണക്കിനാളുകൾ ഭാരതത്തിൽ കഷ്ടങ്ങളും പീഡകളും സഹിക്കുന്നതോർത്തപ്പോൾ അവർക്കുവേണ്ടിയും നല്ലൊരു നാളേക്കുവേണ്ടിയുമാണെന്നുള്ള പ്രതീക്ഷയിൽ അയാൾക്ക് ധൈര്യം സംഭരിക്കുവാനായി.

ദൗത്യം പിഴയ്ക്കാതിരിപ്പാനും താൻ പിടിക്കപ്പെടാതിരിപ്പാനുമുള്ള മുൻകരുതലുകൾ സൂക്ഷ്മമായി അനുവർത്തിച്ചാൽ പാളിച്ചകളുണ്ടാകില്ലയെന്ന ചിന്ത അയാളുടെ ധൈര്യം പതിന്മടങ്ങു വർദ്ധിച്ചു.

സംഘടന വളരെപ്പെട്ടെന്ന് വലിയ ദൗത്യം നിർവ്വഹിക്കുവാൻ തയ്യാറായതിനു പിന്നിൽ പല കാരണങ്ങളുമുണ്ടായിരുന്നു. അതിലൊന്ന് ആനി ബസന്റിന്റെ ചുവടുമാറ്റമാണ്. കോൺഗ്രസിന്റെ പ്രക്ഷോഭത്തോടെ അവരെ തടവിൽനിന്നും വിട്ടയച്ചു. ജയിൽ മോചിതയായ അവർ വർദ്ധിതവീര്യത്തോടെ സമരാങ്കണത്തിലേക്ക് കുതിച്ചെത്തുമെന്ന് കരുതിയവർക്ക്

തെറ്റി. പഴയതിനു കടകവിരുദ്ധമായാണ് പിന്നീടവർ പ്രവർത്തിച്ചത്. ബ്രിട്ടീഷുകാരുടെ ഇനാം സ്വീകരിച്ച രീതിയിൽ മന്ദീഭവിച്ച പ്രവർത്തനങ്ങളാണ് പിന്നീട് നടത്തിയത്. ഇത് വിപ്ലവകാരികളിൽ രോഷം ആളിക്കത്താൻ ഇടയാക്കി.

കുറച്ചുനാൾ മുമ്പ് ബോംബെയിലെ അപ്പോളോ ബന്തർ തുറമുഖത്ത് ദക്ഷിണാഫ്രിക്കയിൽനിന്നും ബാരിസ്റ്റർ ഉദ്യോഗം വേണ്ടെന്നുവെച്ച് മാതൃഭൂമിയെ സേവിക്കാനായി വന്നിറങ്ങിയ, നീളൻ കുപ്പായവും ഭോത്തിയും തലപ്പാവും ധരിച്ച കൃശഗാത്രനായ ഒരു ഗുജറാത്തുകാരൻ തന്റെ സ്വതസിദ്ധമായ നവീനാശയങ്ങൾകൊണ്ട് സ്വാതന്ത്ര്യസമരത്തിന്റെ അമരക്കാരനായി.

മതവർഗ്ഗ കുലമഹിമകൾ ചിന്തിക്കാതെ കാലദേശാദികളോ ഭാഷയോ പദവിയോ നോക്കാതെ എല്ലാ അതിർവരമ്പുകളേയും തട്ടിത്തകർത്ത് ഭാരതഭൂമിയൊന്നാകെ നാടും നഗരവും ഗ്രാമവും ഒരുമയോടെ മഹാപ്രവാഹത്തിൽ ആർത്തലച്ചെത്തിയിട്ടും അഴിമുഖം പൂകാനാകാൻ സാധിക്കാതെ പോയത് നമ്മുടെ സൈന്യത്തിന് നായകനില്ലാതിരുന്നതാണെന്ന ബോദ്ധ്യം തലമുതിർന്ന നേതാക്കൾക്കുണ്ടായി. അതിനുള്ള ഉത്തരമായിരുന്നു യാചകവേഷത്തിൽ പ്രത്യക്ഷനായ ആ ഈശ്വര ചൈതന്യം.

ഭാരതത്തിലെ മുപ്പത്തിയേഴു കോടിയോളംവരുന്ന ജനതതിയെ തന്റെ സൗമ്യമായ പുഞ്ചിരിയിലൂടെ കൈവെള്ളയിലൊതുക്കാൻ മഹാശക്തി ഉറങ്ങിക്കിടക്കുന്ന ചൈതന്യവാഹിയാണ് ഈ ശുഷ്കശരീരൻ. കാറ്റും കോളും നിറഞ്ഞ് പ്രക്ഷുബ്ദ്ധമായ വാരിധിയിലൂടെ സ്വാതന്ത്ര്യ സമരനൗകയുടെ പ്രയാണം നിയന്ത്രിക്കാൻ കഴിവുള്ള വിദഗ്ദ്ധ നാവികനായിരുന്നു ആ ചെറിയ മനുഷ്യൻ.

സത്യാഗ്രഹമെന്ന തന്റെ നൂതന സമരമുറയാൽ സൂര്യനസ്തമിക്കാത്ത രാജ്യത്തിന്റെ ഭരണാധികാരികളുടെ ഉറക്കം കെടുത്തുന്ന ഭാരതപുത്രൻ. പക്ഷേ, കോൺഗ്രസിലെ തീവ്രവാദിക്കുപോലും ഈ സമരത്തിൽ വിശ്വാസമില്ല. രക്തരൂക്ഷിതമായ വിപ്ലവത്തിലും കുലുങ്ങാത്ത ബ്രിട്ടീഷുകാർ എങ്ങനെ സത്യഗ്രഹത്തിൽ മുട്ടുമടക്കും. ബ്രിട്ടീഷ് ഭരണം ഭാരതമണ്ണിൽ നിന്നും കടപുഴക്കിയെറിയുവാൻ സായുധ വിപ്ലവമല്ലാതെ ഒരു മാർഗ്ഗവുമില്ലെന്നവർ ഉറച്ചുവിശ്വസിച്ചു. ന്യൂ ഭാരത് മാതാ അസോസിയേഷനിലെ മുഴുവൻ അംഗങ്ങളും ഇതുപോലെ ചിന്തിച്ചിരുന്നവരാണ്.

കുറച്ചു യൂറോപ്യൻ രാജ്യങ്ങൾ തമ്മിൽ യുദ്ധം ചെയ്യുന്നതിലേക്ക് പട്ടാളക്കാരായ ഭാരതമക്കളെ കുരുതി കൊടുക്കുവാൻ കൊണ്ടുപോയിരിക്കുന്നതിൽ അവർക്കുള്ള അമർഷം ചില്ലറയൊന്നുമല്ല. എന്നാൽ യുദ്ധത്തിൽ നമ്മൾ അവരെ സഹായിക്കണമെന്ന അഭിപ്രായക്കാരനാണ് ഗാന്ധിജി. യുദ്ധാനന്തരം ഭാരതത്തിന് മോചനം നല്കുമെന്ന പ്രതീക്ഷയിലാണദ്ദേഹം അതിനെ അനുകൂലിച്ചത്.

കൗശലമുള്ള കുറുക്കന്മാരായ വെള്ളക്കാർ തങ്ങളുടെ ആവശ്യം കഴിയുമ്പോൾ പറഞ്ഞ വാക്കുപാലിക്കില്ലെന്ന് ഉറച്ചുവിശ്വസിക്കുന്ന വിപ്ലവ

കാരികൾ രാജ്യത്തിന്റെ പലയിടങ്ങളിലും ആഞ്ഞടിച്ചു.

മദിരാശിയിലെ പ്രവർത്തനം തീവ്രവും ഇവിടെ നടത്താനുദ്ദേശിക്കുന്ന കൃത്യം അത്യധികം അപകടകരവുമാണെങ്കിലും പാളിച്ചകൾ കൂടാതെ നിർവ്വഹിക്കാനായാൽ തങ്ങൾക്കതു നാഴികക്കല്ലാവുകയും വേഗത്തിലുള്ള സ്വാതന്ത്ര്യത്തിന് അതു വഴിവയ്ക്കുമെന്നും അവർ കണക്കുകൂട്ടി.

വളരെ ആസൂത്രിതമായും അതീവ രഹസ്യമായും നടത്തുന്ന ഈ കർമ്മം നിർവ്വഹിച്ചു കഴിഞ്ഞാൽ പിന്നെ ബ്രിട്ടീഷുകാർക്കിവിടെ തുടരാനാവില്ല. അത്രകണ്ട് പ്രാധാന്യമർഹിക്കുന്ന ഒന്നാണത്.

ബ്രിട്ടീഷ് മഹാരാജാവ് ജോർജ് അഞ്ചാമനും പത്നിയും ഭാരത സന്ദർശനത്തിനെത്തുന്നു. ആറേഴു കൊല്ലങ്ങൾക്ക് മുമ്പ് അദ്ദേഹം ഭാരതം സന്ദർശിച്ചിരുന്നെങ്കിലും കൽക്കത്തയിലും ഡൽഹിയിലും മാത്രമേയെത്തിയിരുന്നുള്ളൂ. എന്നാലീ പ്രാവശ്യം മദിരാശിയിലേക്കു വരുന്നു. അതും ആദ്യം സെന്റ് ജോർജ്ജ് കോട്ടയിലെ സന്ദർശനം പൂർത്തീകരിച്ച് പ്രത്യേകമായി തയ്യാറാക്കിയ തീവണ്ടിയിൽ താംബരത്തെത്തി അവിടെനിന്നും ഡൽഹിക്കു പോകുന്നു.

തീവണ്ടി മാർഗ്ഗം പോകുമ്പോൾ അഡയാർ പാലം തകർത്ത് രാജാവിനെ വധിക്കുകയെന്ന അതീവ ഗുരുതര പ്രത്യാഘാതങ്ങളുളവാക്കുന്ന ദൗത്യമാണവർ നിർവ്വഹിക്കുവാനാഗ്രഹിക്കുന്നത്. ഏറ്റവും ആപല്ക്കരമായ ഈ പ്രവൃത്തി തനിച്ച് തലയിലേറ്റിയിരിക്കുകയാണ് മാധവൻ. ജന്മാന്തരങ്ങളായി മനസ്സിൽ സൂക്ഷിച്ചിരുന്ന പകയോടെ അവൻ ദൃഢനിശ്ചയം ചെയ്തു. എതിരാളിയെ ഉന്മൂലനാശം വരുത്തുവാൻ സ്വജീവൻ ത്യാഗം ചെയ്താലും സാരമില്ലെന്ന് ഉള്ളിലിരുന്നാരോ പറയുന്നത് മാധവൻ വ്യക്തമായി കേട്ടു. ആ ശബ്ദത്തിനു നൂറ്റാണ്ടുകളുടെ പഴക്കമുള്ളതായി അവനു തോന്നി.

ഇരുപത്തി ഒൻപത്

വെയിലിന്റെ കാഠിന്യം ക്രമേണ കുറഞ്ഞുകൊണ്ടിരുന്നു. വീശിയടിക്കുന്ന മാരുതനിൽ ആശ്വസിപ്പിക്കുന്ന സുഷീമം. അതേറ്റുവാങ്ങി മരച്ചില്ലകൾ ആഹ്ലാദത്താൽ മെല്ലെയാടി. പക്ഷികളുടെ കൂജനങ്ങൾക്കും മാധുര്യമേറിവന്നു. പ്രകൃതി ശാന്തമായ കുളിർമ്മയിലേക്ക് യാത്ര തിരിച്ചു.

പള്ളിക്കൂടത്തിൽനിന്നും കുട്ടികൾ വീടുകളിലേക്കും പിന്നീട് അവരുടെ വിനോദങ്ങളിലേക്കും ഓടിയണഞ്ഞു.

അദ്ധ്യാപകരെല്ലാം മടങ്ങിയശേഷം പള്ളിക്കൂടം അടച്ച് പുറത്തേക്കിറങ്ങുമ്പോഴാണ് ശങ്കരൻനായരും ചന്ദ്രൻപിള്ളയും നടന്നുവരുന്നത് മത്തായി സാറിന്റെ ദൃഷ്ടിയിൽപ്പെട്ടത്. രണ്ടുപേരും ദീർഘ യാത്രയുടെ ക്ഷീണാവസ്ഥയിലാണെന്ന് ഒറ്റനോട്ടത്തിൽ മനസ്സിലാക്കാം. ഇരുവരുടേയും വേഷ്ടിയും രണ്ടാം മുണ്ടും മുഷിഞ്ഞിരിക്കുന്നു. മുടിയെല്ലാം പാറിപ്പറന്ന് പൊടിപ്പിടിച്ചിരിക്കുന്നു.

"രണ്ടാളും ഏതോ വലിയ യാത്ര കഴിഞ്ഞുവരുന്ന പോലുണ്ടല്ലോ?" മത്തായി സാറിന്റെ ചോദ്യം കേട്ടവർ നിന്നു. ശങ്കരൻനായർ വായിൽ നിന്നും മുറുക്കാൻ തുപ്പിക്കളഞ്ഞിട്ട് പറഞ്ഞു.

"ആ... മിനിയാന്നു പോയതാ.. മരുതംകുഴിവരെ. ഞങ്ങടെ സംഘത്തിന്റെ ആണ്ടുയോഗമാരുന്നു. തിരിച്ചിങ്ങോട്ടു വരാൻ ഒത്തിരി കഷ്ടപ്പെട്ടു."

"എന്താ പുതിയ വിശേഷങ്ങള്?"

"സ്ഥിരം വിഷയങ്ങളുതന്നെ." അയാൾ ഒന്നുനിർത്തി. വായിൽ ശേഷിച്ചിരുന്ന മുറുക്കാന്റെ അവശിഷ്ടങ്ങൾക്കൂടി തുപ്പിയിട്ട് തുടർന്നു.

"ഒന്നിലധികം സംബന്ധം കഴിക്കുന്നത് ഓട്ടിട്ട് നിർത്തി. ഒരോട്ടിനാ മുൻതൂക്കം. തീരുമാനം എല്ലാരും അനുസരിക്കുമോന്നറിയില്ല. വടക്കൊള്ള

നായന്മാർക്കാ ഇതിനു കൂടുതൽ എതിർപ്പുള്ളത്. ഇപ്പോത്തന്നെ പലർക്കും രണ്ടും അതിലധികവും പെമ്പ്രന്നോത്തികളുണ്ട്. നമ്മടിവിടെയുള്ളു കുറച്ചൊക്കെ മര്യാദയ്ക്ക് ജീവിക്കുന്നതെന്നാ തോന്നുന്നേ."

"ഓ... അങ്ങനൊന്നുമില്ല. ഓരോ നാടിനും പ്രദേശത്തിനും ഓരോ പ്രത്യേകതകളും ആചാരങ്ങളും നാട്ടുനടപ്പുകളുമുണ്ട്. മലയാളദേശത്ത് തിരുവിതാംകൂർ മുതൽ അങ്ങു മലബാറിന്റെ വടക്കു കോണുവരെ എന്തെല്ലാം വ്യത്യാസങ്ങളുണ്ടെന്നറിയാമോ?... പിന്നെ... വേറെ എന്തൊക്കെയാ?"

"പുതിയ പേര് പാസാക്കി. അതായത് ഗവൺമെന്റ് എഴുത്തുകളിൽ ഞങ്ങളെ വിളിക്കുന്ന പേരുമാറ്റി നായർ എന്നാക്കണമെന്ന് നിശ്ചയിച്ചു. അതിൻപ്രകാരം ഗവൺമെന്റിനു എഴുത്തുകുത്തു നടത്തും."

"അതു നല്ലതാ. എത്രയോ കൊല്ലങ്ങളായി നൂറ്റാണ്ടുകളായി നായന്മാരെന്നാ പറയാറ്. എന്നാല് സർക്കാരിന്റെ ലിഖിതത്തിലും മറ്റും അങ്ങനല്ല കണ്ടുവരുന്നത്. വല്ല്യ ഉദ്യോഗത്തിലിരിക്കുന്ന മേലാളന്മാരുടെ സൂക്കേടാ."

"ഞങ്ങടെ ഒരു സംഘം ചെന്നിത്തലയിലും തൊടങ്ങാൻ പോവ്വാ."

"അപ്പോൾ നിങ്ങളും അതിലാവുമോ?"

"ഇല്ലില്ല ഞങ്ങൾ മാന്നാറിൽത്തന്നെ. അതു നേരത്തേ തുടങ്ങിയതല്ലേ. ചെന്നിത്തല നാട്ടിലുള്ളവർക്കു വേണ്ടിയാ."

"നല്ല കാര്യമാ. എല്ലാവരേം സംഘത്തിൽ ചേർക്കണം. അങ്ങനെ കുറച്ചാൾക്കാർക്കെങ്കിലും വിവരോം ബോധോം ഉണ്ടാവട്ടെ."

സംസാരിച്ചു നടന്ന മൂവരും നെയ്ശേരി കവലയിലെത്തി. ചന്ദ്രൻ പിള്ള യാത്രപറഞ്ഞ് കിഴക്കോട്ടു നടന്നപ്പോൾ ശങ്കരൻനായർ രഹസ്യമാരായുന്ന രീതിയിൽ ശബ്ദം താഴ്ത്തി ചോദിച്ചു.

"ഗീവർച്ചന്റെ മോള് കുഞ്ഞിനെ പറ്റിയെന്തെങ്കിലും അറിവു കിട്ടിയോ?" കൊറച്ചുനാളായി ചോദിക്കണൂന്ന് വിചാരിക്കുന്നതാ. വെഷമമൊണ്ടാക്കണ്ടാന്നു കരുതിയാ ചോദിക്കാഞ്ഞേ."

"എന്തു പറയാനാ" മത്തായി സാർ തിരിഞ്ഞ് അടുത്താരെങ്കിലുമുണ്ടോന്ന് ശ്രദ്ധിച്ചിട്ട് ശബ്ദം നിയന്ത്രിച്ച് തുടർന്നു.

"മദിരാശിയിലെവിടെയോയുണ്ടെന്നാണ് കേൾക്കുന്നത്. ഗീവർഗ്ഗീസിന് ഇതു വല്ലാത്ത വ്യസന ഹേതുവാണ്. നന്നായി ജീവിക്കുകേം മക്കളെ വളർത്തുകേം ചെയ്ത മനുഷ്യനാ. പിന്നൊള്ള ഒരു സമാധാനം എവിടെയായാലും ജീവിച്ചിരിപ്പുണ്ടല്ലോ എന്നാണ്. അതു മാത്രമല്ല നല്ല കുടുംബത്തിലെ ഒരുത്തന്റെ കൂടല്ലേ പോയത്."

"അതേതായാലും സുകൃതമാ. ഏതേലും അധമന്റെ കൂടെങ്ങാനും പോയിരുന്നേൽ ചാവുന്നതാ അതിലും ഭേദം."

"ഇങ്ങേരു കേറുന്നോ, പാൽച്ചായ കുടിച്ചേച്ചു പോകാം." വീടിന്റെ മുൻഭാഗത്തെത്തിയപ്പോൾ മത്തായി സാർ ചോദിച്ചു. ക്ഷണമാദ്യം നിരസിച്ചെങ്കിലും നിർബ്ബന്ധിച്ചപ്പോൾ അകത്തേക്ക് നടന്നു. വീടിന്റെ ഉമ്മറ

പ്പടിയിലിരുന്ന കിണ്ടിയെടുത്ത് രണ്ടുപേരും കാലുകൾ കഴുകി അകത്തു കയറി. മത്തായി സാർ തന്റെ മെതിയടി ഉണങ്ങാനായി ഭിത്തിയിൽ ചാരി വെച്ചു.

അപ്പോൾ എലിസബത്ത് വന്ന് ഭർത്താവിന്റെ മുഖത്ത് ചോദ്യങ്ങൾ എഴുതിച്ചേർക്കയും അദ്ദേഹത്തിന്റെ നയനങ്ങളിൽനിന്ന് ലഭിച്ച ഉത്തരങ്ങളുമായി അടുക്കളയിലേക്ക് പോവുകയും ചെയ്തു. നാല്ക്കാലികളിലിരുന്ന് അവർ ക്ഷീണം തീർത്തു. ശങ്കരൻനായർക്ക് നല്ല സ്വാസ്ഥ്യം അനുഭവപ്പെട്ടു.

"യോഗത്തിൽ ഗാന്ധിജിയെന്ന ഒരാളെപ്പറ്റിയായിരുന്നു ഭയങ്കര സംസാരം. അദ്ദേഹം കോഴിക്കോട്ടു കടപ്പുറത്ത് കുറച്ചുനാൾമുമ്പ് വന്നെന്നും പൂഴിവാരിയെറിഞ്ഞാൽ താഴെ വീഴാത്തത്രയ്ക്കു ആൾക്കാർ കൂടിയെന്നുമൊക്കെ പറഞ്ഞു. ഞങ്ങടെ മന്നമവർകളും അദ്ദേഹത്തെ പുകഴ്ത്തി ഒരുപാടു സംസാരിച്ചു. എല്ലാമൊന്നും എനിക്കു പിടികിട്ടിയില്ല. സ്വാതന്ത്ര്യ സമരമെന്നോ സഹകരിക്കാത്ത പ്രസ്ഥാനമെന്നോ അതുപോലൊരു വലിയ ബാഗിനെക്കുറിച്ചുമൊക്കെ പറഞ്ഞു."

"അതു ബാഗൊന്നുമല്ല. ജാലിയൻ വാലാബാഗ്. ഇപ്പോൾ ഭാരതത്തിലെ വലിയ നേതാവാണ് ഗാന്ധിജി. സ്വാതന്ത്ര്യ സമരത്തിൽ അദ്ദേഹം പറയുന്നതാണ് എല്ലാവരും അനുസരിക്കുന്നത്. ഗാന്ധിജിയെ അറസ്റ്റു ചെയ്തതിനെതിരെ പഞ്ചാബിലെ ജാലിയൻ വാലാബാഗിൽ പ്രതിഷേധിക്കാനെത്തിയ ആയിരക്കണത്തിനുവരുന്ന ജനങ്ങളുടെ നേരെ യാതൊരു പ്രകോപനവും കൂടാതെ പൊലീസും പട്ടാളവും അക്രമമഴിച്ചുവിട്ടു. ആയിരത്തിലധികമാളുകൾ വീരമൃത്യു വരിക്കുകയും അതിലധികം പേർക്ക് അംഗഭംഗം വരികയും ചെയ്ത ദാരുണകൃത്യം. മനുഷ്യ മനഃസാക്ഷിയെത്തന്നെ ഞെട്ടിച്ചു കളഞ്ഞതായിരുന്നു ഈ ഹീനമായ നരഹത്യ. നമ്മുടെയാളുകളും അടങ്ങിയിരുന്നില്ല. അവരും സംഘം ചേർന്ന് വെള്ളക്കാരെ ആക്രമിച്ചു. ഒരു യൂറോപ്പുകാരിയെ നടുറോഡിവെച്ച് അപമാനിക്കുകയുമുണ്ടായി. തീവണ്ടിയും റെയിൽപ്പാതയും തീവണ്ടിയാപ്പീസും എല്ലാം തകർത്തും തീവെച്ചും നശിപ്പിച്ചു. ഇതുചെയ്തവരെ പിടികൂടി നഗ്നരാക്കി പട്ടിക്കൂടുകളിലടച്ച് പട്ടാളം പ്രദർശനത്തിനു വെച്ചു. ഈ കൂട്ടക്കൊലയെത്തുടർന്ന് നാടെങ്ങും പ്രതിഷേധവും ഹർത്താലുകളും നടന്നു. ഇതുമായി ബന്ധപ്പെട്ട് ഭാരതത്തിലെ ഉന്നതപദവിയിലിരുന്ന പലരും ജോലിയുപേക്ഷിച്ച് ദേശീയ സ്വാതന്ത്ര്യസമര പാതയിലേക്ക് കുതിച്ചെത്തി. മഹാകവി ടാഗോർ, ബ്രിട്ടീഷുകാർ നല്കിയ പദവി തിരികെ നല്കി. തിരുവിതാംകൂറിലോ കൊച്ചിയിലോ കൂട്ടായ പ്രതിഷേധമോ യോഗങ്ങളോ നടന്നില്ല. സ്വാതന്ത്ര്യസമരം എന്നതെന്താണെന്ന് നമുക്കറിയില്ല."

ഓട്ടുപാത്രത്തിൽ ചായയുമായി എലിസബത്ത് എത്തി. ചൂടുചായ ഊതി കുടിക്കുമ്പോൾ ശങ്കരൻനായർക്ക് രുചി മാത്രമല്ല നല്ല ഉണർവ്വും ആസ്വദിക്കുവാനായി.

"ഈപ്പന്റെ വിവരങ്ങൾ എന്തൊണ്ട്. അവനെയൊരു പെണ്ണ് കെട്ടി

ക്കേണ്ടേ."

"പെണ്ണുകെട്ടിക്കാനുള്ള പ്രായം കഴിഞ്ഞെന്നാ എന്റെ അഭിപ്രായം. അവൻ അവിടുന്നിങ്ങോട്ടൊന്നു വരേണ്ടേ. എഴുത്തയയ്ക്കുന്നതുതന്നെ വളരെ വിരളമാ."

"മഠത്തിലേത്തെ കുഞ്ഞും മദിരാശിയിലാണെന്നല്ലേ പറഞ്ഞത്. അങ്ങനാണേൽ ഈപ്പനറിവു കാണുമല്ലോ?"

"ആ വിവരത്തിനന്നേ കത്തയച്ചതാ. അവനതേപറ്റി ഒന്നുമറിയില്ലെന്നും എന്തെങ്കിലും അറിവു ലഭിക്കുകയോ കാണുകയോ ചെയ്താൽ എഴുതിയറിയിക്കുമെന്നും പറഞ്ഞിരുന്നു. ഇപ്പോ അവനെക്കുറിച്ച് ഞങ്ങൾക്ക് മനോവ്യസനമാ. അവിടെ അവനും ഉദ്യോഗത്തിനിടെ സമരത്തിൽ പങ്കെടുക്കുന്നുണ്ടെന്നാ അറിയുന്നത്."

"എന്നാ ചെയ്യാനാ. മക്കളെ വളർത്താനല്ലാതെ എപ്പോഴും മടിയിൽ പിടിച്ചിരുത്താനാവുമോ."

മുപ്പത്

പമ്പയാറിൻ തീരത്ത് ഒരു ശവം അടിഞ്ഞു.

കവിഴ്ന്നു കിടക്കുന്നതിനാൽ മുഖം കാണാനാവില്ല. വന്നവരും നിന്ന വരും അന്യോന്യം നോക്കി. ചിലർ ശവത്തിനുചുറ്റും നടന്നുനോക്കി. അര യിലുടുത്തിരുന്ന തുണി ചുരുണ്ട് അതിന്റെ നഗ്നത അനാവൃതമാക്കി. ഇതു ചിലരിൽ അറപ്പുളവാക്കി. കറുത്തിരുണ്ട് പഴുത്തുവീർത്ത ജഡത്തിന് മൂന്നു നാളെങ്കിലും പഴക്കമുണ്ടാകുമെന്നു ചിലർ അനുമാനിച്ചു. അവിടെ വന്നു ചേർന്നയാർക്കും തന്നെ ആ ശരീരം പരിചിതമായി തോന്നിയില്ല.

"കിഴക്കൻ മലയിൽ നിന്നെങ്ങാനും ഒഴുകി വന്നതായിരിക്കും."

"ആരേലും പൊലീസിനെ അറീക്ക്."

എന്നാലാർക്കും അതിനു ധൈര്യമുണ്ടായില്ല. കട്ടവനെ കണ്ടില്ലെ ങ്കിൽ കണ്ടവനെ പിടിക്കുന്ന കാലമാണ്. അധികം താമസിയാതെ എങ്ങ നെയോ ഒരു പൊലീസുയേമാനവിടെയെത്തി. അയാളുടെ തലവെട്ടം ദൂരെ കണ്ടതേ കുറച്ചുപേർ സ്ഥലം വിട്ടു.

പൊലീസുകാരനും ജഡത്തിനു ചുറ്റും നടന്നുനോക്കി. എന്നിട്ടയാൾ അവിടെക്കൂടി നിന്നവരെ സംശയത്തോടും ഗൗരവത്തോടും നോക്കി. അവ രെല്ലാം മുഖത്ത് ഭയവും നിസ്സാഹയതയും നിറച്ച് പരുങ്ങിനിന്നു.

"ശവം തിരിച്ചിടടാ" എന്ന ആജ്ഞയിൽ രണ്ടുപേർ ആ ശരീരം മലർത്തിക്കിടത്തി. മുഖം മുഴുവൻ മണ്ണും ചെളിയും പുരണ്ടിരുന്നു. യേമാന്റെ നിർദ്ദേശാനുസരണം അവർ പുഴയിൽനിന്നും വെള്ളമെടുത്ത് മുഖം കഴുകി വൃത്തിയാക്കി.

"ഇതാ കാളക്കാരനാന്നാ തോന്നുന്നേ" എന്നൊരാൾ പിറുപിറുത്തു.

കൂടിനിന്നിരുന്നവർ ശ്രദ്ധിച്ചു നോക്കിയതിൽ അതു വീരബാഹു വാണെന്നു തിരിച്ചറിഞ്ഞു. അയാളുടെ കഴുത്തിലും നെഞ്ചിലും കുന്ത

ത്താൽ കുത്തിയതുപോലെ ആഴത്തിൽ മുറിവുകളുണ്ടായിരുന്നു.

തെക്കൻ നാട്ടിലുള്ള ഇയാളെങ്ങനെ കിഴക്കുനിന്നും മരിച്ചൊഴുകി വന്നു? അതോ ഇവിടെ പുഴയിൽ വീണു മരിച്ചതോ?

അപ്പോൾ ആ മുറിവുകൾ?

ആർക്കും മരണ കാരണം ഊഹിക്കാനാവുന്നില്ല.

തുറിച്ചിരുന്ന അയാളുടെ ചുവന്ന കണ്ണുകൾക്ക് പല ദശാബ്ദങ്ങളുടെ പഴക്കം തോന്നിച്ചു.

പല ദേശങ്ങൾക്കപ്പുറത്തൊരിടത്ത് അമാവാസിയുടെ ആരംഭത്തിൽ തന്റെ കുഞ്ഞിനു ജന്മം നല്കിയതോടെ മരണത്തിലേക്കു മറഞ്ഞ അതേ സമയത്തായിരുന്നു വീരബാഹുവിന്റെ കാള വിളറിപിടിച്ചതും അയാളെ കുത്തിയതും. കൊമ്പിൽ കുരുങ്ങിക്കിടന്ന അയാളെയുംകൊണ്ട് ആ മൃഗം വളരെദൂരമോടി.

കഴുത്തിലും നെഞ്ചിലും ആഴത്തിൽ മുറിവേറ്റ വീരബാഹു വളരെ ബദ്ധപ്പെട്ട് മുറിവിൽനിന്നും കൊമ്പുകളൂരി കാളപ്പുറത്ത് അള്ളിപ്പിടിച്ചിരുന്നു.

കൂടുതൽ വെറിപൂണ്ട കാള തന്റെ ശരീരം കുടഞ്ഞ് അയാളെ താഴെയിട്ട് എവിടേക്കോ ഓടിയകന്നു.

അർദ്ധബോധാവസ്ഥയിൽ അയാൾ വളരെ ആയാസപ്പെട്ട് അടുത്തു കണ്ട പുഴയുടെ സമീപത്തേക്ക് ഏന്തി വലിഞ്ഞു നടന്നു.

ധാരാളം രക്തം വാർന്നുപോയിരുന്നു. ശരീരമാസകലം രക്തത്താൽ കുതിർന്നിരുന്നു. കുനിഞ്ഞ് പുഴയിൽനിന്നും വെള്ളമെടുത്തു കുടിക്കാൻ ശ്രമിക്കുന്നതിനിടയിൽ ബോധം മറഞ്ഞയാൾ അതിലേക്കു വീണു. അതിന്റെ അഗാധത അയാളെ വലിച്ചെടുത്തു.

അന്നു സന്ധ്യക്ക് ആ നദിയുടെ മുകളിലായി ഉദിച്ചുയർന്ന ചന്ദ്രക്കല അസാധാരണ ശോഭയോടെ പ്രകാശിച്ചുനിന്നു. അതിന്റെ പ്രതിബിംബം ജലത്തിൽ വീണ് മറ്റൊരു അമ്പിളിക്കലയായി പുഞ്ചിരി തൂകി.

മുപ്പത്തി ഒന്ന്

ഒരു മഹാദുരന്തത്തിന്റെ സ്മരണകളുണർത്തി കൊള്ളിമീനും മേഘ ഗർജ്ജനങ്ങളും വിഹായസിൽ പ്രക്ഷുബ്ധരായി. ഒരു പ്രളയക്കെടുതിയിൽനിന്നും കരകയറാനാരംഭം കുറിക്കുന്നതേയുള്ളൂ. അപ്പോൾ തുടർച്ച പോലെ വീണ്ടും.

ആളുകൾ നടുങ്ങി വിറയ്ക്കുവാൻ തുടങ്ങി. ചെറിയ വീടുകളിലും കുടിലുകളിലും കഴിയുന്നവർ പ്രത്യേകിച്ച്. മറ്റുള്ളവർക്കും ഇത് ഭീതിദം തന്നെയാണ്.

ഇതുപോലെ തന്നെയായിരുന്നു അന്നത്തെ ആരംഭവും. അത് ഓർമ്മിക്കുവാൻ ആരും ഇഷ്ടപ്പെടുന്നില്ല. അത്രയ്ക്കും ഭീകരമായിരുന്നു അതിന്റെ രൂപം. അതൊരു ദുഃസ്വപ്നം പോലെ മറക്കാൻ ശ്രമിക്കുമ്പോഴാണ് വീണ്ടും താണ്ഡവാരംഭം.

രാഘവൻ തന്റെ ചോരുന്ന കുടിലിന്റെ ഇളകിയ ചെറ്റവാതിലിന്റെ വിടവിലൂടെ പുറത്തേക്ക് കണ്ണയച്ചു. ആപത്ശങ്കയും ആധിയും ഉദരത്തിൽ നെരിപ്പോടായി പുകഞ്ഞ് ആവിയായി കണ്ണുകളിൽക്കൂടി പുറന്തള്ളി. എല്ലാ ഈശ്വരന്മാരേയും നെഞ്ച് തകർന്ന് അയാൾ വിളിച്ചുകൊണ്ടിരുന്നു. ഭാര്യയും മക്കളും മരുമകളും മൂത്തമകന്റെ കൈക്കുഞ്ഞുമെല്ലാം ഉറുമ്പിൻക്കൂട്ടം പോലെ ഒരിടത്ത് കുമ്പാരം പോലെയിരുന്നു.

എല്ലാവരുടെയും മുഖത്ത് ഭയവും കണ്ണുകളിൽ ദൈന്യതയും തളം കെട്ടിനിന്നിരുന്നു. വിശപ്പുമുണ്ട് തിളപ്പിച്ച കഞ്ഞിയുമുണ്ട്. എങ്കിലും ആർക്കുമത് കഴിക്കാനാവുന്നില്ല. ഇന്നത്തെ പോലൊരു ദിനമായിരുന്നു അന്നും. തങ്ങൾക്കുള്ളതെല്ലാം നഷ്ടപ്പെടുത്തി ആഴ്ചകളോളം പങ്കപ്പാടിന്റെ കൊടുമുടിയിലെത്തിച്ചത്. അതും ഒരു വെള്ളിയാഴ്ചയായിരുന്നു. വെള്ളിയിൽ തുടങ്ങുന്ന മഴ അടുത്ത വെള്ളിയിലെ ശമിക്കൂ എന്ന് പഴവ

ന്മാർ പറയാറുണ്ട്. എന്നാലാമാരി ഒരു ആഴ്ചവട്ടത്തിൽ അവസാനിച്ചുവോ? ആർക്കറിയാം.

തുള്ളിക്കൊരു കുടം എന്ന കണക്കെ തുമ്പിക്കൈ വണ്ണത്തിൽ ആകാശം രോഷത്തോടെ ചീറ്റിത്തെറിച്ചു. ആർത്തലച്ച് എത്തിയ പെരുവെള്ളം സർവ്വതും തുടച്ചെടുത്തു കടന്നുപോയി. കിഴക്ക് ഉരുൾ പൊട്ടിയതിന്റെ ബാക്കിയായ കല്ലുംമണ്ണും ഒഴുകിയെത്തി താണ്ഡവ നടനമാടി തിമിർത്തു.

അരയറ്റവും പിന്നീട് നെഞ്ചോളവും ഉയർന്ന ജലസൈന്യം ജീവനെടുക്കുമെന്ന സ്ഥിതിയായപ്പോൾ സകലതും ഉപേക്ഷിച്ച് ഓടി. വെള്ളമെത്താത്ത ഉയർന്ന ഇടങ്ങളിലേക്കുള്ള നെട്ടോട്ടം. കെട്ടിയിട്ടിരുന്ന കന്നുകാലികളുടെ വെപ്രാളവും അവയുടെ കണ്ണുകളിലെ വിഹ്വലതയും ദൈന്യതയും നെഞ്ചിൽ ഒരു മുറിവായി ഇന്നും അവശേഷിക്കുന്നു. ചിലവയെ ആരൊക്കെയോ അഴിച്ചുവിട്ടിരുന്നു. കോഴി, താറാവ് തുടങ്ങിയവയെല്ലാം അന്യാധീനമായി. അവറ്റകൾ ചാവാതെ ശേഷിച്ചു കാണുമെന്നൊരാശ്വാസം.

ശരിയായൊന്നിരിക്കുവാനോ സ്വസ്ഥമായി കിടക്കുവാനോ ഇടംതേടിയലയുന്ന കുടുംബങ്ങൾ. ഏറ്റവും സങ്കടകരമായ സംഗതി പ്രാഥമികാവശ്യങ്ങൾ നിർവ്വഹിക്കുവാനുള്ള ബുദ്ധിമുട്ടായിരുന്നു. എങ്ങും വെള്ളം മാത്രം. ആകെയുള്ള ആശ്വാസം ഭക്ഷിക്കാനൊന്നുമില്ലാത്തതിനാൽ അത്രയും കുറച്ചല്ലേ വിസർജ്ജിക്കുവെന്നതായിരുന്നു. എങ്ങനെ നാളുകൾ തള്ളിനീക്കിയെന്നത് ഒരു പ്രഹേളികയായിത്തുടരുന്നു.

നാളുകൾക്കുശേഷം വെള്ളമിറങ്ങിയപ്പോൾ താന്താങ്ങളുടെ പുരയിടങ്ങളിലേക്ക് ഓടിയെത്തിയവർ കണ്ടത് ഹൃദയഭേദകമായ കാഴ്ചകളായിരുന്നു.

ചതുപ്പുനിലങ്ങൾ പോലെ കാണപ്പെട്ട പ്രദേശങ്ങളിൽ വളർത്തുമൃഗങ്ങൾ ചത്തു മണ്ണിലടിഞ്ഞു ചീഞ്ഞുനാറുന്നു. കുടിലുകളും അതിലുള്ളതുമെല്ലാം നാമാവശേഷമായിക്കിടക്കുന്നു.

പെരുമഴ തന്റെ സംഹാരതാണ്ഡവമാടിയ രണഭൂവിൽ നിരാലംബരായ മനുഷ്യക്കോലങ്ങൾ നിലവിളിച്ചുകൊണ്ട് അങ്ങോട്ടുമിങ്ങോട്ടും പാഞ്ഞുനടന്നു.

ആര് ആരെ സമാശ്വസിപ്പിക്കും.

ഇതെല്ലാം പൂർവ്വസ്ഥിതിയിലെത്തണമെങ്കിൽ ഈശ്വരൻ താഴെയിറങ്ങിവന്ന് അത്ഭുതം കാണിക്കണം.

വലിയ വീടുകളിൽ താമസിക്കുന്നവർക്കും ഇത്രത്തോളമില്ലെങ്കിലും കഷ്ടനഷ്ടങ്ങൾ ആവോളമുണ്ടായി. അവർ വീടുപേക്ഷിച്ചുപോകാതെ ഉയർന്ന സ്ഥലങ്ങളിൽ കയറിക്കൂടി.

നാട്ടിൻപുറത്തും അറയുടെ മുകളിലും ചിലർ പുരപ്പുറത്തും കഴിച്ചുകൂട്ടുകയുണ്ടായി.

പല മരണങ്ങളും ഇതോടൊപ്പം സംഭവിച്ചു. ചില ബാലകരെ കാണാ

താവുകയും ചെയ്തു. ഇതിൽ വളരെ സങ്കടകരമായ ഒന്ന് കുരുവിക്കാട്ടിലെ കുഞ്ഞൂഞ്ഞിന്റെ ഒമ്പതു മാസം പ്രായമുള്ള പെൺകുഞ്ഞിന്റെ തിരോധാനമാണ്. ഓലയിൽ തീർത്ത കുടിലിലെ തുണിത്തൊട്ടിലിൽ ഉറങ്ങിക്കിടന്നിരുന്ന കുഞ്ഞിനെയാണ് കുടിലുൾപ്പെടെ മലവെള്ളപ്പാച്ചിൽ കൊണ്ടുപോയത്. കുടിലുകൾ പലതും ആറ്റിലൂടെയും മറ്റും ഒഴുകിപ്പോകുന്നത് എല്ലാവരും കണ്ടിരുന്നു. കുഞ്ഞൂഞ്ഞ് എവിടെയോ പോയിരുന്നു. അയാളുടെ ഭാര്യ താണ്ടമ്മ കുഞ്ഞിനെ ഉറക്കിക്കിടത്തിയിട്ട് കുറച്ചകലെയുള്ള പുരയിടത്തിൽ കറിവയ്ക്കാൻ മാങ്ങാ പറക്കുവാൻ പോയതായിരുന്നു. ചിന്നംവിളിച്ച് തുമ്പിക്കൈയുയർത്തി പാഞ്ഞടുക്കുന്ന കാട്ടാന കൂട്ടം പോലെ വന്ന മലവെള്ളപ്പാച്ചിൽ കുടിലിനെ വിഴുങ്ങുന്നതു കണ്ട് ബോധം മറഞ്ഞ താണ്ടമ്മയെ രണ്ടു കാതമകലെനിന്നാണു കണ്ടെത്തിയത്. ആ കുഞ്ഞിന്റെ ഗതിയെന്തെന്നാർക്കും അറിയാനായില്ല. ആറ്റിലൂടെ ഒഴുകിയ കുടിലും കുഞ്ഞും വെള്ളത്തിൽ അലിഞ്ഞില്ലാതായിരിക്കാം.

നാട്ടിലെ നല്ലവരായ കുറെപ്പേരും നാടുവാഴുന്ന പൊന്നുതമ്പുരാനും ഉണർന്നു പ്രവർത്തിച്ചതിൽ കുറച്ചുദിവസങ്ങൾകൊണ്ട് എല്ലാവർക്കും പാർപ്പിടങ്ങൾ നിർമ്മിക്കുവാനായി. പള്ളികളിൽനിന്നും അമ്പലങ്ങളിൽ നിന്നും മതവ്യത്യാസം നോക്കാതെ സഹായം നല്കി. മഠത്തിലേത്തു നിന്നും നെയ്ശ്ശേരിൽനിന്നും കോയിക്കപ്പള്ളിൽനിന്നും എന്നു വേണ്ട പല ഭവനങ്ങളിൽനിന്നും ഓല, മുള, തടി തുടങ്ങിയവയും പാത്രങ്ങളും തുണികളും മറ്റും നല്കി ബാധിതരെ സഹായിച്ചു. ചെന്നിത്തലപ്പള്ളിക്കാരായ കുറച്ചുപേർ ചേർന്ന് കോയിപ്രം പള്ളിക്കൂടത്തിന്റെ ചായ്പിൽ വലിയ പാത്രങ്ങളിൽ കഞ്ഞിയുണ്ടാക്കി വിതരണം ചെയ്തു. ജാതിയുടെയും മതത്തിന്റെ വേർതിരിവില്ലാതെ എല്ലാവരും സഹായഹസ്തങ്ങൾ നീട്ടി. എന്നാലിതൊന്നും ഇഷ്ടമാകാത്ത ജന്മികളുമുണ്ടായിരുന്നു.

രാഘവൻ കീറത്തുണികൊണ്ട് ശരീരം മൂടുവാൻ ശ്രമിച്ചു.

"ഹോ... അന്നത്തെ പങ്കപ്പാടുകളോർത്താൽ ഇന്നും ശരീരം കിലുകിലാ വിറയ്ക്കും." അങ്ങനെ കൂടിയിരുന്ന് എപ്പോഴൊക്കെയോ എല്ലാവരും ഉറങ്ങി. അവരുടെ മുന്നിലിരുന്ന കഞ്ഞിയും കലവും തണുത്തു വിറങ്ങലിച്ചിരുന്നു.

കിഴക്ക് വെള്ളകീറിയപ്പോഴാണ് രാഘവനുണർന്നത്. ബാക്കിയെല്ലാവരും അപ്പോഴും നിദ്രയുടെ മടിത്തട്ടിലായിരുന്നു.

രാഘവൻ കണ്ണുകൾ തിരുമ്മി മിഴിച്ചുനോക്കി.

സൂര്യകിരണങ്ങൾ ഓലക്കീറുകളിലൂടെ അകത്ത് പ്രവേശിച്ചിരിക്കുന്നു.

സുവർണ്ണരശ്മികൾ രാഘവനെ നോക്കി പുഞ്ചിരിച്ചു.

അയാൾ വീണ്ടും കണ്ണുകൾ തിരുമ്മിത്തുറന്നു. താൻ കിനാവു കാണുകയാണോ? അയാൾ ചെറ്റവാതിൽ തുറന്ന് വെളിയിലേക്കിറങ്ങി.

മഴയുടെ ഒരു ലക്ഷണവും ആകാശത്ത് കാൺമാനില്ല. ആകാശം നീലവിരിപ്പിട്ടപോലെ കാണപ്പെട്ടു.

അങ്ങകലെ മലഞ്ചെരുവിൽ ആദിത്യൻ തന്റെ പൊൻമുഖം കാട്ടി മന്ദസ്മിതം തൂകിനില്ക്കുന്നു.

ഇരുട്ടറയിൽ നിന്നും മോചിതനായവനെപ്പോലെ അയാൾ ആശ്വാസത്തോടെ ദീർഘനിശ്വാസം പുറപ്പെടുവിച്ചു.

മുപ്പത്തി രണ്ട്

തിരി തൊറുത്ത് വൈക്കോൽ വലിയ കെട്ടുകളാക്കി വരമ്പിലൂടെ പുഞ്ചപ്പാടത്തിന്റെ അരികിലുള്ള മൺപാതയിലേക്ക് തലച്ചുമടായി കൊണ്ടുപോകുന്ന ആളുകൾ. രാവിലെ മുതൽ മെതിച്ചുകൂട്ടിയ നെന്മണികൾ വടക്കൻ കാറ്റിന്റെ സഹായത്തോടെ തൂറ്റുന്ന പെണ്ണുങ്ങൾ. പൂമ്പാറ്റകളെയും തുമ്പികളെയും പിടിക്കാൻ ഓടുകയും തട്ടിവീഴുകയും പിടഞ്ഞെഴുന്നേറ്റ് വീണ്ടും ശ്രമം തുടരുകയും ചെയ്യുന്ന ബാലകർ. തള്ളുവണ്ടികളുടെയും കാളവണ്ടികളുടെയും കടകടാരവം. കൊയ്ത്തുപ്പാടത്ത് ഇരപിടിക്കാനെത്തിയ കൊറ്റിയടക്കമുള്ള അനേകം പറവകളുടെ കൂജനങ്ങൾ. വേല ചെയ്യുന്നവരെ ആവശ്യത്തിനും അനാവശ്യത്തിനും ശകാരിക്കുന്ന കാര്യസ്ഥർ. ആകെ ശബ്ദമുഖരിതമായ വയൽക്കുളം.

അദ്ധ്വാനത്തിന്റെ ക്ഷീണാവസ്ഥയിലും ഭർത്സനത്തിന്റെ പീഡാവസ്ഥയിലും അടുത്ത കുറച്ചുനാളത്തേക്ക് ലഭിക്കാവുന്ന അന്നത്തെക്കുറിച്ചുള്ള പ്രതീക്ഷയിൽ എല്ലാം മറക്കാൻ ശ്രമിക്കുന്ന പാവങ്ങൾ.

പൊരിവെയിലിലും പെരുമഴയിലും അരവയർ പോലും നിറയ്ക്കാതെ അത്യദ്ധ്വാനം ചെയ്ത് അർഹതയുടെ അർദ്ധവേതനം പോലും ലഭിക്കാതെ തങ്ങളെ ചൂഷണം ചെയ്ത് പത്തായപുരകൾ നിറയ്ക്കുന്ന യജമാനന്മാർക്കുവേണ്ടി ജീവിതം ഹോമിക്കേണ്ടിവരുന്ന ബലിപക്ഷികൾ.

തങ്ങളുടെ അദ്ധ്വാനത്തിന്റെ സമൃദ്ധിയിൽ മദിച്ചു പുളച്ചു തങ്ങളുടെ നാരികളുടെ കളേബരങ്ങളിൽ വ്യവസ്ഥിതിയുടെ നാരായമുനകൊണ്ട് ചിത്രമെഴുത്ത് നടത്തുന്നതു കണ്ട് കണ്ണുനീർ പോലും ഒഴുക്കുവാനില്ലാത്ത ഹതഭാഗ്യർ.

സൃഷ്ടിച്ചുവെന്നു വിശ്വസിക്കുന്ന ഈശ്വരന്മാർക്കുപോലും വേണ്ടാത്ത പുഴുസമാന ജന്മങ്ങൾ.

ഇതിനെല്ലാം പുറമെ കുറച്ചുനാൾ മുമ്പുണ്ടായ വെള്ളപ്പൊക്കവും അതിന്റെ ദുരിതങ്ങളും. ഇന്നുമത് നിദ്രകളിലെത്തി ഭയപ്പെടുത്തുന്നു. ഒരായുസ്സിൽ അനുഭവിക്കാവുന്നതിലും കൂടുതൽ ദുരിതങ്ങളാണ് സഹിച്ചത്. അരയറ്റം വെള്ളത്തിൽ നിന്നുകൊണ്ട് ഒരിറ്റു ദാഹജലത്തിനായി കേഴുക.

നെല്ലെല്ലാം കളപ്പുരയിലെത്തിച്ച് വൈക്കോൽ തുറുവിലാക്കണം. പിന്നെ കുറച്ചാശ്വസിക്കാം.

അപ്പോഴേക്കും ഓണമിങ്ങെത്തും.

സന്തോഷത്തിന്റെ അല്പദിവസങ്ങൾ.

വയർ നിറയെ ചോറുകഴിക്കാൻ സാധിക്കുന്ന മാവേലിനാളുകൾ. അതുകഴിയുമ്പോൾ അരപട്ടിണി വീണ്ടും നടകടന്നെത്തും. എല്ലുമുറിയെ പണിയെടുത്താൽ പല്ലുമുറിയെത്തിന്നാമെന്നത് പഴമൊഴി മാത്രമായിരിക്കുന്നു.

രാമനും രാഘവനും ദാമുവും തുടങ്ങി എല്ലാവരും അവരുടെ കളത്രങ്ങളും മക്കളും കൊയ്ത്തിനെത്തിയിരുന്നു. അവരുടെ പുത്രന്മാരിൽ മുതിർന്നവരായ സോമൻ, സുരൻ, മദനൻ എന്നിവർ കൂലിക്കുറവിനെ ചൊല്ലിയും ചൂഷണത്തിനെതിരായും ശബ്ദമുയർത്തി. ഒപ്പം അവരുടെ പ്രായത്തിലുള്ളവരുമുണ്ട്. ഇവരിൽ ഭൂരിഭാഗംപേരും പള്ളിക്കൂടത്തിൽ പോയിട്ടുള്ളവരാണ്.

പ്രതിഷേധമുയർത്തുന്നതിന് വലിയ പ്രയോജനമൊന്നുമില്ലെങ്കിലും അടികിട്ടുന്നുണ്ട്. എങ്കിലും ക്രമേണ ഇതിനെല്ലാം മാറ്റംവരുമെന്നവർ വിശ്വസിക്കുന്നു. അതിനുകാരണം ഗുരുവിന്റെ വാക്കുകളാണ്. അദ്ദേഹം പറയുന്നത് കേട്ടിരുന്നുപോകും.

ഇത്രയുംകാലം യജമാനന്മാരായ ജന്മിമാർ എന്തെല്ലാം അന്യായങ്ങളാണ് തങ്ങളോടു ചെയ്തതെന്ന് അദ്ദേഹത്തിന്റെ വാക്കുകളിൽ നിന്നാണു മനസ്സിലായത്. എല്ലാ മനുഷ്യരും തുല്യരാണെങ്കിലും അതിൽ കുറച്ചുപേർ ഉടയോന്മാരും ബാക്കിയുള്ളവർ അടിമകളായുമാണ് ജീവിക്കുന്നത്. ഈശ്വരന് പ്രജകളെല്ലാം ഒരുപോലെയാണ്. എന്നാൽ ഈശ്വരന്റെ സ്വന്തജനങ്ങൾ എന്നു വിചാരിക്കുന്ന ചിലർ മനുഷ്യർക്ക് പലതരം വേലിക്കെട്ടുകൾ സൃഷ്ടിച്ചിരിക്കുന്നു. എല്ലാ മനുഷ്യരിലും ഈശ്വരാംശമുണ്ടെന്ന വസ്തുത അവർ സൗകര്യപൂർവ്വം വിസ്മരിക്കുന്നു.

ഗുരുവിന്റെ പ്രബോധനങ്ങൾ ഒരു കുളിർതെന്നലായി വീശിയടിച്ചു തുടങ്ങി. ഇനിയതു ക്രമേണ ഒരു കൊടുങ്കാറ്റായി രൂപംപ്രാപിക്കും. വിഘാതം സൃഷ്ടിച്ചുകൊണ്ടിരിക്കുന്ന വൻ വൃക്ഷങ്ങളെല്ലാം കടപുഴകി വീഴാൻ അധികം താമസമില്ല.

എല്ലാവർക്കും സ്വന്തമായ ഈശ്വരനെ കാണാനോ തൊഴാനോ വളരെ കഷ്ടപ്പെട്ട് ഉപജീവനം കഴിക്കുന്ന തങ്ങളുടെ ആളുകൾക്കാവുന്നില്ല. അതിനു ബദലായി ഗുരു അരുവിപ്പുറം എന്ന സ്ഥലത്ത് പ്രതിഷ്ഠ നടത്തിക്കഴിഞ്ഞു. അരുവിയിൽനിന്നും മുങ്ങിയെടുത്ത ശിലാഖണ്ഡം കൊണ്ട് ഒരു മഹാപ്രതിഷ്ഠ. ഇതുമാതിരി നാടിന്റെ പലയിടങ്ങളിലും പ്രതി

ഷ്ഠകളും ക്ഷേത്രങ്ങളും പ്രത്യക്ഷമാകും. അങ്ങനെ തങ്ങൾക്കും ഈശ്വരനെ ദർശിക്കുവാനും ആരാധിക്കുവാനും സാദ്ധ്യമാകും.

ഇന്ന് അമ്പലത്തിൽ കയറുന്നതു പോയിട്ട് അതിന്റെ പരിസരത്ത് പോലും നടക്കുവാനനുവാദമില്ല. പല ക്ഷേത്രങ്ങളുടെയും സമീപമുള്ള പാതകളിൽ പലകകൾ സ്ഥാപിക്കപ്പെട്ടിരിക്കുന്നു. തീണ്ടൽ പലകകളാണത്. തങ്ങളുടേതടക്കമുള്ള അവർണ്ണരെന്ന് അവർ വിളിക്കുന്നവർ തീണ്ടി ദൈവത്തെ അശുദ്ധമാകാതിരിക്കാൻ അമ്പലത്തിന്റെ പരിസരപാതകളിൽ സ്ഥാപിച്ചിരിക്കുന്നു.

കീഴ്ജാതിക്കാർ ഇതുവഴി നടക്കരുതെന്നാണതിലെഴുതിയിരിക്കുന്നതെന്ന് അക്ഷരം പഠിച്ചവർ പറഞ്ഞറിഞ്ഞു. അതുവായിച്ചു മനസ്സിലാക്കാൻപോലും തങ്ങളിൽ ഭൂരിഭാഗത്തിനുമറിയില്ലല്ലോ. തങ്ങൾക്ക് പള്ളിക്കൂടവുമില്ല. അവിടെ പോകാനനുവദിക്കുകയുമില്ല. തങ്ങളുടെ കുട്ടികളെ അവർ പള്ളിക്കൂടങ്ങളിൽ കയറ്റുന്നില്ല. മിഷൻ പള്ളിക്കൂടങ്ങളാണ് ഇപ്പോൾ തങ്ങളുടെ കുട്ടികൾക്ക് അഭയം.

സവർണ്ണരെന്നു സ്വയം വിളിക്കുന്നവർ ജാത്യാചാരത്തിന്റെ കൊടുവാളെടുത്തിരിക്കയാണെന്ന് ഗുരു പറഞ്ഞിട്ടുണ്ട്. ഇതുകേട്ട് ആവേശം പൂണ്ട കുറെപ്പേർ സംഘടിച്ച് നിരോധിക്കപ്പെട്ട പാതകളിലൂടെ കൂകിവിളിച്ച് ആർത്തുനടന്നു. സവർണ്ണരായ ആളുകൾക്ക് ഇതു സഹിക്കാനാവുമോ? അവർ വേൽക്കമ്പുകളുമായി വന്ന് എതിരിട്ടു. അടികലശലായപ്പോൾ അടികൊണ്ടവർ ഓടിയൊളിച്ചു. എന്നാലതൊരു ആരംഭമായിരുന്നു. തുടർന്നും പലയിടത്തും ഇതുപോലെ സംഭവിച്ചു.

ഗാന്ധിജിയെന്നൊരു മഹാൻ പോയകൊല്ലം തങ്ങളുടെ ഉന്നമനത്തിനായി മലയാളത്തുവന്ന് ഗുരുവിനെയും സന്ദർശിച്ചു. കീഴ്ജാതിക്കാരെയെല്ലാം അദ്ദേഹം ഹരിജനങ്ങൾ എന്നാണു വിശേഷിപ്പിച്ചത്. ഈശ്വരന്റെ മക്കൾ എന്നാണ് ഹരിജനമെന്നതിന്റെ പൊരുൾ എന്നറിയാൻ കഴിഞ്ഞു. പക്ഷേ, തങ്ങൾക്ക് ഈശ്വരനെ കാണാൻ മാത്രം അവകാശമില്ല.

ഗാന്ധിജി തങ്ങളുടെ ഗുരുവിനേക്കാൾ വലിയയാളാണെന്നാ പറഞ്ഞു കേട്ടത്. ഇന്ത്യ മുഴുവൻ വെള്ളക്കാരോടു ലഹളയോ സമരമോ നടത്തുകയാണ്. അതിന്റെ തലപ്പത്ത് ഈ മഹാനാണ്. അന്നദ്ദേഹം നാട്ടിലെത്തിയത് വൈക്കത്ത് നടത്തുന്ന സത്യഗ്രഹമെന്ന സമരത്തിൽ പങ്കെടുക്കാനാണ്. എല്ലാവർക്കും ക്ഷേത്രങ്ങളിൽ പ്രവേശിക്കാൻ വേണ്ടി നടത്തിയ സമരമായിരുന്നു അത്. എന്നാലതുകൊണ്ട് വല്ല ഗുണമുണ്ടായോ? ആവോ. എന്നായാലും മാറ്റത്തിന്റെ ഒരു മിന്നായം കാണുന്നില്ലേ?

ചക്രവാളസീമകൾക്കപ്പുറത്തുനിന്നും പ്രകാശപൂരിതമായ നല്ല നാളെകൾ ഉദയം ചെയ്യുമെന്നതിൽ സംശയമില്ല.

സമഗ്രമായ പുരോഗമനത്തിന്റെ ശംഖൊലി മാറ്റൊലിക്കൊള്ളുമ്പോൾ പാരതന്ത്ര്യത്തിന്റെയും ഉച്ചനീചത്വത്തിന്റെയും മതിൽക്കെട്ടുകൾ തകർന്നടിയും.

പെരുവെള്ളത്തിന്റെ ഇരച്ചിലിൽ മൺകുമ്പാരങ്ങൾ ഉടഞ്ഞലിഞ്ഞി ല്ലാതാകും.

പൊള്ളിക്കുന്ന, കണ്ണഞ്ചിപ്പിക്കുന്ന സൂര്യന്റെ അയനശേഷം മന്ദ ഹാസം പൊഴിക്കുന്ന പൗർണ്ണമി ചന്ദ്രൻ വാനിലുദയം ചെയ്യും.

സുഖശീതളമായ അന്തരീക്ഷത്തിൽ ചന്ദ്രിക ചാലിച്ചെഴുതിയ അനേക സംവത്സരങ്ങൾ, ഇവിടെ ഭയലേശമെന്യേ വിരാജിക്കും. തങ്ങ ളുടെ ശിരസ്സിന്മേൽ വഹിച്ചുകൊണ്ടിരിക്കുന്ന കഠിനഭാരങ്ങൾ പുഷ്പദ ലങ്ങളായി മാറുമെന്ന് പ്രതീക്ഷയുടെ കിനാവുകണ്ട് അവർ ഭവനങ്ങളി ലേക്ക് മടങ്ങി.

മുപ്പത്തി മൂന്ന്

സൂര്യകിരണങ്ങളാൽ ശക്തിയാർജ്ജിച്ച മാരുതൻ അഴിഞ്ഞാടി പറന്നു.

ഇളം മഞ്ഞയും പച്ചയും നിറത്തിൽ മാമ്പഴങ്ങൾ നിറഞ്ഞ മാവിൻ ശിഖരങ്ങൾ ഇളകിയാടി. ഞെട്ടറ്റ് മാമ്പഴങ്ങൾ താഴേക്ക് പതിച്ചു. കാറ്റിന്റെ ശക്തി മറ്റു മരങ്ങളെയും തുള്ളുമാറാക്കി. വഴനയിൽനിന്നും പൂക്കൾ മഴ യായി ഭൂമിയിൽ വർഷിച്ചു. പുഷ്പസ്പർശനത്താൽ, ഋതുമതിയായ അംഗ നയെന്നപോൽ ധരണി കോരിത്തരിച്ചു.

ആഞ്ഞിലിയിൽനിന്നും പഴുത്ത ചക്കകൾവീണ് നാലുദിക്കുകളി ലേക്കും ചിതറിത്തെറിച്ചു.

തെങ്ങിൽനിന്നും പതിച്ച ഓലയുടെ ശബ്ദത്തിൽ അതിൽ കെട്ടിയി രുന്ന പശു ഭയന്ന് പുറകോട്ടോടി കയറിൽ കുരുങ്ങിക്കിടക്കുന്നതുപോലെ വലിഞ്ഞുനിന്നു.

ആലുംമൂട്ടിലെ വീടിന്റെ അകത്തളങ്ങളിൽനിന്നു സ്ത്രീകളുടെ കുര വയിടീൽ ശ്രവിച്ച് അയൽവീടുകളിൽനിന്നും മഹിളാമണികൾ അവിടേക്ക് വരവായി.

ചന്ദ്രൻപിള്ളയുടെ പൗത്ര ഋതുമതിയായി.

ഇനിയിവിടെ നാലുനാൾ ഇതിന്റെ ആഘോഷമാണ്. അത്രയും നാൾ അവൾക്ക് മത്സ്യമാംസാദികൾ ഭക്ഷിക്കാൻ പാടില്ല. ഇന്നുമുതൽ മൂന്നാം പക്കം അന്നം വർജ്യം. പഴങ്ങളും കിഴങ്ങുവർഗ്ഗങ്ങളും മാത്രം. പ്രത്യേക മായി തയ്യാർ ചെയ്ത മുറിയിലാണവൾ വസിക്കുക. അവൾ ശയിക്കുന്ന അറയിൽ അരിമാവുകൊണ്ട് കോലമണിഞ്ഞ് ചെമ്പുകുടത്തിന്റെ വായ്ത്ത ലയിൽ ഒരു തെങ്ങിൻചൊട്ട അലങ്കരിച്ചുവെക്കും. അതിന്റെ സമീപേ അര കല്ലിന്റെ പിള്ളക്കല്ല്, ഉലക്ക, ചൂൽ ആദിയായവ ഇടംപിടിക്കും. ഈ നാലു

നാൾ അവൾക്ക് ശുദ്ധിയില്ലെന്നാണ് അർത്ഥമാക്കുന്നത്. ഈ നേരം ആരുമവളെ സ്പർശിക്കാൻ പാടില്ല. പ്രഥമനാൾ അവൾക്ക് സ്നാനം നല്കുന്നത് അമ്മാവിയാണ്. മണ്ണാത്തി നല്കുന്ന മാറ്റുടുത്തു വേണമവൾ അതു ചെയ്യാൻ. തുടർന്ന് പുതിയ വസ്ത്രമണിഞ്ഞ് ആഭരണങ്ങളുമിട്ടവൾ നടുമുറ്റത്തിരിക്കും. അത്തിക്കുറിശ്ശി സ്ത്രീ അവളുടെ കാതിൽ മന്ത്രങ്ങളോതും. തലയിൽ അരിമണികൾ വാരി വിതറും. നാലാംനാൾ അടുത്തെവിടെയെങ്കിലുമുള്ള കുളത്തിൽ കുളിച്ചു ശുദ്ധിയായി വലിയ ആർഭാടപൂർവ്വം ഘോഷയാത്രയായി അവളെ വീട്ടിലെത്തിക്കും. അന്ന് വിവിധങ്ങളായ പലഹാരങ്ങളുൾപ്പെടെ ഗംഭീരസദ്യ നടത്തും. ക്രിയകൾ നടത്തുന്ന പുരോഹിതർ വാത്തികളാണ്. വളരെയധികം ധനം വിനിയോഗിക്കേണ്ടിവരുന്ന ഒരാചാരമാണിത്.

ആർത്തവത്തിന്റെ ആദ്യദിനം ചേട്ടാഭഗവതി അവളിൽ ആവാഹിച്ചു വസിക്കുമെന്നും അതിനെ ഉച്ചാടനം ചെയ്ത് ഋതുശാന്തി വരുത്തണമെന്നുമാണീ ചടങ്ങിന്റെ പിന്നിലുള്ള വിശ്വാസം.

ചന്ദ്രൻപിള്ളയ്ക്ക് ഇത്തരം ആചാരങ്ങളോട് കടുത്ത അതൃപ്തിയാണുള്ളത്. കുടുംബത്തിലുള്ളവരുടെ നിർബ്ബന്ധം കൊണ്ടാണിതിനു സമ്മതം മൂളിയത്.

താലികെട്ടു കല്യാണം, തിരണ്ടുകുളി തുടങ്ങിയ അടിയന്തിരങ്ങൾ വൃഥാവാണെന്നും അനാവശ്യമായി ദ്രവ്യം വ്യയം ചെയ്യേണ്ടിവരുന്നതിനാൽ ഇവയെല്ലാം നിർത്തലാക്കണമെന്നും നായർ സമാജം യോഗത്തിൽ തീരുമാനമായതാണ്. ഇടത്തരക്കാരും സാധുക്കളുമായ ധാരാളംപേർ ഈ അടിയന്തിരങ്ങൾ നടത്തി ദരിദ്രരായതിനാലാണ് സമാജം ആലോചിച്ച് ഇത് ആരും അനുവർത്തിക്കരുതെന്ന് തീരുമാനിച്ചത്. എന്നാൽ വളരെയധികം പേരും പഴയ മാമൂലുകളെ മാറ്റാൻ ഇഷ്ടപ്പെടുന്നവരല്ല. പ്രായോഗികതലത്തിൽനിന്നു ചിന്തിച്ച് ഉറപ്പിച്ച തീരുമാനങ്ങളായിരുന്നുവത്. എന്നാൽ അതിനപുറത്ത് തലപ്പാവിനുള്ളിൽ ആഢ്യത്വം ചുമന്നു നടക്കുന്ന കുറച്ചു നായർ പ്രമാണിമാരാണിതിനു തുരങ്കംവയ്ക്കുന്നത്. ഇതോടൊപ്പം അവർക്ക് അംഗീകരിക്കാനാവാത്ത പല തീരുമാനങ്ങളുമുണ്ട്. കുതിരകെട്ടും വെടിക്കെട്ടും കോലംകെട്ടുമുൾപ്പെടെയുള്ള ഉത്സവങ്ങൾ നിർത്തൽ ചെയ്യുക, ഹിന്ദുസമുദായങ്ങൾ തമ്മിലുള്ള അനൈക്യം. നിലനിർത്തുന്ന അന്ധതാപൂർണ്ണമായ തീണ്ടൽ, തൊടീൽ പോലുള്ള അനാചാരങ്ങൾ ഇല്ലാതാക്കുക, ബ്രാഹ്മണ ക്ഷേത്രബന്ധത്തിലുള്ള അടിമത്തം ഇല്ലാതാക്കുക തുടങ്ങിയ സമാജത്തിന്റെ സമരപരിപാടികളോട് വളരെ ആളുകൾക്ക് മനസ്സാ എതിർപ്പാണ്.

ചെറുമകളുടെ തിരണ്ടുകുളി ഇതുപോലെ നടത്തുന്നതിന് ചന്ദ്രൻപിള്ളയ്ക്ക് അല്പംപോലും താല്പര്യമില്ലായിരുന്നു. ഇത് നിരർത്ഥകവും അപമാനകരവുമാണെന്നാണ് സമാജ നേതാവ് മന്നത്ത് പത്മനാഭൻ പ്രസംഗിച്ചുവന്നിരുന്നത്. ഈ വാക്കുകൾ ചന്ദ്രൻപിള്ളയുടെ കാതുകളിലുണ്ട്. എല്ലാവരും അടിയന്തിരങ്ങൾ നടത്തുമ്പോൾ നമ്മ ഇതു ചെയ്യാ

തിരുന്നാൽ കുറച്ചിലാണെന്നു പറഞ്ഞ് വീട്ടിലുള്ളവർ കലഹം കൂട്ടിയാലെന്തു ചെയ്യും.

'പണം കുറെ ചെലവാകും. അതുപോട്ടെയെന്നു വെക്കാം. നാടോടുമ്പോൾ നടുവെയോടണമല്ലോ' ഭാനുമതിയും സരസ്വതിയും മറ്റുള്ളവരും ഒറ്റക്കെട്ടായി നിന്നുപറയുമ്പോൾ ഏകനായി താനെന്തു ചെയ്യും.

'മരുമക്കത്തായ സമ്പ്രദായം റാണി വിളംബരം ചെയ്തു നിർത്തലാക്കിയിട്ടു മാസങ്ങൾ പിന്നിട്ടു. എങ്കിലും പെണ്ണുങ്ങടെ വാക്കിനല്ലേ ഇവിടെ വില.'

"ഇന്നല്ലെങ്കിൽ നാളെ ഇതിനെല്ലാം അറുതിവരും" അയാൾ പിറുപിറുത്തുകൊണ്ട് മനസ്സിനെ ആശ്വസിപ്പിച്ചു.

അയാൾ ഉമ്മറത്ത് വിശ്രമിക്കുകയായിരുന്നു. പെണ്ണുങ്ങളുടെ പരിപാടിയല്ലേ. അവർ ചെയ്തുകൊള്ളും.

അയൽവാസികളും ബന്ധുക്കളുമായ നാരീജനങ്ങൾ, തിരണ്ട തന്വംഗിയെ സന്ദർശിക്കാനായിയെത്തിക്കൊണ്ടിരുന്നു. അവരുടെ പക്കൽ പലവിധ പലഹാരപ്പൊതികളുണ്ട്. ആ കൂട്ടത്തിൽ കോയിക്കപ്പള്ളിലെ രാധമ്മയും മകളുമുണ്ട്. രാധമ്മ തന്നെ നോക്കിച്ചിരിച്ചതിൽ എന്തോ അർത്ഥം വെച്ചുകൊണ്ടുള്ളതായി ചന്ദ്രൻപിള്ളയ്ക്ക് തോന്നി.

ഇതുപോലുള്ള അടിയന്തിരങ്ങൾ എതിർക്കുന്നയാൾതന്നെ ഇതിനു വശംവദനായതിന്റെ പരിഹാസമാണോ അതോ ഇതുപോലുള്ളവ നടത്താതിരിക്കാനാവില്ലയെന്ന ഓർമ്മപ്പെടുത്തലാണോ ഈ ഹാസത്തിനു പിന്നിൽ.

ശങ്കരൻ നായരുമായി ഇത്തരം കാര്യങ്ങൾ പറഞ്ഞ് തർക്കിക്കുന്നത് രാധമ്മയും പലതവണ കേട്ടിട്ടുള്ളതാണ്.

രണ്ടുകൊല്ലംമുമ്പും ഇതുപോലെ വിവാദമുണ്ടായതാണ്. ഇവളുടെ തന്നെ താലികെട്ടു കല്യാണം നടത്തുമ്പോൾ. പെൺകുട്ടി ഋതുമതിയാകുന്നതിനുമുമ്പ് താലികെട്ടു കല്യാണം നടത്തണമെന്നാണ് ആചാരം. ഏഴ്, ഒമ്പത്, പതിനൊന്ന് എന്നീ വയസ്സിലോ അതിനുമുമ്പോ ആകാം. ഏറ്റവും പ്രൗഢിയോടെ നടത്തണം. ഇതു നടത്താഞ്ഞാൽ അതിനേക്കാൾ വലിയ മാനക്കേടില്ല. എന്നാലീ ആചാരത്തിനെതിരെയും സമാജം സമരത്തിനിറങ്ങിയിരിക്കുകയാണ്. ഇതനാചാരം മാത്രമല്ല കുടുംബത്തിന്റെ സാമ്പത്തികസ്ഥിതിയും തകർക്കുന്ന ഒന്നാണെന്നും വാദമുയർത്തിയാണിതിനെ എതിർക്കുന്നത്. ഈ വാദം വാസ്തവമാണു താനും. ഒരു വിവാഹം പോലെ പന്തലിട്ട് അത്രയും തന്നെ ചെലവ് വരുത്തുന്ന പരിപാടിയാണിത്.

ഇതിനായി ജ്യോത്സ്യൻ മുഹൂർത്തം കുറിക്കും. ബന്ധുമിത്രാദികളെയെല്ലാം ക്ഷണിച്ചിരിക്കും. മുഹൂർത്ത നേരത്ത് പെൺകുട്ടിയെ പുത്തൻ ആടകളണിയിച്ച് പന്തലിലിരുത്തും. നിലവിളക്ക്, നിറപറ, പച്ചരി, കരിക്ക്, കവുങ്ങിൻ പൂക്കുല തുടങ്ങിയവ ഒരുക്കിവയ്ക്കും. താലികെട്ടിനുള്ള മാപ്പിളവരവും വലിയ ആഘോഷമായിട്ടാണ് നടത്തുന്നത്. അണിഞ്ഞൊ

രുങ്ങി മന്ത്രകോടി കഴുത്തിൽ ചുറ്റി ഐവർ കളിക്കാരുടെ വേഷവിധാനത്തിൽ അല്പമകലെ ഏതെങ്കിലും ഭവനത്തിൽനിന്നും ആനപ്പുറത്തോ കുതിരപ്പുറത്തോ പന്തലിലെത്തും. പേര് ചൊല്ലി അകത്തേക്കാനയിക്കും. അവനെത്തുമ്പോൾ പെണ്ണ് വെറ്റിലയാൽ മുഖംമറയ്ക്കും. മാപ്പിള, പെണ്ണിന്റെ വലതുവശത്തിരിക്കും. മുഹൂർത്തമായിയെന്ന് കണിയാൻ അറിയിച്ചാൽ കെട്ട് തുടങ്ങും. 'മിന്നും ചരടും കൊടുക്കട്ടെ' യെന്ന് പാത്തിച്ചി മൂന്നുവട്ടം വിളിച്ചു ചോദിക്കും. സദസ്യർ അനുവാദം നല്കുമ്പോഴേക്കും പഞ്ചവാദ്യവും കുരവയുംകൊണ്ട് ആകെ ശബ്ദമുഖരിതമാകും. മിന്നുകെട്ട് കഴിഞ്ഞ് മണവറയിൽപ്പോക്കും വാതിൽതുറപ്പാട്ടും ഉണ്ടാകും.

താലികെട്ടുന്നവൻ അമ്മായിച്ചോറുമുണ്ട് നാലുനാൾ മണിയറയിൽ കഴിയണം. ഈ നാലുനാളും ഗംഭീര സദ്യയുണ്ടാകും. നാലാംനാൾ നീരാട്ടോടെ ചടങ്ങുകൾ അവസാനിക്കും. അവൻ മന്ത്രകോടി തിരികെ നല്കി സമ്മാനങ്ങൾ വാങ്ങി സ്ഥലംവിടും. രണ്ടു ചക്രവും ഒരു അമ്പലപ്പുഴ കോണവും ആണ് സമ്മാനം. പലപ്പോഴും കൂടുതൽ സമ്മാനങ്ങളുണ്ടാകും. പതിനൊന്നു ചക്രമാണ് താലിക്കു കൂലിയായി തട്ടാനു നല്കേണ്ടത്. സമൂഹമൊന്നാകെ ഈ ആഘോഷത്തിൽ ലയിച്ചിരിക്കുമ്പോൾ കുടുംബത്തിലെ കാരണവരുടെ മനസ്സ് നീറുകയായിരിക്കും. വീടിനുണ്ടാകുന്ന ദുർച്ചെലവിന്റെ സങ്കടം നെടുവീർപ്പായി പുറത്തേക്ക് വമിക്കും. ഇത് ബ്രാഹ്മണരെ അനുകരിച്ചുണ്ടായതാണെന്ന് ചന്ദ്രൻപിള്ള കേട്ടിട്ടുണ്ട്.

അല്പം വിവേകബുദ്ധിയോടെ ആലോചിച്ചാൽ ഇത് തികച്ചും അനാവശ്യമായ ഒന്നാണെന്ന് ആർക്കും മനസ്സിലാകും. ചന്ദ്രൻപിള്ള ഇത് നേരത്തേ തലകുലുക്കി സമ്മതിച്ചിട്ടുള്ളതുമാണ്. അങ്ങനെ തെറ്റാണെന്നു തനിക്കു ബോദ്ധ്യമുള്ള രണ്ടാമത്തെ ആചാരവും താൻ നടത്തുന്നു. നടന്നുകൊണ്ടിരിക്കുന്നു.

അയാൾ എഴുന്നേറ്റ് വാതിലിലൂടെ അകത്തേക്ക് തന്റെ ശ്രദ്ധയെ പായിച്ചു. കുറച്ചു ബഹളവും ആൾക്കൂട്ടവും മാത്രമേ അയാൾക്ക് ദർശിക്കാനായുള്ളു.

'ഈ ചടങ്ങു പൂർത്തിയാവുമ്പോഴേക്കും വിരിപ്പിന്റെ പകുതിയും തീറെഴുതേണ്ടിവരും.' അയാൾ അനല്പമായ സങ്കടത്തോടെ ഓർത്തു. കെട്ടുകല്യാണത്തിന് തെങ്ങിൻ പുരയിടമാണ് അന്യാധീനമായത്. മഹാറാണി തമ്പുരാട്ടിയോ ദിവാനോ മനസ്സുവെച്ച് ഇതെല്ലാം നിയമംമൂലം നിർത്തൽ ചെയ്യാതെ ദുരഭിമാനിയായ താനുൾപ്പെടെയുള്ളവർക്ക് ഒന്നും ചെയ്യാനാവില്ലയെന്ന് നൈരാശ്യത്തോടെ അയാൾ പിറുപിറുത്തു. നിരാസത്തോടെ അയാളിൽനിന്നും പുറപ്പെട്ട നെടുവീർപ്പുകൾ അകത്തെ സ്ത്രീകളുടെ കുരവയിലും ശബ്ദങ്ങളിലും ലയിച്ചില്ലാതായി.

മുപ്പത്തി നാല്

പതിനഞ്ചുകൊല്ലം ദീർഘിച്ച തടവിനൊടുവിലെ വിടുതി ആ മനുഷ്യക്കോലത്തിന് സമ്മാനിച്ചത് ആശ്വാസമോ സ്വാതന്ത്ര്യമോ ആയിരുന്നില്ല. വെള്ളക്കാരന്റെ തീ തുപ്പുന്ന തോക്കിനു മുമ്പിൽ നെഞ്ച് പരിചപോലെ വിരിച്ച് ഭാരത് മാതാവിനുവേണ്ടി സമരം ചെയ്ത ആ ധീര ദേശാഭിമാനിക്ക് അനായാസം നടന്നു നീങ്ങുവാനുള്ള ത്രാണി പോലുമുണ്ടായിരുന്നില്ല. മാതൃദേശത്തിന്റെ മോചനത്തിനായി ഉദ്യോഗവും ധനവും തൃണവൽഗണിച്ച് സമരമുഖത്തേക്ക് എടുത്തുചാടിയ ആ സേനാനിക്ക് ജയിൽ ജീവിതവും അത്യന്തം കഠിനമായിരുന്നു. പ്രതിഷേധവും അതിന്റെ പേരിൽ ഏല്ക്കേണ്ടിവന്ന പീഡനങ്ങളും അയാളെ ശാരീരികമായി തളർത്തി. ഒപ്പം പലവിധ രോഗങ്ങൾ അയാളുടെ ഒട്ടുമിക്ക അവയവങ്ങളെയും കീഴ്പ്പെടുത്തി. എന്നാലിതൊന്നും വകവയ്ക്കാതെ തന്റെ നാടിന്റെ സ്വാതന്ത്ര്യത്തിനായി തടവറയിലും അയാൾ ശബ്ദമുയർത്തിക്കൊണ്ടിരുന്നു.

നാടുമായോ ബന്ധുക്കളുമായോ യാതൊരുതരത്തിലും ബന്ധം പുലർത്താനയാൾക്കായില്ല. സ്വാതന്ത്ര്യവാഞ്ഛ അയാളിൽ മാറാവ്യാധി പോലെ നിലനിന്നു. ഇടയ്ക്കെപ്പോഴെങ്കിലും മാത്രം തന്നെ സന്ദർശിക്കാനെത്തുന്ന മണികണ്ഠൻ എന്ന തമിഴ് സുഹൃത്തിൽനിന്നാണ് പുറത്തെ സമാചാരങ്ങൾ അയാൾ മനസ്സിലാക്കി വന്നത്. പല വർത്തമാനങ്ങളുടെയും കൂട്ടത്തിലാണ് കുഞ്ഞന്നനെയും മാധവനെയുംകുറിച്ചുള്ള കാര്യമറിയുന്നത്.

ചെറുപ്പകാലത്ത് താൻ തോളിലേറ്റി നടന്നിരുന്ന പൈതൽ വളർന്ന് വിവാഹിതയായി തന്റെ പരിസരത്തുണ്ടായിരുന്നുവെന്നത് അയാൾക്ക് ഒരു കടംകഥപോലെ തോന്നിച്ചു.

കുഞ്ഞന്നയെ കുറിച്ചോർത്തപ്പോൾ ഗൃഹാതുരത്വത്തിന്റെ കുളിർമ്മയും സന്തോഷവും വാത്സല്യവും അയാളുടെ മനസ്സിൽ വന്നുനിറഞ്ഞു. അവളെ ഒരു നോക്കു കാണാൻ അയാളുടെ ഹൃദയം വെമ്പി.

എന്നാൽ പിന്നീടു കടന്നുവന്ന വൃത്താന്തങ്ങൾ അയാളുടെ വദനങ്ങളിലും അന്തരംഗത്തിലും ശോക പരിവേഷം വരച്ചുചേർത്തു.

മാധവ് ചന്ദ്രൻ രാജ്യദ്രോഹക്കുറ്റത്തിന് പൊലീസിന്റെ കൈകളിലകപ്പെട്ടെന്നും അയാളെ വിചാരണ കൂടാതെ അന്തമാൻ ദ്വീപിലേക്ക് നാടുകടത്തിയെന്നുമാണ് കേൾക്കുന്നത്. അത്രയ്ക്ക് അക്ഷന്തവ്യമായ കുറ്റമാണയാൾ ചെയ്തത്.

ജോർജ് അഞ്ചാമൻ രാജാവ് തീവണ്ടിയാത്ര റദ്ദാക്കിയതറിഞ്ഞ് അഡയാർ പാലത്തിൽ സ്ഥാപിച്ചിരുന്ന ബോംബ് നിർവീര്യമാക്കി തിരികെയെടുക്കാൻപോയ മാധവൻ പൊലീസിന്റെ പിടിയിലായി. രക്ഷപ്പെടലിനും ആത്മാഹുതിക്കും വിഫലശ്രമം നടത്തിയിരുന്നു. പൊലീസിനു സംഗതികളെല്ലാം മനസ്സിലായി.

അതോടെ കുഞ്ഞന്ന ഒറ്റപ്പെട്ടു. പരിഭ്രാന്തയായ അവൾക്ക് എന്തു ചെയ്യണമെന്നൊരു രൂപവുമില്ലായിരുന്നു. വിരഹത്തിന്റെയും ആധിയുടെയും നാളുകളിൽ അവളുടെയുള്ളിൽ ജീവന്റെ ഒരു പുതുനാമ്പ് മുളയ്ക്കുന്നത് അവളറിഞ്ഞു. അവൾക്ക് അതിരറ്റ സന്തോഷമുണ്ടായി; ഒപ്പം ദുഃഖവും മനഃസ്താപവും. അവൾ തന്റെ വീടിനെയും ഉറ്റവരെയും കുറിച്ചോർത്തു. ഇതു നാട്ടിൽ വെച്ചായിരുന്നെങ്കിൽ എല്ലാവരുംകൂടി പെരുന്നാളുപോലെ ആഘോഷിക്കുമായിരുന്നു. ബലിപീഠത്തിൽ ബന്ധനസ്ഥയായ ബലിവസ്തുപോലെ നിസ്സഹായയായി ഇപ്പോൾ ഇവിടെ താൻ ഏകാകിയായി ഈ അന്യനാട്ടിൽ.

വിശ്വനാഥമേനോൻ അവളുടെ സംരക്ഷണച്ചുമതല ലച്ച്മി എന്ന തമിഴ് സ്ത്രീയെ ഏല്പിച്ചു. വേണ്ടിവരുന്ന തുക അയാൾ സമയാസമയങ്ങളിൽ നല്കിക്കൊണ്ടിരുന്നു.

കുഞ്ഞന്നയെ കണ്ടപ്പോൾ ലച്ച്മിക്ക് വളരെ സന്തോഷമായി. അവർ തനിച്ചായിരുന്നു താമസം. മദ്ധ്യവയസ്സു പിന്നിട്ട അവരുടെ കണവൻ മരിച്ചിട്ട് അല്പകാലമായി. സന്താനസൗഭാഗ്യവും അവരെ കടാക്ഷിച്ചിരുന്നില്ല. അവരവളെ സ്വന്തം മകളെപ്പോലെ ആശ്ലേഷിച്ചു. ഉണ്ണൂലി മുത്തശ്ശിയുടെ ഗന്ധം അവരിൽ നിന്നുയർന്നത് പോലെ അവൾക്ക് അനുഭവപ്പെട്ടു.

"നീയേ ഒരു കുഴന്ത, ഉനക്കൊരു കുഴന്തയാ. പറവായില്ലെ സന്തോഴം. നീ എതുക്കും കവലപ്പെടാതെ. നീയെനക്കു മകൾ താൻ."

കറുത്ത്, പല്ലുകളുന്തി മുഖത്ത് മഞ്ഞൾ അഭിഷേകം ചെയ്ത് ഒട്ടും തന്നെ ആകർഷണം തോന്നാത്ത അവരിൽനിന്നും വമിച്ച കർപ്പൂരത്തിന്റെയും വിയർപ്പിന്റെയും സമ്മിശ്ര ഗന്ധം കുഞ്ഞന്നയിൽ വൈഷമ്യം ഉളവാക്കി. എങ്കിലും അവരുടെ മുഖത്തെ സ്നേഹവും പ്രവൃത്തിയിലെ ആത്മാർത്ഥതയും മെല്ലെ മെല്ലെ അവരിലേക്കടുപ്പിച്ചു.

വിശ്വനാഥമേനോൻ നിരവധി തവണ കുഞ്ഞന്നയെ സ്വദേശത്തേക്ക്

മടങ്ങാൻ പ്രേരിപ്പിച്ചു. അവളതിനു വഴങ്ങിയില്ല. തന്റെ പ്രാണനാഥൻ ഉടനെയെത്തുമെന്നും സന്തോഷകരമായി ജീവിതം നയിക്കാമെന്നും അവൾ പ്രത്യാശിച്ചു. മാധവന്റെ അവസ്ഥ കുഞ്ഞന്നയ്ക്ക് അജ്ഞാതമായിരുന്നു. അഥവാ മേനോൻ സത്യാവസ്ഥ അവളെ ധരിപ്പിച്ചിരുന്നില്ല. ഒരു പ്രശ്നത്തിൽ പൊലീസിലകപ്പെടാതിരിക്കുവാൻ അല്പകാലം ഒളിവിൽ താമസിക്കുകയാണെന്നാണ് അവളെ പറഞ്ഞു വിശ്വസിപ്പിച്ചിരുന്നത്.

നിജസ്ഥിതി ബോദ്ധ്യപ്പെടുത്തി അവളെ തിരികെ നാട്ടിലേക്കയയ്ക്കണമെന്ന് മേനോൻ വിചാരിച്ചിരുന്നു. മാധവന്റെ ആഗമനം ഒരു പ്രഹേളികയാണെന്ന് മേനോന് ബോദ്ധ്യമുണ്ട്. ബ്രിട്ടീഷുകാരന്റെ തടവറകളിൽ ഏറ്റവും ഭീകരമായ അന്തമാൻ ജയിലിൽനിന്നും ആരും തിരികെവന്ന ചരിത്രമില്ല. ഭൂമിയിലെ നരകമാണാ ദ്വീപ്. അവിടുള്ള വെള്ളക്കാർ നരകാസുരന്മാരും. മാധവൻ തിരികെയെത്തുമെന്ന് കിനാവു കാണാൻപോലു മാകില്ല.

“മോളേ... മോളു നാട്ടിൽ പോകണം. ഞാനതിനു വേണ്ടതെല്ലാം ചെയ്യാം. വേണമെങ്കിൽ ഞാനും കൂടെ വരാം. ഇവിടെക്കഴിയുന്നത് കഷ്ടപ്പാടാണ്. ഈ അവസ്ഥയിൽ സ്വന്തം വീടാണു നല്ലത്. മാതാപിതാക്കള് പഴയതെല്ലാം മറന്ന് സ്നേഹിക്കും.”

“വേണ്ടാ വേണ്ടാ.... മാധവേട്ടൻ ഉടനെ വരും. അതുവരെ മേനോൻ ചേട്ടനെന്നെ സഹായിച്ചാൽ മതി. എന്തു കഷ്ടപ്പാടാണെങ്കിലും ഞാൻ സഹിച്ചോളാം.”

പലപ്പോഴും അയാളിതേ ആവശ്യമുന്നയിച്ചു. അപ്പോഴെല്ലാം ഒരേ ഉത്തരത്തിൽ അവൾ ഉറച്ചുനിന്നു.

ഒരിക്കൽ വിശ്വനാഥമേനോനും ലച്ച്മിയും തമ്മിലുള്ള സംഭാഷണം യാദൃച്ഛികമായി ശ്രവിച്ച അവളുടെ ഹൃത്തടത്തിൽ കൊള്ളിമീൻ പാഞ്ഞു. കരഞ്ഞുകൊണ്ടോടിയെത്തിയ അവളിൽനിന്നും പിന്നീട് ഒന്നും മറച്ചു വെക്കാനയാൾക്കായില്ല.

ഹതാശയായ അവൾ മാനസികമായും തകർന്നു. ഉദരത്തിൽ നാമ്പിട്ടു തുടിക്കുന്ന ജീവൻ അവളിൽ ആശ്വാസത്തിന്റെ ഹിമകണങ്ങൾ വീഴ്ത്തിയെങ്കിലും, ആ ജീവന്റെ അവകാശിയെക്കുറിച്ചുള്ള ആകുലത അവൾക്ക് ആധിയും വ്യാധിയും പകർന്നു നല്കി. പരിക്ഷീണയായ അവൾക്ക് ആരുടെയും ആശ്വാസവചനങ്ങൾ തുണയേകാൻ ഇടയായില്ല.

ജയിൽ മോചിതനായ അയാൾക്ക് വീണ്ടും സ്വാതന്ത്ര്യസമര സാഗരത്തിലേക്ക് കുതിച്ചു ചാടണമെന്നായിരുന്നു അഭിവാഞ്ഛ. എന്നാൽ കുഞ്ഞന്നയെ കണ്ടെത്തുകയെന്നതാണ് തന്റെ പ്രഥമ കർമ്മമായി അയാളുടെ മനതാരിൽ ഉയർന്നുനിന്നത്.

മദിരാശിയിലെ അയാളുടെ സ്നേഹിതരുടെയും പരിചയക്കാരുടെയും ഇടയിൽ അയാൾ അന്വേഷണം നടത്തി. അവൾ താമസിച്ചിരുന്ന പട്ടാഭിരാമൻ തെരുവിലും അയാളെത്തി. വിശ്വനാഥമേനോൻ കൊല്ലങ്ങൾക്കു മുമ്പ് അയാളുടെ സ്വദേശത്തേക്ക് മടങ്ങിയതായറിഞ്ഞു. കുഞ്ഞന്നയ്ക്ക്

അഭയം നല്കിയിരുന്ന ലച്ച്മിയെന്ന സ്ത്രീയെക്കുറിച്ച് ചോദിച്ചറിഞ്ഞ് അയാളവരുടെ വീട്ടിലെത്തിച്ചേർന്നു.

ക്ഷീണിതനും പ്രാകൃതരൂപിയുമായ അയാൾക്ക് അവിടെ നിന്നും ലഭിച്ച വിവരങ്ങൾ കൂടുതൽ മനഭാരമാണ് സമ്മാനിച്ചത്.

ആദ്യ പ്രസവത്തോടെ രോഗബാധിതയും വിരഹദുഃഖിതയുമായ കുഞ്ഞന്ന ഈ ലോകത്തോടു വിടവാങ്ങി; തന്റെ പ്രിയതമൻ എന്നെങ്കിലും തിരികെയെത്തുമ്പോൾ നല്കാൻ ഒരു പെൺമണിയെ ലോകത്തിൽ അവ ശേഷിപ്പിച്ചിട്ട്. ആനിയെന്നു പേരിട്ട് ലച്ച്മി അവളെ കൺമണിപോലെ വളർത്തി. ആനിക്കിപ്പോൾ പ്രായം പതിനാറ്. ലച്ച്മിക്ക് ഇപ്പോൾ വല്ലാത്ത വേവലാതിയാണ്. അതവർ അയാളോടു തുറന്നു പറഞ്ഞു.

"എനക്ക് റൊമ്പ വയസ്സാച്ച്. ഇനിമേ ഇന്ത കുഴന്തയെ പോറ്റ കഷ്ടം താൻ. എന്ന ശെയ്യറതെന്ന് പുരിയിലൈ. അവ അപ്പാ വരുമെന്ന് നിനച്ച് ഇത്തനകാലം കാത്തിരുന്തേൻ. ഇന്നും വരല്ല. ഇരുന്താലും ഇവാളും ഇവാളടമ്മാവും എനക്കു സ്വന്ത പുള്ള താൻ. ഇവ രണ്ടു പേരാലുംതാൻ എൻ വാഴ്ക്കൈയ്ക്ക് അർത്തം കിടച്ചത്. ഇരണ്ടു തങ്കങ്ങളും എനക്ക് റൊമ്പ പാസം തന്താച്ച്."

ഈപ്പനോട് ലച്ച്മി തന്റെ പ്രയാസം തുറന്നു പറഞ്ഞെങ്കിലും അയാളോടൊപ്പം ആനിയെ അയയ്ക്കാനവർ സമ്മതിച്ചില്ല. ഒരിക്കൽപോലും കണ്ടിട്ടില്ലാത്ത ഒരപരിചിതനോടൊപ്പം ഒരു പെൺകുട്ടിയെ കൂടെവിടാൻ ആർക്കും മനസ്സുവരില്ല. പ്രത്യേകിച്ച് വിരൂപ ലക്ഷണങ്ങളുള്ള ഒരുവനോടൊപ്പം. അയാളെ ലച്ച്മി ആദ്യം വിശ്വസിച്ചില്ല. അവിടെ തന്നെയും മേനോനെയും പരിചയമുള്ള ചില കുടുംബങ്ങളുണ്ടായിരുന്നു. അയാൾ അവരെ കണ്ടെത്തി വിവരങ്ങൾ ധരിപ്പിച്ചു. അവരുടെ നിരന്തരമായ സമ്പർക്കവും നിർബ്ബന്ധവും ലച്ച്മിയുടെ അനാരോഗ്യവും ചേർത്തുവെച്ചപ്പോൾ ഉദ്ദേശിച്ച ഫലം കണ്ടു.

ഈപ്പന് കുഞ്ഞന്നയോടുള്ള ബന്ധം പറഞ്ഞു മനസ്സിലാക്കാനും വളരെ പാടുപെടേണ്ടി വന്നു.

ആനിയെ പറഞ്ഞുവിടുകയെന്നാൽ തന്റെ നെഞ്ചു പറിച്ചെടുക്കുന്നതുപോലെയാണെന്ന് അവർ പലപ്പോഴും പറഞ്ഞു. അതു വാസ്തവവുമാണ്. അത്രയ്ക്ക് അവളെ അവർക്കിഷ്ടമാണ്. എങ്കിലും അവൾ സ്വന്തം വീട്ടിലേക്ക് പോകുന്നതാണ് അവളുടെ ഭാവിക്ക് ഉത്തമമെന്നും ആ നല്ല മനസ്സിനറിയാമായിരുന്നു.

ഈ പൂങ്കുരുന്നിനെ തന്റെ ഉള്ളം കൈയിലേക്ക് പെറ്റിട്ടിട്ടാണവളുടെ മാതാവ് കാലത്തിന്റെ കൊടുങ്കാടുകളിലപ്രത്യക്ഷമായത്. അന്നുമുതൽ ഇന്നോളം താനാണവൾക്ക് പാലും ജീവിതവും അൻപും രാവും പകലുമെല്ലാം ചുരത്തി നല്കിയത്. ഇനിയധികകാലം ചുരത്തുവാനുള്ള സ്തന്യം തന്റെ കുചങ്ങളില്ലെന്ന് ലച്ച്മിക്ക് ബോദ്ധ്യമുണ്ട്. അതവർക്കൊരു നീറുന്ന ചോദ്യമായി തന്റെ നിദ്രകളെ ഭഞ്ജിച്ചിരുന്നു. കടവുളാണതിനിങ്ങനെയൊരു പരിഹാരം നല്കിയത്.

അവൾക്ക് സ്വന്തമായി വലിയൊരു കുടുംബം, അതും ധനാഢ്യരായയവരുണ്ടെന്നത് ലച്ച്മിക്ക് ആശ്ചര്യജനകമായ കാര്യമായിരുന്നു. പലരുടെയും വാക്കുകളിൽനിന്നും ഗ്രഹിച്ചതത്രയും വാസ്തവമെന്ന് മനസ്സിലായപ്പോൾ അവർ ആത്മാർത്ഥമായും ആനന്ദിച്ചു. അങ്ങകലെ മരങ്ങളും പുഴകളും പക്ഷികളും പുഷ്പങ്ങളാലലംകൃതമായ താഴ്‌വാരങ്ങളും അവർ കണ്ടു. അവിടെ പൂമ്പാറ്റയെപ്പോലെ പാറിപ്പറന്നു നടക്കുന്ന ആനിയെ നോക്കി ലച്ച്മി പുഞ്ചിരിതൂകി നിന്നു.

മുപ്പത്തി അഞ്ച്

മണിനാദം മുഴങ്ങി. ദുഃഖമണിനാദം.

സെമിനാരി പള്ളിയിലെ മണിയാണാദ്യം വിരഹദുഃഖം പങ്കുവെച്ചത്. തുടർന്ന് ഏലിയാ ചാപ്പലിലെ മണിയും സങ്കടഭാരത്താൽ കേണു. നിമിഷങ്ങളുടെ കൊഴിഞ്ഞു വീഴലിൽ മലയാളത്തുള്ള സകലമാന സുറിയാനി പള്ളികളുടെ മണീകങ്ങൾ മുഴങ്ങിക്കൊണ്ടിരുന്നു. വിഷാദാദ്രമായ ഘണ്ടാനാദത്തിന്റെ പ്രകമ്പനങ്ങൾ മനുഷ്യ മനസ്സുകളെ ശോകഭരിതമാക്കി.

മാർത്തോമ്മാ നസ്രാണികളുടെ ഹൃദയങ്ങളിൽ വെള്ളിടിവെട്ടി. ദുഃഖാർത്തരൂപികൾ പല ദിക്കുകളിൽനിന്നും ഒന്നായിയൊഴുകിയെത്തി സെമിനാരിയങ്കണത്തെ മർത്ത്യപയോധിയാക്കിമാറ്റി.

ഏലിയാചാപ്പലിലെ മണിയുടെ ശബ്ദത്തിലുണ്ടായ ഭാവമാറ്റം അതിന്റെ ചിത്തത്തോടൊപ്പം ഗാത്രവും നുറുങ്ങിയതാലാണെന്ന് ശ്രോതാക്കൾ മനസ്സിലാക്കാൻ ബുദ്ധിമുട്ടുണ്ടായില്ല.

അര ശതാബ്ദത്തിലധികമായി മലങ്കരസഭാ നഭസ്സിൽ നിറഞ്ഞുനിന്നിരുന്ന താപസശ്രേഷ്ഠൻ കാലയവനികയ്ക്കു പിന്നിലേക്ക് വിടവാങ്ങിയിരിക്കുന്നു.

'സത്യമേവ ജയതേ' യെന്ന മഹത്‌വാക്യം ജീവിതചര്യയാക്കിയ മഹാനുഭാവൻ സംഭവബഹുലവും സംഘർഷഭരിതവുമായ തന്റെ ജീവിതത്തിന്റെ ഓരോ ഏടുകളിലും സുഗന്ധം വാരി വിതറി മറ്റുള്ളവർക്കായി അതു ശേഷിപ്പിച്ച് മറ്റൊരു ലോകത്തേക്ക് യാത്രയായിരിക്കുന്നു.

വട്ടശ്ശേരിൽ തിരുമേനിയെന്ന മഹാമനീഷി തന്റെ ഇഹലോകദൗത്യം വിജയകരമായി നിർവ്വഹിച്ച് ക്ഷീരപഥങ്ങൾക്കുമപ്പുറത്തേക്ക് സഞ്ചാരമാരംഭിച്ചിരിക്കുന്നു.

പലനാളുകളായി രോഗപീഡയിൽ ക്ലേശിച്ചിരുന്ന അദ്ദേഹത്തിന്

അലോപ്പതിയിലും ആയുർവേദത്തിലും പ്രവീണരായ ഭിഷഗ്വരന്മാരുടെ ചികിത്സ ലഭ്യമാക്കിയിരുന്നു. രോഗകിടക്കയിലായ വേളയിൽ അനേകായിരങ്ങൾ നാൾകൾതോറും അദ്ദേഹത്തെ സന്ദർശിക്ക പതിവായിരുന്നു. ഇതു കൂടാതെ ഒരു പറ്റമാളുകൾ നിശീഥിനിയിലും എന്തിനും തയ്യാറായി നിലകൊണ്ടിരുന്നു.

ഈ നാളുകളിൽ ഒന്നിൽ യാമിനിയുടെ മറവിൽ ഒരു സംഭവം നടന്നു. ആശ്ചര്യജനകമായ ഒരു സന്ദർശനം.

ഒരു രാത്രിയുടെ നാലാം യാമത്തിൽ എല്ലാവരും സുഖസുഷുപ്തിയിൽ മുഴുകിയിരുന്ന വേളയിൽ സെമിനാരി വളപ്പിൽ ഒരു മോട്ടോർ കാർ വന്നുനിന്നു. അതിൽനിന്നും തലയും ശരീരവും വസ്ത്രത്താൽ മൂടിയ ഒരു പുരുഷരൂപം ഇറങ്ങി സാവധാനം രോഗശയ്യയിലെത്തി നാലഞ്ചു വിനാഴിക മുട്ടുകുത്തിനിന്ന് തിരുമേനിയുടെ പാദം ചുംബിച്ച് തിരികെ പോയി. തിരുമേനിയുടെ പാചകക്കാരൻ കൊച്ചാപ്പു തൊട്ടടുത്തായി താഴപ്പായിൽ ചുരുണ്ടുകൂടി കിടന്നുറങ്ങുന്നുണ്ടായിരുന്നു. കാല്പെരുമാറ്റം കേട്ടുണർന്ന കൊച്ചാപ്പു ഭീകരമെന്നു തോന്നുന്ന രൂപംകണ്ട് ഭയന്ന് ശബ്ദമേതുമുയർത്താൻ കഴിയാതെ വിറങ്ങലിച്ചു കിടന്നു. മുറിയിൽ തെളിച്ചുവെച്ചിരുന്ന റാന്തൽ വിളക്കിന്റെ മങ്ങിയ ദീപ്തിയിൽ ആ രൂപത്തിന്റെ വദനം ദർശിച്ച വേളയിൽ അയാൾക്ക് അമ്പരപ്പും ആശ്വാസവും ഒരേ സമയത്തുണ്ടായി. ഭയന്നു വിറച്ചിരുന്ന അയാളിൽ വിയർപ്പുകണങ്ങൾ ഒലിച്ചിറങ്ങുന്നുണ്ടായിരുന്നു. പല ദശകങ്ങൾ സെമിനാരിയിൽ താമസിച്ചിരുന്നയാളാണാ രൂപമെന്നത് അയാളുടെ പോയ ജീവനെ തിരികെ കൊണ്ടുവന്നു. അന്നേരം കൊച്ചാപ്പുവിന് ആ രൂപത്തിനുള്ളിലെ വ്യക്തിയോട് വെറുപ്പും വിദ്വേഷവുമുണ്ടായി. തിരുമേനി പഠിപ്പിച്ച് വലുതാക്കി അവസാനം സ്വാർത്ഥ താല്പര്യങ്ങൾക്കായി തിരുമേനിയെ വ്യസനിപ്പിച്ചു കടന്നുകളഞ്ഞയാളാണ് ഇപ്പോൾ മരണാസന്നനായ തന്റെ ഗുരുവിനെ സന്ദർശിക്കുവാനെത്തിയിരിക്കുന്നത്. അതും ചോരനെപ്പോലെ അസമയത്ത്.

തിരുമേനിയുടെ ദേഹവിയോഗമറിഞ്ഞ് ഓടിയെത്തുന്നവരുടെ അക്ഷികൾ നിറയുകയും ഒഴുകുകയും വീണ്ടും നീരണിയുകയും ചെയ്യുന്നു. മീനച്ചിലാറിന്റെ കുഞ്ഞോളങ്ങളെ തഴുകിയെത്തുന്ന കാറ്റിനുപോലും കണ്ണീരിന്റെ നേരിയ നനവുണ്ടായിരുന്നു.

ഏഴുപതിറ്റാണ്ടിലധികം മലങ്കരയുടെ അജയ്യ യോദ്ധാവായും ദൈവത്തിനായി ഉദാത്തവിശുദ്ധനായും ജീവിച്ച് തന്റെ സഭയുടെ ദേശീയതയും അഭിമാനവും സംരക്ഷിച്ച ദേശസ്നേഹിയായ ആ രാജർഷി തങ്ങളെ വിട്ടുപിരിഞ്ഞുവെന്ന് കൂട്ടാക്കാൻ അവിടെ കൂടിനിന്നവരുടെ മനസ്സുകൾക്കാവുന്നില്ല. ശോകമൂകമായ അന്തരീക്ഷത്തിൽ സംസാരിക്കാൻ ത്രാണിയില്ലാതെ ആളുകൾ പരസ്പരം നോക്കിനിന്നു.

സ്ത്രീകളുടെ കൂട്ടക്കരച്ചിൽ ഇടവിടാതെ മുഴങ്ങി.

മുതിർന്ന പുരുഷന്മാർപോലും ഗദ്ഗദകണ്ഠരായി.

ചെന്നിത്തലയിൽനിന്നും കത്തനാരുടെ നേതൃത്വത്തിൽ നൂറിലധികമാളുകൾ തിരുമേനിയെ ദർശിക്കാനെത്തിയിരുന്നു. ഇതിൽ മത്തായി സാറും ഗീവർഗ്ഗീസും ജോസഫും തുടങ്ങിയവരുണ്ടായിരുന്നു. ആൾക്കൂട്ടത്തിൽ പലരും പലവഴിക്കു മാറിയാൽ തിരികെപോകുന്നതിനെ ബാധിക്കുമെന്നതിനാൽ എല്ലാവരും ഒരുമിച്ചു നില്ക്കണമെന്ന നിർദ്ദേശമുണ്ടായിരുന്നുവെങ്കിലും വളരെയധികം തിരക്കനുഭവപ്പെട്ടതിനാൽ അതുപാലിക്കപ്പെട്ടില്ല.

കൂടിനിന്നവരിൽനിന്നും പ്രത്യേക ശബ്ദങ്ങളും തിക്കും തിരക്കും വർദ്ധിക്കുകയും ചെയ്തപ്പോൾ ജോസഫ് അവിടേക്ക് ശ്രദ്ധിച്ചു. തിരുമേനിയുടെ ഭൗതികശരീരം ഒരുക്കി ഒരു സിംഹാസനത്തിലിരുത്തി പള്ളിയിലേക്കാനയിക്കുകയാണ്. വളരെ ശ്രമപ്പെട്ടാണ് സിംഹാസനമേന്തിയവർ തിരുമേനിയെ പള്ളിയുടെ മദ്ബഹായിലെത്തിച്ചത്. പോകുന്ന വഴിക്ക് തിരുമേനിയെയോ അംശവസ്ത്രങ്ങളെയോ ഒന്നു സ്പർശിച്ച് സായൂജ്യമടയുവാൻ ആയിരങ്ങൾ തങ്ങളുടെ കരങ്ങൾ നീട്ടി.

തിരുമേനിയുടെ ഗാത്രം ശുദ്ധിചെയ്ത് സുഗന്ധതൈലം പൂശി അംശവസ്ത്രങ്ങളണിയിച്ച് സിംഹാസനത്തിൽ ആസനനാക്കിയിരിക്കുകയാണ്. കൈയിൽ ഒരു സ്ലീബാ പിടിപ്പിച്ചിട്ടുണ്ട്. പള്ളിയിൽ പടിഞ്ഞാറോട്ടു ദർശനമായി ഇരുത്തി. പ്രാർത്ഥനയ്ക്കുശേഷം ആളുകൾ നിരയായി വന്ന് അദ്ദേഹത്തിന്റെ കൈമുത്തിക്കൊണ്ടിരുന്നു. എല്ലാവരുടേയും നയനങ്ങൾ നിറഞ്ഞുകൊണ്ടിരുന്നു. എല്ലാ സ്ത്രീകളുടെയും നാവിൽനിന്ന് നിലവിളികൾ ഉയരുന്നുണ്ടായിരുന്നു. പല കുട്ടികളും കരയുന്നത് കാണാമായിരുന്നു. വയോധികരുടെ കണ്ണുകളും നിറഞ്ഞു തുളുമ്പുന്നുണ്ട്.

സെമിനാരിയുടെ വടക്കുകിഴക്കായി എല്ലാത്തിനും മൂകസാക്ഷിയായി നിലകൊണ്ടിരുന്ന കിളിച്ചുണ്ടൻ മാവിന്റെ ചുവട്ടിലായി ദീർഘകായനായ ഒരാൾ ആൾക്കൂട്ടത്തിൽ ഒറ്റപ്പെട്ടു നിന്നിരുന്നു. തിരുമേനിയുടെ ഭൗതികശരീരം ദർശിച്ച് എന്തുപറയണമെന്നോ എന്തുചെയ്യണമെന്നോ അറിയാതെ. തന്റെ ആത്മമിത്രത്തിന്റെ വേർപാടിൽ അതീവ ദുഃഖിതനായി കാണപ്പെട്ടു അദ്ദേഹം. മലയാളത്തിന്റെ കവി കുലപതി വള്ളത്തോൾ നാരായണ മേനോനല്ലാതെ മറ്റാരുമായിരുന്നില്ല അത്. മലങ്കരയുടെ ജ്വലിക്കുന്ന സൂര്യൻ എന്ന അർത്ഥത്തിൽ മലങ്കരസഭാ ഭാസുരൻ എന്ന നാമം തിരുമേനിക്ക് ചാർത്തിനല്കിയത് ഈ മഹാനുഭാവനായിരുന്നു. ഏറ്റവുമടുത്ത സുഹൃത്തായിരിക്കുമ്പോൾത്തന്നെ തിരുമേനിയോട് ആരാധനാമനോഭാവം കാത്തുസൂക്ഷിച്ചിരുന്നു. പല സംഗതികളിലും തിരുമേനി അദ്ദേഹത്തോട് അഭിപ്രായമാരായുമായിരുന്നു. സ്വസഹോദര വേർപാടു പോലെ വിരഹ ദുഃഖമുളവാക്കുന്നതായിരുന്നു തിരുമേനിയുടെ നിര്യാണം.

തിരുമേനിയോടൊത്തുള്ള നിമിഷങ്ങൾ അദ്ദേഹം അയവിറക്കി. മഹാകവിവര്യന്റെ നേത്രങ്ങൾ സജലങ്ങളായി.

തിരുമേനിയുടെ കൈമുത്താനായി നിന്നവരുടെ നീണ്ടനിര. ക്ഷമയോടെയും അക്ഷമയോടെയും ജനതതി.

അനുശോചനയോഗത്തിനുള്ള ആരംഭമായി. സംസാരിക്കുന്നവർ പലപ്പോഴും ഗദ്ഗദകണ്ഠരായി. അപ്പോഴെല്ലാം ശ്രോതാക്കളിൽനിന്ന് നെടുവീർപ്പും പലവിധ ശബ്ദങ്ങളും ഉയരുകയും അവരുടെയെല്ലാം കാഴ്ചയെ മറച്ചുകൊണ്ട് കണ്ണുനീർ ഉളവാകയും ചെയ്തു. സംസാരിച്ചവരിൽ *മനോരമ*യുടെ മാമ്മൻ മാപ്പിളയുടെയും വിദ്യാഭ്യാസവകുപ്പിന്റെ മേധാവിയായിരുന്ന ഒ എം ചെറിയാന്റെയും വാക്കുകൾ കേൾവിക്കാരുടെ ഹൃത്തടങ്ങളിൽ ആത്മാഭിമാനത്തിന്റെ കുളിർമഴയായി പെയ്തിറങ്ങി.

"മലങ്കരസഭയുടെ ക്ഷേമത്തിൽ ഹൃദയപ്രാധാന്യമുള്ള ഒരു തത്ത്വത്തിന്റെ സംരക്ഷണത്തിനുവേണ്ടി സധൈര്യം പോരാടേണ്ടി വന്നതിനാൽ വ്യാജമായ കുറ്റാരോപണങ്ങൾക്കും പീഡനങ്ങൾക്കും വിധേയനാവുകയും വ്യക്തിപരമായും അതികഠിനമായ കഷ്ടതകൾ സഹിക്കേണ്ടിയും വന്ന ഈ കർമ്മയോഗി ഒരു വീരയോദ്ധാവിനു അനുയോജ്യമായ വിപദി ധൈര്യത്തോടും ക്രൈസ്തവ സമർപ്പണത്തോടുംകൂടി അവയെ അഭിമുഖീകരിച്ചു വിജയം വരിക്കയുണ്ടായി."

"അനേകം അമൂർത്തഗുണങ്ങളുടെ രസമിശ്രണങ്ങളാൽ അഭിഷേകം ചെയ്യപ്പെട്ട അമാനുഷ പുരുഷകേസരിയുടെ ജീവിതം ചിരസ്മരണീയമായ വിവിധ സംഭവങ്ങളാൽ ഇഴചേർക്കപ്പെട്ട മഹാപ്രതിഭാസമാണ്. തിരുമേനിയുടെ വ്യക്തിത്വത്തെക്കുറിച്ച് ചിന്തിക്കുമ്പോൾ ആപാദനാ മാധുര്യത്തേക്കാൾ ആലോചനാകൃതമായ ഒന്നാണത്."

"ലോകത്തിലെ ഏറ്റവും പുരാതനവും ആഢ്യത്വം നിറഞ്ഞ കേരള നസ്രാണികളുടെ ഇടയനും സർവ്വാധികാരിയുമായിരിക്കുമ്പോൾ, ഈ സഭയുടെ ആത്മീകവും ലൗകീകവുമായ എല്ലാ സമ്പത്തും ഒരു വിദേശ സഭാതലവന് അടിയറ വയ്ക്കണമെന്ന അവകാശവാദമുയർന്നപ്പോൾ അതിനെ സധൈര്യം നേരിട്ട് എതിർത്ത്, കൂടെനിന്നവർ മറുപക്ഷം ചേർന്നപ്പോഴും ഭയമേതും കൂടാതെ സത്യസന്ധമായ തന്റെ നിലപാടിൽനിന്നും അണുവിടപോലും വ്യതിചലിക്കാതെ സകല ഭവിഷ്യത്തുകളെയും തൃണവൽഗണിച്ച് വിജയം സ്വായത്തമാക്കിയ ഋഷിവര്യൻ, അന്യായമായ അവകാശവാദങ്ങളെയും അത്യന്തം ആപല്ക്കരമായ മഹാവിപത്തിനെയും ചെറുത്തുതോല്പിച്ചു. അദ്ദേഹമില്ലായിരുന്നെങ്കിൽ പൗരാണികമായ മാർത്തോമ്മാ നസ്രാണികളുടെ ഈ സമൂഹം വിദേശാധിപത്യത്തിൻകീഴിൽ വിസ്മൃതിയിലാണ്ടു പോകുമായിരുന്നു."

അവിടെയുണ്ടായിരുന്നവർ കൈമുത്തി കഴിഞ്ഞപ്പോഴേക്കും നേരം നിശീഥമായിക്കഴിഞ്ഞിരുന്നു. ആ നേരത്തും പലയിടങ്ങളിൽനിന്നും ജനങ്ങളെത്തിക്കൊണ്ടിരുന്നു. വിശപ്പും ദാഹവും ക്ഷീണവും കാര്യമാക്കാതെ എല്ലാദേശങ്ങളിൽനിന്നും യുവാക്കളും ബാലകരും വനിതകളും വൃദ്ധജനങ്ങളും രാപ്പകൽ ഭേദം നോക്കാതെ ഭൗതികമേനി ദർശിക്കുവാനായി വന്നുചേർന്നു.

ചെന്നിത്തലയിൽനിന്നു വന്നവരിൽ നാലഞ്ചു പേരൊഴികെയെല്ലാവരും രാത്രിതന്നെ തിരികെപ്പോയി. ഗീവർഗ്ഗീസുൾപ്പെടെ അഞ്ചുപേർ

ജോണിന്റെ പുത്തനങ്ങാടിയിലുള്ള ഭവനത്തിൽ രാപാർത്തു. പിറ്റേന്നു നടക്കുന്ന കബറടക്ക ശുശ്രൂഷയിൽ പങ്കെടുക്കാനായി.

പ്രഭാതത്തിൽ കുളിയെല്ലാം കഴിഞ്ഞ് അവരെത്തുമ്പോഴേക്കും കുർബ്ബാന തുടങ്ങിയിരുന്നു.

"ഇന്നലത്തേതിന്റെ ഇരട്ടിയാളുണ്ടല്ലോ." ജോസഫ് ആത്മഗതമെന്നോണം പറഞ്ഞു.

പള്ളിയിൽ കയറുവാനോ കുർബ്ബാന കാണുന്നതുപോലെ നില്ക്കുവാനോ പോലുള്ള ഇടം അവർക്ക് ലഭിച്ചില്ല. പന്തലിന്റെ പടിഞ്ഞാറു വശത്തായി അവർ നിലയുറപ്പിച്ചു.

ആരാധനാ മദ്ധ്യേ കാതോലിക്കാ കല്യാശ്ശേരി ബാവാ, തന്റെ ഗുരുനാഥന്റെ സ്മരണകളെ ആസ്പദമാക്കി ഹൃദയസ്പൃക്കായ പ്രഭാഷണം നടത്തി. അദ്ദേഹത്തിന്റെ വാക്കുകൾ നിർഗ്ഗമിക്കുമ്പോഴും ശ്രോതാക്കളുടെ നയനങ്ങൾ പെയ്തിറങ്ങുന്നുണ്ടായിരുന്നു.

തന്റെ പരിസരങ്ങളോടും അജഗണങ്ങളോടും അവസാന യാത്രാമൊഴി നല്കി കാലയവനികയ്ക്ക് പിന്നിലേക്ക് വിടവാങ്ങുന്നതിന്റെ നാന്ദിയായുമുള്ള നഗരികാണിക്കൽ ചടങ്ങ് ആരംഭിച്ചു. സ്വർണ്ണത്തിലും വെള്ളിയിലും നിർമ്മിച്ച അനേകം കുരിശുകൾ, മുത്തുക്കുടകൾ, ദുഃഖഭേരി മുഴക്കി ബാന്റുവാദ്യം തുടങ്ങിയവയുടെ അകമ്പടിയോടെ എല്ലാ മെത്രാന്മാരും പരശതം വൈദികരും അനേകായിരം വിശ്വാസികളും ഈ ചടങ്ങിൽ പങ്കെടുത്തു.

ആൾക്കൂട്ടത്തിൽ മദ്ധ്യവയസ്കനായ തലയും ദീക്ഷയും നരച്ച് കഷണ്ടിയായ നെറ്റിയിൽ മുറിവിന്റെ വടുവുള്ള ഒരു മുഹമ്മദീയനായ മനുഷ്യൻ നില്ക്കുന്നുണ്ടായിരുന്നു. അയാളുടെ നേത്രങ്ങളിൽ നനവില്ലായിരുന്നു. പക്ഷേ, മനസ്താപത്തിന്റെ വ്യസനത്തിന്റെ ഒരു ഭാവം അയാൾ തന്റെ വദനത്തിലണിഞ്ഞിരുന്നു.

അതു കമാലുദ്ദീനായിരുന്നുവെന്ന് ആർക്കും മനസ്സിലായില്ല. ആനപ്പാപ്പി കൊലക്കേസിൽ ജീവപര്യന്തം തടവിന് വിധിക്കപ്പെട്ടിരുന്ന അയാൾ മോചിതനായിട്ട് ഏതാനും മാസങ്ങളേയായുള്ളൂ. തിരുമേനി കാലംചെയ്ത വാർത്തയറിഞ്ഞ് അജ്ഞാതമായ ചേതനയുടെ ഫലമായി എത്തിയതാണയാളിവിടെ; തന്നെ മറ്റുള്ളവർ തിരിച്ചറിഞ്ഞാൽ എന്തു സംഭവിക്കും എന്ന ഭീതിവകവയ്ക്കാതെ. പ്രാർത്ഥനയുടെ നിലവിളികളുടെ കണ്ണീരുകളുടെ സമ്മിശ്ര വികിരണങ്ങൾ തിങ്ങിനിറഞ്ഞ അന്തരീക്ഷത്തിൽ കബറടക്കം നിർവ്വഹിക്കപ്പെട്ടു.

കർമ്മകാണ്ഡം തികച്ച് സംതൃപ്തനായി, ദൈവിത തേജസ്സിന്റെ ബഹിർസ്ഫുരണങ്ങൾ ആനനത്തിൽ പ്രതിഫലിപ്പിച്ച്, സിംഹാസനാരൂഢനായി മണ്ണിലേക്ക് മടങ്ങുന്നു. കുന്തിരിക്കവും സുഗന്ധവസ്തുക്കളും നിറച്ച് കബറിന്റെ മുകൾഭാഗം മൂടുമ്പോൾ തങ്ങളുടെ പ്രിയപ്പെട്ട അജപാലകൻ നിത്യതയിൽ വിലയം പ്രാപിക്കുന്നുവെന്ന് മനസ്സിലാക്കി ആയിരങ്ങളുടെ കണ്ഠങ്ങളിൽനിന്നും രോദനങ്ങളുയർന്നു.

ആൾക്കൂട്ടത്തിൽ നിന്നൊഴിഞ്ഞ് നിർവ്വികാരതയോടെ തലകുനിച്ചു നിന്നിരുന്ന കമാലുദ്ദീന്റെ കൺ കോണുകളിൽനിന്നും ഒരു തുള്ളി അശ്രു ഊറി വരുന്നുണ്ടായിരുന്നു. നിറഞ്ഞു തുളുമ്പിയ നേത്രാംബു അയാളുടെ താടിരോമങ്ങൾക്കുള്ളിൽ വീണ് അപ്രത്യക്ഷമായി.

മുപ്പത്തി ആറ്

പുഷ്പമംഗലയായ ധരിത്രി.

എവിടെയും ഉത്സവത്തിന്റെ അലയൊലികൾ.

കൊയ്ത്ത് കഴിഞ്ഞ പാടത്ത് പക്ഷികളുടെ ആഘോഷമേളം. ഓണത്തപ്പനെ എതിരേല്ക്കാൻ വെമ്പൽകൊള്ളുന്ന മനസ്സുകൾ. അദ്ധ്വാനത്തിനും വറുതിക്കും കഷ്ടപ്പാടുകൾക്കും ചെറിയ ഇടവേള. ആനന്ദത്തിന്റെയും സമൃദ്ധിയുടെയും ദിനരാത്രങ്ങൾ.

ആ പാതയുടെ ഇരുവശങ്ങളിലും ജനതകളെ കൊണ്ടുനിറഞ്ഞു. ഏറ്റവും പ്രാധാന്യമർഹിക്കുന്ന ഒരാൾ ഇതുവഴിയായി ഇപ്പോൾ കടന്നുപോകും. അദ്ദേഹത്തെ ഒരുനോക്കുകാണാൻ അക്ഷമരായി കാത്തുനില്ക്കുകയാണവർ.

പരശതം വരുന്ന നാട്ടുരാജ്യങ്ങളെ ഭാരതമെന്ന ഒറ്റമരത്തണലിലേക്ക് ആവാഹിക്കുവാൻ കെല്പുള്ള ഒരു വ്യക്തിയാണദ്ദേഹം. എല്ലാ ഭാരതീയർക്കും അണിയുവാൻ വസ്ത്രങ്ങൾ ലഭിക്കുമ്പോൾ മാത്രമേ താനും പൂർണ്ണമായി ഉടയാട ധരിക്കൂവെന്ന് പ്രതിജ്ഞയെടുത്ത് ഒറ്റത്തോർത്തു മാത്രം ചുറ്റി ലോകത്തിനു മാതൃകയായ ഒരു മഹാത്മാവ്. അഹിംസ, സത്യഗ്രഹം തുടങ്ങി നൂതനമായ സമര മുറകൾകൊണ്ട് സൂര്യനസ്തമിക്കാത്ത രാജ്യത്തിന്റെ അധിപരെ വിറകൊള്ളിച്ച സ്വാതന്ത്ര്യ സമരത്തിന്റെ അമരക്കാരൻ.

ജനങ്ങൾ ബഹുമാനത്തോടും അതിരറ്റ സ്നേഹത്തോടുംകൂടി ഗാന്ധിജി എന്നു സംബോധന ചെയ്യുന്ന മോഹൻദാസ് കരംചന്ദ് ഗാന്ധി.

അദ്ദേഹം കേരളത്തിലെത്തുന്നതുതന്നെ താഴേക്കിടയിലുള്ളവരുടെ ഉന്നമനത്തിന്. എല്ലാവർക്കും എല്ലായിടത്തും സഞ്ചാരം സാദ്ധ്യമാകുന്നതിന്. എല്ലാ ഹിന്ദുക്കൾക്കും എല്ലാ ക്ഷേത്രങ്ങളിലും ദർശനം നടത്തുന്ന

തിനുള്ള അവകാശത്തിനായി.

മലബാറിലാണ് ഏറ്റവും കൂടുതൽ യോഗങ്ങളിൽ അദ്ദേഹം പങ്കെടുത്തതും ജനങ്ങളോടു സംവദിച്ചതും. ക്ഷേത്രപ്രവേശന സമരവുമായി ബന്ധപ്പെട്ട് ഒട്ടനവധിയിടങ്ങളിൽ സത്യഗ്രഹങ്ങളും സമ്മേളനങ്ങളും നടക്കുന്നു. പലയിടത്തും യാഥാസ്ഥിതികരായ ആളുകൾ ഗാന്ധിജിയെ എതിർത്തു. അനുകൂലികളും എതിരാളികളും തമ്മിൽ വാഗ്വാദങ്ങളും ശാരീരികാതിക്രമങ്ങളും നടന്നു. ഗാന്ധിജിയുടെ പ്രസംഗ പീഠത്തിലേക്ക് ഓടിക്കയറി അദ്ദേഹത്തെ ആക്രമിക്കുവാൻ വരെ ചിലർ മുതിർന്നു.

എല്ലാവരും ക്ഷേത്രങ്ങളിൽ കയറുന്നതുപോയിട്ട് അതിനു സമീപമുള്ള പാതകളിൽ നടക്കുന്ന കാര്യംപോലും അചിന്ത്യമായിരുന്നു. സവർണ്ണരെന്ന് അഭിമാനിക്കുന്നവർക്ക് ഗാന്ധിജിയല്ല ആരുവന്നാലും അവർ എതിർക്കും. എന്നാലീ എതിർപ്പ് അധികകാലം നിലനിന്നില്ല. ഗാന്ധിജിയുടെ ഇടപെടൽമൂലം മഹാരാജാവും ഗവർണറും ഇതിൽ നടപടിയെടുത്തു. ഇപ്പോഴിവിടെ ഭരണം നടത്തുന്ന ശ്രീ ചിത്തിരതിരുനാൾ മഹാരാജാവ് യാഥാസ്ഥിതികനോ അന്ധവിശ്വാസിയോ അല്ലാത്തത് അധികൃതർക്ക് ആശ്വാസമാണ്.

കാലാകാലങ്ങളായി രാജവംശം നിലനിർത്തിപ്പോന്നിരുന്ന പലതും അദ്ദേഹം മാറ്റിവെച്ചു. കുടുമ മുറിച്ചുമാറ്റി സാധാരണ മനുഷ്യരെപ്പോലെ മുടിവെച്ചു. രാജവംശത്തിന് നിഷിദ്ധമായിരുന്ന കടൽ കടന്നുള്ള യാത്ര പലതവണ നടത്തി. ഏഴുകടലും താണ്ടി അദ്ദേഹം യാത്ര ചെയ്ത് വളരെ രാജ്യങ്ങൾ സന്ദർശിക്കുകയുമുണ്ടായി. ജനോപകാരപ്രദമായ പല സംരംഭങ്ങൾക്കും സ്ഥാപനങ്ങൾക്കും അദ്ദേഹം ആരംഭംകുറിച്ചുകൊണ്ടിരിക്കുന്നു.

ആരവങ്ങളുടെയും ആനന്ദ സ്വനങ്ങളുടെയും അകമ്പടിയോടെ അശ്വവാഹനമേറി എല്ലാവരേയും നോക്കി പുഞ്ചിരിച്ചുകൊണ്ട് കൃശഗാത്രനായ മഹാമാനവൻ കടന്നുപോകുന്നത് എല്ലാവരും ആനന്ദത്തോടെ കണ്ടുനിന്നു.

“അദ്ദേഹത്തിന് കുതിരവണ്ടിയിലും പല്ലക്കിലും യാത്ര ചെയ്യുന്നതിഷ്ടമല്ല. കുതിരയും ഒരു ജീവിയല്ലേ. അതിനെ വിഷമിപ്പിക്കരുതെന്ന് പറയും. ശകടത്തിലോ തീവണ്ടിയിലോ കപ്പലിലോ യാത്ര ചെയ്യാനാണിഷ്ടം. അല്ലെങ്കിൽ നടന്നുപോകും.”

കോൺഗ്രസിന്റെ സമരഭടനായ ബാലകൃഷ്ണപിള്ളയാണീക്കാര്യം എല്ലാവരും കേൾക്കെ സുഹൃത്തിനോടു അറിയിച്ചത്.

ഗാന്ധിജി പോയിക്കഴിഞ്ഞും ആളുകൾ അവിടെ കൂടിനിന്നു. കുതിരവണ്ടിയും അനുഗാമികളും കണ്ണിൽ നിന്നു മറയുന്നതുവരെ അവരവിടെ നിന്നു. ഗീവർഗ്ഗീസിന്റെ വീടിനു മുന്നിലായിരുന്നു മത്തായി സാർ നിന്നിരുന്നത്. അദ്ദേഹം തിരികെ വീട്ടിലേക്ക് പോകാനായി നടക്കുമ്പോഴാണ് ദിവാകരൻ തന്റെ ഇളയമകൻ ശങ്കുവിനെയും കൈയിൽ പിടിച്ചുകൊണ്ടോടിവരുന്നത്. ദിവാകരൻ കുറച്ചുനാളായി പാവുക്കരയാണു

താമസം. ശങ്കു മത്തായി സാറിന്റെ കാൽതൊട്ടു വണങ്ങി. ദിവാകരൻ ഭവ്യതയോടെ നിന്നു. ഒപ്പം ഒരു സംഗതിയറിയിച്ചു. ശങ്കു എഫ് എ പരീക്ഷ പാസായി. തന്റെ സമുദായത്തിൽ ഈ പ്രദേശത്ത് ആദ്യമായി പരീക്ഷ ജയിച്ചത് ശങ്കുവാണ്.

“ഇവൻ പണ്ടേ മിടുക്കനാണ്. ഇവനെയിനിയും പഠിപ്പിക്കണം. ഇവൻ പഠിച്ചു വലിയയാളാവും.” ഗുരുനാഥൻ പഠിതാവിനെ ആശീർവ്വദിച്ചു.

“ശങ്കുവെന്ന പേരിവൻ അന്വർത്ഥമാക്കും. നിനക്കറിയാമോ ശങ്കു ആരാണെന്ന്?” മത്തായി സാറിന്റെ ചോദ്യംകേട്ട് ദിവാകരൻ മിഴിച്ചുനിന്നു.

“എന്റെ മകൻ”

“അതല്ല. യഥാർത്ഥ ശങ്കു?”

അതുകേട്ട് ശങ്കുവും അത്ഭുതത്തോടെ ഗുരുവിനെയും ജനകനെയും മാറിമാറി നോക്കി.

“വിക്രമാദിത്യ മഹാരാജാവിന്റെ സദസ്സിലെ നവരത്നങ്ങളിൽ ഒരാളാണ് ശങ്കു. കാളിദാസൻ, ധന്വന്തരി, വരാഹമിഹിരൻ തുടങ്ങിയവരുടെ ഗണത്തിൽപ്പെട്ടയാൾ.” ദിവാകരനു ഒന്നും മനസ്സിലായില്ല. ഏതോ ഒരു വലിയയാളുടെ പേരാകാമിതെന്നുമാത്രം ഊഹിച്ചു.

“വിളിക്കാനുള്ള എളുപ്പം നോക്കിയാ ശങ്കൂന്ന് പേരിട്ടത്.”

“പഠിച്ച് പഠിച്ച് രത്നംപോലെ ശോഭിക്കണം.” ശങ്കുവിനെ അഭിനന്ദിച്ച് മത്തായി സാർ നടന്ന് തന്റെ വീട്ടിലെത്തി. വീടിനു മുമ്പിലുള്ള വഴിയിലൂടെ കുറെയാളുകൾ ഘോഷത്തോടെ എന്തൊക്കെയോ വിളിച്ചു പറഞ്ഞുകൊണ്ട് വരുന്നത് ശ്രദ്ധയിൽപ്പെട്ടു. രാഘവനും രാമനും ദാമുവും ആ കൂട്ടത്തിലുണ്ടായിരുന്നു. മത്തായി സാർ വഴിക്കലേക്ക് ചെന്ന് നോക്കി. അവർ പറയുന്നത് മനസ്സിലാകുന്നില്ല. ഒരാളെ കൈയാട്ടി വിളിച്ചു. രാമനതു കണ്ടോടിവന്നു.

“എന്താ. എല്ലാവരും വളരെ സന്തോഷത്തിലാണല്ലോ.”

“അതേയ്. ഞങ്ങളെയെല്ലാം അമ്പലത്തിൽ കേറ്റാമെന്ന് സമ്മതിച്ചു. ഇനി മാന്നാത്തമ്പലത്തില് ഞങ്ങക്ക് തൊഴാം. ഗുരുവും ഗാന്ധിജിയും അതുപോലെ ഒത്തിരിപേര് സമരം ചെയ്തേന്റ് ഗുണമാ.”

ഇത്രയും പറഞ്ഞിട്ട് അയാൾ ആ കൂട്ടത്തിലേക്ക് അലിഞ്ഞുചേർന്നു.

കാലം മാറ്റത്തിന്റെ ഞാണൊലി മുഴക്കുന്നു. അതിന്റെ പ്രകമ്പനങ്ങളിൽ അടിമത്തവും ഉച്ചനീചത്വങ്ങളും നീതിനിഷേധങ്ങളും ആടിയുലയുന്നു. ദിഗന്തഭേരിയായി മുഴങ്ങുന്ന സത്യത്തിനുനേരെ നോക്കുവാൻ പോലും ത്രാണിയില്ലാതെ ആസുരഭാവം പൂണ്ട് അനീതി പ്രവർത്തിച്ചിരുന്നവർ കുഴഞ്ഞുവീഴുന്നു. വെട്ടിമാറ്റപ്പെട്ട തണ്ടുകളിൽനിന്നും പുതുനാമ്പുകൾ ഉദയം ചെയ്യുന്നു. അധഃസ്ഥിതരായ മനുഷ്യവർഗ്ഗത്തിന് നവോന്മേഷം നല്കി മഹാരഥന്മാരായ ദിനകരന്മാർ പലയിടങ്ങളിലും ആവിർഭവിക്കുകയും അവരുടെ കിരണങ്ങളിൽനിന്നുള്ള അഗ്നിയാൽ സത്യനിഷേധികൾ നിഷ്കാസിതരാവുകയും ചെയ്യുന്നു.

തപാൽ ഉരുപ്പടികൾ കൊണ്ടുവരുന്നയാൾവന്ന് ഒരു എഴുത്ത്

മത്തായി സാറിനു നല്കി. അദ്ദേഹമത് ആകാംക്ഷയോടും അനല്പമായ പരിഭ്രമത്തോടുംകൂടി പൊട്ടിച്ചു വായിച്ചു. ഒടുവിൽ എഴുതിയയാളിന്റെ പേര് കണ്ടപ്പോൾ മനസ്സ് തണുത്തു. തന്റെ കനിഷ്ഠ പുത്രന്റെ എഴുത്താണ്. വളരെ കൊല്ലങ്ങൾക്കുശേഷമാണവന്റെ കൈപ്പട കാണുന്നത്.

ഉദ്യോഗലബ്ധിക്കായി മദിരാശിക്കു പോയതാണ്. ഉദ്യോഗവും ലഭിച്ചതാണ്. എന്നാൽ ബ്രിട്ടീഷുകാർക്കെതിരായ സമരത്തിൽ ആകൃഷ്ടനായി അതിലേക്കെടുത്തു ചാടി. തടവിലാക്കപ്പെട്ടശേഷം യാതൊരു വർത്തമാനവും ലഭിച്ചില്ല. അവനെക്കുറിച്ച് പലരോടും അന്വേഷിക്കുകയും പലർക്കും എഴുത്തയയ്ക്കുകയും ചെയ്തിരുന്നു. ഒരു ഫലവുമുണ്ടായില്ല. പള്ളികളിൽ എത്രയെത്ര നേർച്ചകൾ... പരുമലയിലും പുതുപള്ളിയിലും മണർകാട്ടും.

എന്തായാലും അവനെക്കുറിച്ച് ഇപ്പോഴെങ്കിലും അറിയാൻ കഴിയുമല്ലോ.

കത്ത് വായിച്ചുകഴിഞ്ഞപ്പോൾ അദ്ദേഹത്തിന്റെ ഉള്ളത്തിലേക്ക് ആനന്ദവും ആശ്വാസവും കുളിർമഴയായി പെയ്തിറങ്ങി. ആ ആമോദമാരിയിൽ മറ്റുള്ളവരെയും നനയ്ക്കുവാൻ അദ്ദേഹം ഭവനത്തിലേക്ക് വേഗത്തിൽ നടന്നു; കാലുകളിൽ യന്ത്രങ്ങൾ ഘടിപ്പിച്ച ലാഘവത്തോടെ....

ആ സദനത്തിൽ സന്തോഷവും ഗദ്ഗദങ്ങളും കണ്ണുനീരും സ്തോത്രസ്വരങ്ങളുംകൊണ്ട് നിറഞ്ഞു. അതിന്റെ പ്രദീപ്തി ആ ഭവനത്തെ ആവരണം ചെയ്തു.

ആ ലേഖന ഉള്ളടക്കമനുസരിച്ച് ഈപ്പൻ ആനിയെയുംകൊണ്ട് നാളത്തെ തീവണ്ടിയിൽ ഇവിടെയെത്തും.

“ഞാൻ ഗീവർച്ചനെ കണ്ടിട്ടു വരാം. അയാൾ വിവരമറിഞ്ഞുകാണില്ല. ഇതറിഞ്ഞാൻ അയാളാകും ഏറ്റവും സന്തോഷിക്കുക. കുഞ്ഞന്നയുടെ വിശേഷമൊന്നുമറിയാതെ വ്യസനിച്ചു ജീവിക്കുകയാണയാൾ. കുഞ്ഞന്ന ദീനം പിടിച്ചു മരിച്ചെന്നും പകരം അവളുടെ മകൾ ജീവനോടൊണ്ടെന്നും അവളെയും കൂട്ടി ഈപ്പൻ നാളെ ഇങ്ങെത്തുമെന്നു പറഞ്ഞേച്ചുവരാം. കുഞ്ഞന്ന വാങ്ങിപ്പോയ കാര്യം എങ്ങനാ പറയുക. പറയാതെ പറ്റില്ലല്ലോ. നമുക്ക് സന്തോഷം. അയാൾക്ക് സന്തോഷം ഒപ്പം വ്യസനവും. എല്ലാം ദൈവത്തിന്റെ നിശ്ചയമെന്നു സമാധാനിക്കാം....”

കുഞ്ഞന്നയുടെ അകാല വിയോഗവിവരം അവരെയൊന്നടങ്കം ശോകമൂകമാക്കി. സ്ത്രീകൾ ഏങ്ങലടിച്ചു പൊട്ടിക്കരഞ്ഞു. പൊതുവെ ധൈര്യശാലിയും ഗൗരവപ്രകൃതനുമായ ഗീവർഗ്ഗീസിനും കണ്ണീരടക്കാനായില്ല. കരച്ചിലിന്റെ സ്വരം അയൽവീടുകളിൽനിന്നും ആളുകളെ അവിടേക്കാകർഷിച്ചു. വിവരം ഗ്രഹിച്ച അവരുടെ വദനങ്ങളും ആതങ്കത്താൽ നിറം മങ്ങി.

ഒരു പൂമ്പാറ്റയെപ്പോലെ ഇവിടെയെല്ലാം പാറിനടന്നിരുന്ന കുഞ്ഞന്നയെ അവർ മറന്നിരുന്നില്ല. എന്നെങ്കിലും തിരികെ വരുമെന്നാണെല്ലാവരും വിചാരിച്ചിരുന്നത്.

തുയരത്തിന്റെ വേലിയേറ്റത്തിനിടയിലും കുഞ്ഞന്ന ലോകത്തിൽ ശേഷിപ്പിച്ച അവളുടെ ആത്മജയെക്കുറിച്ചുള്ള ഉപസ്മരണം അവർക്ക് വളരെ ആശ്വാസം പകർന്നുകൊടുക്കാനുതകുന്നതായിരുന്നു.

ഭാസ്കരൻ പ്രതീചിയിൽ മറയുവാനും വേഗത്തിൽ തിരികെ പ്രാചിൽ പ്രത്യക്ഷമാകുവാനും പ്രഭാതത്തെ വരവേല്ക്കുവാനും എല്ലാവരുടെയും ഹൃത്തടങ്ങൾ വെമ്പൽകൊള്ളുന്നുണ്ടായിരുന്നു. മാത്തിലേത്ത് വീടിന്റെ ചുമരുകൾക്കുള്ളിൽ മുതിർന്നവർക്ക് നിദ്രാകടാക്ഷം ലഭിച്ചില്ല. ഗീവർഗ്ഗീസിനും മറിയയ്ക്കും ഒരു നൊടി നേരംപോലും ഉറങ്ങാനായില്ല. തിരിഞ്ഞും മറിഞ്ഞും ദീർഘനിശ്വാസം പുറപ്പെടുവിച്ചും അവർ പുലർകാലത്തെ പുല്കി.

ഗീവർഗ്ഗീസ് അതിരാവിലെ കുളിച്ചൊരുങ്ങി പരുമല പള്ളിയിൽ പോയി പ്രാർത്ഥിച്ച് മടങ്ങി. സ്ത്രീകളെല്ലാം അടുക്കളയിൽ പലഹാരങ്ങളും ഭക്ഷണവും ഒരുക്കുന്ന തിരക്കിലായിരുന്നു.

വീടിന്റെ പിന്നാമ്പുറത്ത് പക്ഷികൾ കലപില കൂട്ടി. നാലഞ്ചു പുത്താങ്കീരികൾ ചിലച്ചും വിറച്ചുംകൊണ്ട് ചാടി നടന്നു. ഒപ്പം ഒരോലേഞ്ഞാലിയും രണ്ടു മാടത്തകിളികളും രണ്ട് അണ്ണാറക്കണ്ണന്മാരും അവർ സംഘം ചേർന്ന് ഇരതേടുകയാണ്.

തൊഴുത്തിൽനിന്ന പശുക്കളുടെ അമറൽ ശ്രവിച്ച മറിയ, അവറ്റകൾക്ക് കാടിവെള്ളം നല്കില്ലായെന്ന സംഗതി ഓർത്ത് ധൃതിയിൽ എഴുത്തിലിലേക്ക് നടന്നു.

സന്തോഷത്തിന്റെയും സങ്കടത്തിന്റെയും ഇടയിലൂടെ ഗമിക്കുമ്പോൾ പലരും മറന്നുപോകുന്നു.

പാതയോരത്ത് ഒരു മോട്ടോർ കാർ വന്നു നില്ക്കുന്ന സ്വരം. തുടർന്ന് അതിന്റെ വാതിലുകൾ തുറക്കുന്ന ശബ്ദം ഗീവർഗ്ഗീസിനെ മുറ്റത്തെത്തിച്ചു. വീടിനകത്തുണ്ടായിരുന്നവരും ഓടിയെത്തി. കാറിൽനിന്നും ആദ്യമിറങ്ങിയത് മെലിഞ്ഞുണങ്ങി നരച്ച് പ്രായമായ രൂപത്തിലുള്ള ഒരാളായിരുന്നു. അയാളുടെ കൈയിൽ ഒരു തുകൽ സഞ്ചിയുമുണ്ടായിരുന്നു.

"ഈപ്പൻ... എന്തൊരു കോലമാണിത്. അവന്റെ അപ്പനെക്കാളും പ്രായം തോന്നിക്കുമല്ലോ."

പിന്നിലെ വാതിൽ തുറന്ന് ഒരു പെൺകുട്ടി ഇറങ്ങി. അവൾ ഒരു തുണിസഞ്ചി മാറോടടക്കി പിടിച്ചിരുന്നു. ഗീവർഗ്ഗീസും മറ്റുള്ളവരും ഞെട്ടി.

കുഞ്ഞന്ന.

അല്ല. അവളുടെ അതേരൂപത്തിൽ, അവളിവിടെനിന്നും പോയപ്പോഴുള്ള അതേ പ്രായത്തിൽ അവളുടെ മകൾ.

ആനി.

ആനിയെല്ലാവരേയും നോക്കിചിരിച്ചു. കുഞ്ഞന്നയുടെ നിലാവു പരത്തുന്ന അതേ പുഞ്ചിരി. ആ മന്ദസ്മിതത്തിന്റെ പൂനിലാമഴയിൽ എല്ലാവരുടേയും ഹൃദന്തങ്ങൾ നിറഞ്ഞു തുളുമ്പി.

ഗീവർഗ്ഗീസ് ഓടിയവളുടെ അരികിലെത്തി അവളെ പുണർന്നു.

അയാളുടെ ഹൃദയം ആർദ്രമായി. കണ്ണുകൾ സജലങ്ങളായി. കണ്ടു നിന്നവരും ആനന്ദാശ്രു പൊഴിച്ചു.

ആനി സഞ്ചിയിൽനിന്നും ഒരു മടിശ്ശീലയെടുത്ത് മാതാമഹനു നല്കി. അദ്ദേഹമതു വാങ്ങി കെട്ടഴിച്ചു. പണ്ട് കുഞ്ഞന്നയെടുത്തു കൊണ്ടുപോയ ആ സ്വർണ്ണനാണയങ്ങൾ. അതേ പട്ടുമടിശ്ശീലയിൽ.

താൻ സൂക്ഷിച്ചുവെച്ചിരുന്ന, പണ്ടു പ്രചാരത്തിലുണ്ടായിരുന്ന പൂവരാഹൻ. സൂര്യകിരണങ്ങളേറ്റ് ആ സ്വർണ്ണനാണയങ്ങൾ കൊച്ചു സൂര്യന്മാരായി അദ്ദേഹത്തിന്റെ കൈയിലിരുന്ന് മന്ദഹസിച്ചു.

www.ingramcontent.com/pod-product-compliance
Lightning Source LLC
LaVergne TN
LVHW100304051026
849517LV00006B/2180
* 9 7 8 9 3 9 3 4 6 8 1 5 4 *